நிலவறைக் குறிப்புகள்

ஃபியோதர் தஸ்தயெவ்ஸ்கி

தமிழில்: எம்.ஏ. சுசீலா

நற்றிணை பதிப்பகம்

நிலவறைக் குறிப்புகள் * நாவல் * ஃபியோதர் தஸ்தயெவ்ஸ்கி தமிழில்: எம்.ஏ. சுசீலா * மொழிபெயர்ப்புரிமை: எம்.ஏ. சுசீலா * முதல் பதிப்பு: டிசம்பர் 2017 * இரண்டாம் பதிப்பு : ஜுன் 2019 * வெளியீடு: நற்றிணை பதிப்பகம் (பி) லிமிடெட் * பிளாட் எண்: 45, சாய் கவின்ஸ் குமரன் அபார்ட்மெண்ட்ஸ், ஸ்ரீ தேவி கருமாரியம்மன் நகர், கிருஷ்ணா நகர் பிரதான சாலை, நூம்பல், ஐயப்பன் தாங்கல், சென்னை – 600077.

விற்பனை அலுவலகம்:
எண். 82, மல்லன் பொன்னப்பன் தெரு,
திருவல்லிக்கேணி,
சென்னை – 600 005.
தொலைபேசி : 044 2848 1725

* தொலைபேசி : 044 2473 2141
* மின்னஞ்சல் : natrinaipathippagam@gmail.com

* அச்சாக்கம் : சாய் தென்றல் பிரிண்டர்ஸ், சென்னை - 600005
* மின்னஞ்சல் : saithendralprinters@gmail.com

* இணையம் மூலம் புத்தகம் வாங்க : www. natrinaibooks.com

நாவலாசிரியர் குறிப்பு

இந்த நினைவுக்குறிப்புகளின் கதைசொல்லியும், நினைவுக் குறிப்புகளும் உண்மையில் கற்பனை யானவை. ஆனால், நம் சமூகம் எப்படிப்பட்ட சூழல் களால் கட்டமைக்கப்பட்டிருக்கிறது என்பதைக் கணக்கிலெடுத்துக்கொண்டு பார்க்கும்போது இந்த நினைவுக் குறிப்புகளை எழுதியவரைப் போன்ற மனிதர்கள் நிச்சயமாக இருப்பார்கள் என்ற எண்ணத் தையே சந்தேகத்துக்கு இடமில்லாமல் புலப்படுத்து கிறது.

மிக அண்மைக்காலத்தைச் சேர்ந்த ஒரு மனித னின் குணாதிசயங்களை வழக்கமாகக் காட்டுவதை விடக் கூர்மையாகவும் அப்பட்டமாகவும் வாசகர் களிடம் தோலுரித்துக் காட்டவேண்டும் என்பதே என் நோக்கம். நம்மிடையே இன்னமும் வாழ்ந்து கொண்டிருக்கும் ஒரு தலைமுறையைப் பிரதிநிதித்துவப் படுத்துபவன் அவன்.

'எலிவளை' என்ற தலைப்பில் உள்ள முதல் பகுதியில் அந்த மனிதன் தன்னையும் தன் கண்ணோட் டங்களையும் அறிமுகம் செய்துகொள்வதோடு, நம் நடுவே அவ்வாறு தன்னை பகிரங்கமாக வெளிப் படுத்திக்கொள்ள இட்டுவந்து... அப்படிச் செய்யு மாறு தன்னை நிர்ப்பந்தப்படுத்திய காரணங்களுக்கு விளக்கம் அளிக்கிறான்.

'ஈரப்பனிப்பொழிவின் பொருட்டு...' என்ற இரண்டாவது பகுதியில் அவன் வாழ்வில் நடந்த உண்மைச்சம்பவங்கள் சிலவற்றின் குறிப்புகள் தரப் படுகின்றன.

பாகம் – 1

எலிவளை

1

நான் ஒரு நோயாளி. சிடுசிடுப்பான ஒரு மனிதன். தோற்றப் பொலிவு இல்லாதவன். என் கல்லீரல் பழுதுபட்டிருக்கிறதென்று நினைக்கிறேன். ஆனால், அது என்ன நோய் என்பது எனக்குத் தெரியாது. உண்மையிலேயே என்னைத் தொந்தரவு செய்துகொண் டிருப்பது எது என்பதும் எனக்குத் தெரியாது. மருத்துவத்தின் மீதும் மருத்துவர்களின் மீதும் நான் மரியாதை கொண்டிருந்தாலும் என் நோய்க்காக எந்த மருத்துவரிடமும் போகவில்லை.

நான் மிக அதிகமான மூடநம்பிக்கை கொண்டவன்; ஆனால், மருத்துவத் துறைமீது நான் கொண்டிருக்கும் மதிப்புக்கு பாதிப்பில் லாத அளவுக்குத்தான் அந்த நம்பிக்கை. மூடநம்பிக்கைகளுக்குள் சிக்கிக்கொள்ளாமல் இருக்கும் அளவுக்கு நன்றாகப் படித்திருப்ப வன்தான் நான். ஆனாலும் என்னிடம் மூடநம்பிக்கை இருக்கிறது. இல்லை, அதெல்லாம் காரணமில்லை. உண்மையில் சொல்லப் போனால் ஏதோ ஒரு எரிச்சலால் மட்டுமே நான் மருத்துவரிடம் போகாமல் இருக்கிறேன். அது என்னவென்பதை உங்களால் புரிந்துகொள்ளமுடியாது. ஆனால் நான் அதைப் புரிந்துவைத்தி ருக்கிறேன். இந்த விஷயத்தில் இப்படி ஒரு எரிச்சலைக் காட்டு வதன் மூலம் உண்மையில் நான் யாரைத் துன்பப்படுத்திக்கொண் டிருக்கிறேன் என்று என்னால் விளக்கிச்சொல்ல முடியவில்லை. நான் மருத்துவர்களிடம் போகாமல் இருப்பதால் அவர்களுக்கு எந்த இழப்பும் ஏற்படப்போவதில்லை என்பது எனக்குத் தெளிவா கவே தெரியும். இப்படிச் செய்வதால் என்னை நானே வருத்திக் கொண்டிருக்கிறேன் என்பதையும், வேறு யாருக்கும் இதனால் எந்தப் பாதிப்பும் இல்லை என்பதையும் மற்ற எல்லாரையும்விட நான் நன்றாக உணர்ந்திருக்கிறேன். ஆனாலும்கூட நான் வைத்தியரிடம் செல்லாமல் இருக்கிறேன் என்றால் அதற்குக்காரணம் ஏதோ ஒரு வெறுப்பு மட்டும்தான். என் கல்லீரல் மோசமான நிலைமையில் தான் இருக்கிறது, தொலையட்டும். அது இன்னும் கூட மோசமாகித் தான் போகட்டுமே.

நீண்டகாலமாக - கிட்டத்தட்ட இருபது வருடங்களுக்கும் மேலாக - நான் இந்த மாதிரியேதான் இருந்துகொண்டிருக்கிறேன். இப்பொழுது எனக்கு நாற்பது வயதாகிறது. முன்பு நான் அர சாங்கப் பணியில் இருந்தேன்; இப்போது அதையும் விட்டுவிட் டேன்.

நான் ஒரு சிடுமூஞ்சி அதிகாரியாக இருந்தேன். முரட்டுத்

தனமாக நடந்துகொள்வதோடு அவ்வாறு நடந்துகொள்வதில் இன்பம் கொள்பவனாகவும் இருந்தேன். நான் லஞ்சம் எதுவும் வாங்கியதில்லை; அதனால் அதை ஈடுகட்டும் முறையில் ஒரு வேளை நான் அப்படி நடந்துகொண்டிருக்கலாம். இது ஒரு அபத்தமான நகைச்சுவைதான். ஆனாலும் நான் இதை அடித்து நீக்கிவிடப்போவதில்லை. இதை எழுதும்போது இது மிகவும் குறும்புத்தனமான ஒரு நகைச்சுவையாக இருக்கும் என்றுதான் எண்ணிக்கொண்டிருந்தேன். ஆனால் இப்போது பார்த்தால் மிகவும் கேவலமான வகையில் என்னைப்பற்றி நானே சுயதம்பட்டம் அடித்துக்கொண்டிருக்கிறேன் என்று தெரிகிறது. வேண்டுமென்றே இதை அடிக்காமல் விட்டுவிடுகிறேன். இது, இப்படியே இருந்துவிட்டுப்போகட்டும்.

நான் உட்கார்ந்திருக்கும் மேசையை நாடி மனுதாரர்கள் வரும்போதெல்லாம் நான் அவர்களைப் பார்த்துக் கோபமாய்ப் பல்லைக் கடிப்பேன்; அதனால் யாராவது வருத்தப்படுவது தெரிந்தால் நான் பெற்ற வெற்றியில் எனக்கு அளவுக்கு மீறிய சந்தோஷம் ஏற்படும். அப்படிப்பட்ட செயல்களில் அநேகமாக நான் வெற்றியடைந்துகொண்டேதான் இருந்தேன். காரணம், அங்கே வருபவர்களில் பெரும்பாலோர் பயந்த மனிதர்கள். மேலும் அவர்கள் மனுதாரர்கள். அவர்களிலும்கூட ஆணவம் பிடித்த ஓர் அதிகாரி இருந்தான். அவனைத்தான் என்னால் கொஞ்சமும் சகித்துக் கொள்ள முடியவில்லை. அவன் என்னிடம் பணிவாக இல்லை என்பதோடு என்னை வெறுப்பேற்றும் வகையில் தன் வாளைச் சுழற்றி அடித்துக்கொண்டும் இருந்தான். அந்த வாள் வீச்சுக்கு எதிராக நானும் பதினெட்டு மாதங்கள் அவனோடு போரிட்டேன். இறுதியில் ஒருவழியாக என்னிடம் அவன் பணிந்தான். எனக்கு எதிரான யுத்தத்தையும் நிறுத்திவிட்டான். அதெல்லாம் வெகு காலத்துக்கு முன்பு, நான் இளைஞனாக இருந்தபோது நடந்தவை.

ஆனால், கனவான்களே! என் எரிச்சலுக்கான மூல காரணம் என்னவென்று உங்களுக்குத் தெரியுமா? நான் மிக மோசமாக எரிச்சலடையும் நேரங்களிலும்கூட நான் ஒன்றும் சிடுசிடுப்பானவனாகவோ, குரோதம் நிரம்பியவனாகவோ இல்லை என்பதை உள்ளூர வெட்கத்தோடு நான் உணர்ந்தே இருக்கிறேன். எந்த ஒரு காரணமும் இல்லாமல் வெறுமனே சிட்டுக்குருவிகளுக்கு பயங் காட்டி விரட்டியடித்தபடி அதில் களித்துக்கொண்டிருப்பவன் நான். இதை நான் உணர்ந்திருப்பதே என் எரிச்சலுக்கான காரணம்.

வாய்ப்பேச்சில் நான் குமுறி வெடிக்கலாம்; ஆனால் யாராவது விளையாடுவதற்காக ஒரு பொம்மையை என்னிடம் தந்தாலோ

அல்லது சர்க்கரை போட்ட ஒரு கோப்பைத் தேநீரைப் பருகத் தந்தாலோகூட நான் சமாதானமாகி சாந்தமடைந்து விடுவேன். அந்தச் செயலில் நெகிழ்ந்தும்போய்விடுவேன். ஆனால், அதற்குப் பிறகு என்னைப் பார்த்து நானே பல்லைக் கடித்துக் கொண்டபடி நாணத்தில் குன்றிப்போனவனாய்ப் பல மாதங்களைத் தூக்கமின்றிக் கழிப்பேன். என் இயல்பு அப்படிப் பட்டதுதான்.

நான் ஒரு சிடுமூஞ்சியான அதிகாரி என்று சற்றுமுன் உங்களிடம் சொல்லிக்கொண்டிருந்ததெல்லாம் வெறும் பொய். ஏதோ ஒரு எரிச்சலால்தான் நான் அப்படி ஒரு பொய்யைச் சொல்லிக்கொண்டிருந்தேன். மனுதாரர்களிடமும் அந்த அதிகாரி யிடமும் நான் அப்படி நடந்துகொண்டதெல்லாம் வெறுமனே ஒரு வேடிக்கைக்காகத்தான். அதை நான் ரசித்துக்கொண்டும் இருந் தேன். ஆனாலும் என்னால் ஒருபோதும் வெறுப்போடு இருக்க முடியாது என்பதே நிஜம். அதற்கு முற்றிலும் நேர்மாறான பலப்பல அம்சங்களே என்னில் நிறைந்திருக்கின்றன என்பதை ஒவ்வொரு கணமும் நான் மனதார உணர்ந்திருக்கிறேன். குரோத உணர்ச்சிக்கு நேர் எதிரான அந்த நல்ல அம்சங்கள் என்னுள் பொங்கித்ததும்பிக் கொண்டிருப்பது எனக்கு நன்றாகவே தெரியும். வாழ்நாள் முழு வதும் என்னுடனேயே இருந்து குமுறித் தவித்தபடி ஒரு வடிகால் பெறுவதற்காக அவை ஏங்கிக்கொண்டிருப்பதையும் நான் அறி வேன். ஆனால், என்னிலிருந்து அவை வெளிப்பட நான் அனு மதிக்க மாட்டேன். ஆமாம் அவற்றை நான் காட்டிக்கொள்ள மாட்டேன். வேண்டுமென்றே அவற்றை வெளிப்படுத்த விரும் பாமல் இருக்கிறேன்.

நான் வெட்கத்தால் கூசிப்போகும் அளவுக்கு அவை என்னை அலைக்கழித்தன. வலிப்பு நோயின் பிடிக்கு ஆட்படும் எல்லை வரை என்னை அவை இட்டுச் சென்றன. கடைசியில் என்னை ஒரு நோயாளியாகவும் ஆக்கிவிட்டன. இதையெல்லாம் கேட்டதும் ஏதோ செய்த தவறுகளுக்காக நான் கழிவிரக்கம் கொள்வது போலவும் அதற்காக மன்னிப்புக் கேட்பது போலவும் இப்போது உங்களுக்குத் தோன்றுகிறதல்லவா? கனவான்களே! அதை அப்படி எடுத்துக்கொள்ளத்தான் உங்களால் முடியும் என்பது எனக்கு உறுதியாகத் தெரியும். சரி, விட்டுத்தள்ளுங்கள் நீங்கள் அதை எப்படி எடுத்துக்கொண்டாலும் எனக்கு அதைப்பற்றி எந்தக் கவலையும் இல்லை.

நான் சிடுசிடுப்புள்ளவனாக இருக்க முடியாது என்பது மட்டும் இல்லை; எப்படிப்பட்டவனாக ஆவதற்கும் எனக்குத் தெரிய வில்லை. எரிச்சல்படுபவனாக, அன்பானவனாக, போக்கிரியாக,

நேர்மையாளனாக, கதாநாயகனாக, இல்லை, ஒரு பூச்சியாக ஆகக்கூட எனக்குத் தெரியவில்லை. கடந்த நான்கு வருடங்களாக ஒரு மூலையில் முடங்கியபடி எரிச்சலான பயனில்லாத வார்த்தை களைச் சொல்லியபடி என்னை நானே தேற்றிக்கொண்டிருக் கிறேன். அறிவுஜீவியான ஒரு மனிதனால் தீவிரமான எந்த 'மாதிரி' யாகவும் ஆகிவிடமுடியாது என்றும் ஒரு முட்டாளால் மட்டுமே அப்படி ஆகமுடியும் என்றும் எனக்கு நானே ஆறுதல் வழங்கிக் கொண்டிருக்கிறேன்.

ஆமாம்... பத்தொன்பதாம் நூற்றாண்டின் மனிதன் குறிப்பான எந்த குணநலனும் இல்லாதவனாகத்தான் இருந்தாக வேண்டும். அதுவே அவனுக்கு மேன்மை அளிப்பது. அது ஒரு தார்மிகக் கட்டாயமும்கூட.. நல்ல குணங்கள் கொண்டவனாய்ச் செயல் படும் மனிதன் வரையறைகளுக்கு உட்பட்ட ஒரு ஜந்து மட்டுமே. இந்த நாற்பதாண்டுக் காலத்தில் எனக்குள் ஏற்பட்டிருக்கும் தீர்மா னமான முடிவு இது.

எனக்கு இப்போது நாற்பது வயதாகிறது. நாற்பது வருடம் என்பது ஒரு முழு ஆயுள்காலம்; மிகவும் வயதான ஒரு பருவம் அது என்பது உங்களுக்கும் தெரியும். நாற்பது வயதுக்கு மேலும் வாழ்வதென்பது அநாகரிகமானது, அருவருப்பூட்டுவது, அறநெறி களுக்கே எதிரானது.

நாற்பது வயதுக்கு மேல் வாழ்பவர்கள் யார் சொல்லுங்கள். இதற்கான பதிலை உண்மையாகவும் நேர்மையாகவும் சொல் லுங்கள் பார்ப்போம். நான் சொல்கிறேன். முட்டாள்களும் உருப் படியில்லாத பேர்வழிகளும்தான் அப்படி வாழ்வார்கள். வணக்கத் துக்கும் போற்றுதலுக்கும் உரிய நரைத்த முடி கொண்ட எல்லா கிழங்களின் முகங்களுக்கும் நேராகவே நான் இதைச் சொல்வேன். இதைச்சொல்லுவதற்கான உரிமை எனக்கு இருக்கிறது. காரணம் நானே அறுபது வயது வரை வாழப்போகிறேன் எழுபது வரை எண்பது வரை. பொறுங்கள் கொஞ்சம் மூச்சு வாங்கிக் கொள்கிறேன்.

நான் என்னவோ சும்மா வேடிக்கை காட்டிக்கொண்டிருப் பதாக நீங்கள் நினைக்கக்கூடும். அது சந்தேகமில்லாமல் எனக்குத் தெரிகிறது. அப்படி நினைத்தால் என்னைப்பற்றி நீங்கள் சரியாகப் புரிந்துகொள்ளவில்லை என்றுதான் அர்த்தம். நீங்கள் கற்பனை செய்து வைத்திருப்பதைப்போலவோ அல்லது கற்பனை செய்து கொள்ளப்போவதைப்போலவோ நான் அப்படி ஒன்றும் ஒரு கேளிக்கையான ஆசாமி இல்லை. ஆனால், என்னுடைய இந்த மாதிரியான உளறல்களையெல்லாம் கேட்டு எரிச்சலடைந்திருக்கும்

நீங்கள், (நீங்கள் எரிச்சலோடு இருப்பது எனக்குத் தெரிகிறது.) நிஜமாகவே நான் யார் என்று கேள்வி எழுப்புவது இயற்கையானது தான். சொத்து, வருமான மதிப்பீட்டுக்குழுவில் நான் ஒரு பணி யாளன் என்பதே உங்கள் கேள்விக்கான என் பதில்.

சாப்பாட்டுக்கு ஏதாவது ஒரு வழி வேண்டுமே என்பதற்காகத் தான் அதற்காக மட்டுமே நான் அந்த வேலையில் இருந்தேன். போன வருடம் என் தூரத்து உறவினர் ஒருவர் தன் உயிலில் ஆறாயிரம் ரூபிள்களை எனக்காக விட்டுவிட்டு இறந்துபோனபின் உடனடியாக நான் பார்த்துக்கொண்டிருந்த அரசாங்க வேலையை விட்டுவிட்டு மூலையில் முடங்கிக்கொண்டுவிட்டேன். இதற்கு முன்னரும் இதே மூலையில் இருந்தவன்தான் நான். ஆனால், இப்போதோ நிரந்தரமாக அதிலேயே குடியேறிவிட்டேன்.

ஊருக்கு வெளியே மிகவும் பரிதாபகரமானதும் சகிக்கமுடியா ததுமான என் அறை இருந்தது. என் பணிப்பெண் வயதானவள்; சரியான நாட்டுப்புறம்; தன்னுடைய முட்டாள்தனத்தை மறைத்துக் கொள்வதற்காக எரிச்சலுடனேயே இருப்பாள். போதாக் குறைக்கு அவளிடமிருந்து எப்போதும் ஏதோ ஒரு துர்நாற்றம் வேறு வீசிக்கொண்டிருந்தது.

பீட்டர்ஸ்பர்க் நகரத்தின் சீதோஷ்ண நிலையை இதற்கு மேலும் என்னால் தாங்க முடியாது என்பதையும் எனக்குள்ள சொற்ப வருமானம் பீட்டர்ஸ்பர்கில் வாழ்க்கை நடத்தப் போதுமானதல்ல என்பதையும் பலரும் என்னிடம் கூறியிருந்தார்கள்; அனுபவசாலி களும் அறிவாளிகளுமான குருமார்களையும் ஆலோசகர்களையும் விட அதைப்பற்றி எனக்கே நன்றாகத் தெரியும். ஆனாலும் நான் பீட்டர்ஸ்பர்கிலேதான் தங்கியிருக்கிறேன். பீட்டர்ஸ்பர்கிலிருந்து ஒருநாளும் நான் வெளியேறப் போவதில்லை. ஆனால், நான் இங்கிருந்து போவதிலோ போகாமல் இங்கேயே இருப்பதிலோ என்ன பெரிய வித்தியாசம் வந்து விடப்போகிறது?

அதெல்லாம் இருக்கட்டும்.

நாகரிகமான ஒரு மனிதன் அதீதமான மகிழ்ச்சியோடு எதைப் பற்றிப் பேசுவான்?

பதில்: அவனைப்பற்றி மட்டும்தான்.

நல்லது. அப்படியானால் நானும் இப்போது என்னைப்பற்றிப் பேசுகிறேன்.

2

கனவான்களே! உங்களுக்குக் கேட்கப் பிடிக்கிறதோ இல்லையோ என்னால் ஏன் ஒரு பூச்சியாகக்கூட ஆக முடியவில்லை என்று இப்போது சொல்ல ஆசைப்படுகிறேன். பூச்சியாவதற்கான முயற்சியை நான் பலமுறை மேற்கொண்டிருக்கிறேன் என்பதைப் பணிவோடு உங்களிடம் தெரிவித்துக்கொள்கிறேன். ஆனால், நான் அதற்குக்கூடப் பொருத்தமானவனாக இல்லை.

கனவான்களே! ஒருமனிதன் முழுமையான தன்னுணர்வுடன் இருப்பதும்கூட ஒரு நோய்தான். அப்பட்டமான ஒரு வியாதிதான் அது என்று நான் உங்களிடம் உறுதியாகச் சொல்வேன்.

துயரங்கள் மிகுந்த பத்தொன்பதாம் நூற்றாண்டில் இந்த உலகத்திலேயே மிகுதியான கற்பனை வறட்சியையும் செயற்கைத் தனத்தையும் கொண்டிருக்கும் பீட்டர்ஸ்பர்க் நகரத்தில் (இயல்பான நகரங்கள், செயற்கையான நகரங்கள் என இரண்டு வகை உண்டு) வாழ நேர்ந்த துர்ப்பாக்கியசாலிகளான நாகரிக மனிதர்கள் கொண்டிருக்கும் உள்ளுணர்வுகளில் கால் அல்லது அரைப்பகுதி இருந்தால்கூட அது ஒரு மனிதனின் அன்றாடத் தேவைகளுக்குப் போதுமானதுதான். இன்னும் சொல்லப்போனால் வெளிப்படையான மனிதர்களும், செயலூக்கம் கொண்டவர்களும் எப்படிப்பட்ட உளப்பிரக்ஞையுடன் வாழ்ந்துவருகிறார்களோ அதுவே ரொம்பவும் போதுமானது. செயலார்வம் கொண்ட மனிதர்களைக் கிண்டல் செய்வதற்காகத்தான் நான் போலித்தனமாக இப்படி யெல்லாம் சொல்லிக்கொண்டிருக்கிறேன் என்று நீங்கள் நினைக்கக்கூடும். நீங்கள் அப்படித்தான் நினைப்பீர்கள் என்று நான் சவால்விட்டுச் சொல்கிறேன். அந்த அதிகாரியைப்போன்ற மூர்க்கமான அகம்பாவத்தோடு ஜம்பமாக நான் வாளைச் சுழற்றுவதாகக்கூட உங்களுக்குப் படலாம்.

ஆனால், கனவான்களே! தன்னுடைய நோய்களைப் பற்றிப் பெருமை பேசுவதும் அவை குறித்து அகம்பாவம் கொள்வதும் எவரால்தான் முடியும்? ஆனாலும் எப்படியோ எல்லோருமே அதைச் செய்துகொண்டுதான் இருக்கிறார்கள். தங்களுக்கு வந்திருக்கும் நோய்களைப்பற்றிப் பெருமையடித்துக்கொள்ளும் மனிதர்களும் இருக்கத்தான் செய்கிறார்கள். ஒருவேளை நான் அப்படிச் செய்வது, கொஞ்சம் கூடுதலாக வேண்டுமானால் இருக்கலாம். சரி, இப்போது நாம் அதைப்பற்றித் தர்க்கம் செய்யவேண்டாம்.

நான் எழுப்பிய வாதம் அபத்தமானதுதான் ஆனாலும்கூட மனிதப்பிரக்ஞை என்பது அதிகமாக இருந்தாலும் சரி அது எந்த அளவுக்கு இருந்தாலும் சரி அது ஒரு நோய் மட்டுமே என்பதை நான் உறுதியாக நம்புகிறேன். அதிலிருந்து நான் மாறப் போவதே இல்லை. நல்லது அந்த விஷயத்தைக்கூட ஒரு நிமிடம் விட்டுவிடுவோம், இதைச் சொல்லுங்கள்.

'உன்னதமும் எழிலும்' பொருந்தியவை என்று எவற்றை யெல்லாம் வழக்கமாகச் சொல்வதுண்டோ, அவற்றையெல்லாம் நான் பிரக்ஞைபூர்வமாக உணர முடிகிற அந்தக்கணங்களில், அவற்றின் நயங்களில் ஈடுபாட்டோடு லயிக்கத் தொடங்கும் அந்தத் தருணங்களில் நான் செய்திருக்கும் மிக மோசமான செயல்கள் நினைவில் எழுந்துவிட, அவை குறித்த கூச்ச உணர்வுக்கு நான் ஆளாகிவிடுகிறேன். அப்படிப்பட்ட செயல்கள் எல்லோரையுமே குற்ற உணர்வுக்குள் தள்ளுபவைதான் என்றாலும், செய்யத்தகா தவை என்பதை முற்றாக உணர்ந்திருந்தும் செய்யக்கூடாத அவற் றையெல்லாம் வேண்டுமென்றே நான் மட்டும் செய்திருப்பது போன்றதொரு உணர்வு அந்த நேரங்களில் என்னை ஆட்கொண்டு விடுகிறது. உன்னதமும் எழிலும் கொண்டவற்றில் உறைந்து கிடக்கும் நல்ல கூறுகளை அதிகமாய் உணர உணர நான் புரிந்திருக்கும் குற்றச்சகதிகளுக்குள்ளும் மிகுதியாக அழுந்திப்போகத் தொடங்கி விடுகிறேன்; அதிலேயே முழுமையாக ஆழ்ந்து போய் விடவும் கூட ஆயத்தமாகி விடுகிறேன். அதெல்லாம் வெறும் ஒரு தற்செயல் அல்ல என்பதும் வேறு எந்த மாதிரியாகவும் அது சம்பவித்துவிட முடியாது என்பதுமே இதிலுள்ள முக்கியமான சிக்கல். என்னுடைய இயல்பான ரீதியே அதுதான் என்பதைப் போலத்தான் தோன்று கிறதே தவிர அதை ஒரு நோய் என்றோ ஒழுக்கக்கேடு என்றோ சொல்வதற்கில்லை. அதனாலேயே அந்தச் சீர்கேட்டை எதிர்த்துப் போராட நான் செய்து வந்த முயற்சிகளையும்கூட இறுதியில் கைவிட்டுவிட்டேன். கடைசியில் இதுதான் எனக்குரிய இயல்பான நடத்தை என்று கிட்டத்தட்ட (ஏன் உறுதியாகவே கூட) நானே நம்பும் அளவுக்கு ஆகிப் போனேன். ஆனால், அப்படிப் போராடும் போது அதன் ஆரம்ப நிலையில், நான்தான் எப்படிப்பட்ட துன்பங்களையெல்லாம் எதிர் கொள்ள நேர்ந்தது?

இதே போன்றதொரு அனுபவம் மற்ற மனிதர்களுக்கும் இருக்கக்கூடும் என்பதை நான் எண்ணிக்கூடப் பார்க்கவில்லை. என்னைப்பற்றிய இந்த விஷயத்தை ஏதோ ஒரு ரகசியத்தைப் போலத்தான் நான் பாதுகாத்தேன். இது எந்த எல்லை வரைக்கும் சென்றுவிட்டது தெரியுமா? பீட்டர்ஸ்பர்க் நகரத்தின் நாற்றமடிக் கும் இரவுப்பொழுது ஒன்றில் ஒருகாலும் செய்யவே கூடாத மிக

இழிவான செயல் ஒன்றை, அது தவறான செயல் என்பதையும், செய்தபிறகு திருத்திக்கொள்ளவே முடியாத பாதகம் அது என்பதை யும் முழுமையாகத் தெரிந்திருந்தும் அதைச் செய்து முடித்துவிட்டு என் மூலைக்குத் திரும்பிக்கொண்டிருந்தபோது அருவருக்கத்தக்க தும், இயல்புக்கு மாறானதுமான ஒரு மகிழ்ச்சி என்னுள் அரும்பியது; அதைக் கண்டு நான் கூசிப்போனேன். (இப்போதும்கூட அது பற்றிய கூச்சம் என்னிடத்தில் இருக்கிறது). ஆனால், அந்தச் செயலுக்காக என்னை நானே வசைபாடிக் கொண்டும், நார்நாராகக் கிழித்து வதைத்துக்கொண்டும்தான் இருந்தேன்; படிப்படியாக இலேசான கூச்சமாகவும் மிக மோசமான ஓர் இனிமையாகவும் என்னுள் ஆரம்பித்த அந்த உணர்வு, இறுதியில் உள்ளார்ந்த உண்மையான மகிழ்ச்சியாகவே ஆகிப் போயிற்று. ஆமாம். அது மகிழ்ச்சிதான்... மகிழ்ச்சியேதான்... அது நிச்சயமாக எனக்குத் தெரியும். இதே மாதிரியான ஓர் ஆனந்தம் பிறருக்கும்கூட ஏற்படக்கூடுமா என்பதைத் தெரிந்துகொள்ள விரும்பியதாலேயே நான் இதைப் பற்றிப் பேசினேன்.

நல்லது, இப்பொழுது உங்களுக்கு விளக்கமாகச் சொல்கிறேன். கேளுங்கள்.

தான் தரம் தாழ்ந்துபோயிருக்கும் விஷயத்தை முழுமையான உளப் பிரக்ஞையோடு நானே உணர்ந்து உள்வாங்கிக்கொண்ட தால் விளைந்ததே இந்த ஆனந்தம். கடைசியாக எதிர்ப்பட்ட தடைக்கல்லையும் தாண்டிவிட்டேன் என்ற உணர்வினால் ஏற்பட் டதே இந்த சந்தோஷம். இது மிக மோசமானதுதான்; ஆனால், இது வேறு எப்படி இருக்கவும் வழியில்லை. உங்களால் அதிலி ருந்து தப்பிக்கவே முடியாது. வேறுவகை ஆசாமியாக மாறுவது அப்போது உங்களால் சாத்தியப்படாது. அவ்வாறு மாறுவதற்குத் தேவையான கால அவகாசமும், நம்பிக்கையும் உங்களுக்கு முன்பு இருந்தாலும்கூட அப்படி மாறுவதற்கு நீங்கள் விரும்பமாட்டீர்கள். ஒருகால் விரும்பினாலும் அதற்காக நீங்கள் எதுவும் செய்ய மாட் டீர்கள். காரணம் அவ்வாறு மாறுவதற்கான எதுவுமே உண்மை யில் இல்லை என்பதுதான்.

இதில் மிக மோசமான விஷயம் என்னவென்றால் இதற்கெல் லாம் மூலகாரணமாக இருப்பது அதீதமான மனிதப்பிரக்ஞைக்கே உரிய இயற்கையான விதிகளும் அவற்றின் விசையால் ஏற்படும் விளைவுகளும் மட்டும்தான். இதனாலேயே ஒருவனால் வேறு வகையாக மாற முடியாமலிருப்பதோடு அவனால் எதையுமே செய்ய முடியாமலும் போய்விடுகிறது. மிகக்கூர்மையான தன்னுணர்வோடு ஒரு போக்கிரி இருந்தானென்றால் அதன் காரணமாகவே

அவனைக் குற்றம் சொல்ல முடிவதில்லை என்பதில் போய்க் கூட இது முடியலாம். தான் ஒரு போக்கிரி என்று அவன் உணர்ந் திருப்பதனாலேயே ஏதோ அவன் அப்படி இருப்பது நியாயம் என்று சொல்லுவது போலத்தான் இது இருக்கிறது.

சே! நான் ரொம்பத்தான் உளறிவிட்டேன். ஆனால், ஏதா வது ஒரு விளக்கத்தைக் கொடுத்தேனோ? இந்த மாதிரியான ஓர் ஆனந்தத்தை ஒருவரால் எப்படித்தான் விளக்கிச் சொல்ல முடியும்? ஆனாலும் நான் அதைப்பற்றி விளக்கமாகச் சொல்லத் தான்போகிறேன். நான் என் எழுதுகோலை எடுத்திருப்பது அதற்காகத்தான்.

உதாரணத்துக்கு எடுத்துக்கொண்டால் நான் மிகவும் தற்பெருமை பிடித்தவன்; ஒரு கூனனையோ குள்ளனையோ போல எடுத்ததற்கெல்லாம் சந்தேகப்படுபவன்; எல்லாவற்றையுமே குற்றமாக எடுத்துக்கொள்பவன். ஆனாலும்கூட ஓர் உண்மையைச் சொல்கிறேன்; யாராவது என் முகத்தில் ஓங்கி அறையும்போது அந்தச் செய்கையால் சில நேரங்களில் நான் மகிழ்ச்சி அடைந்ததும் கூட உண்டு. அப்படிப்பட்ட வேளையிலும்கூட எனக்குள் விநோ தமான ஒரு சந்தோஷம் ஏற்பட்டதை நான் நிச்சயமாக உணர்ந்திருக் கிறேன். அது வேதனையால் உண்டான சந்தோஷம்தான். அதில் சந்தேகமில்லை. ஆனால், நம்மை மகிழ்ச்சியில் ஆழ்த்தும் பல விஷயங்கள் வேதனைகளிலும்கூட அடங்கியிருக்கின்றன. குறிப்பாக, நாம் எப்படிப்பட்ட அநாதரவான ஒரு நிலையில் இருக்கிறோம் என்பதை முழுமையான தன்னுணர்வோடு உள்வாங்கிக் கொள்வ தால் நேரும் மகிழ்ச்சியே அது.

ஒருவர் நம் முகத்தில் ஓங்கி அறையும்போது, ஏதோ குப்பை கூளத்தைப்போல கேவலமாக சிறுமைப்படுத்தப்பட்ட உணர்வு நம்மை முழுமையாக ஆட்கொண்டுவிடுகிறது. அந்த மாதிரி நேரத்தில் எப்படி யோசித்துப்பார்த்தாலும் குறிப்பிட்ட விஷயத் தில் குற்றம் சாட்டப்பட வேண்டியவன் நான் மட்டுமே என்ற முடிவுக்கே வந்து சேர்ந்துவிடுகிறேன் என்பதுதான் இதிலிருக்கும் மிகப்பெரிய சிக்கல். என்மீது எந்தத் தவறும் இல்லையென்றாலும் கூட இயற்கை விதிகளின்படி பார்க்கும்போது நானே குற்றவாளி யாக நேர்வதுதான் இதில் மிகவும் வருத்தப்பட வைப்பது.

என்னைச் சுற்றியுள்ள மனிதர்கள் எல்லாரையும்விட நான் அறிவாளியாக இருப்பதுதான் என் முதல் குற்றம். (என்னைச் சுற்றியிருக்கும் பிற மனிதர்களைவிட நான்தான் புத்திசாலி என்று என்னைப்பற்றி நான் நினைத்துக்கொண்டிருக்கிறேன். சில வேளை களில் அப்படி இருப்பதை நினைத்து நான் கூச்சப்படுவதும்கூட

உண்டு என்றால் உங்களால் அதை நம்பமுடிகிறதா? எது எப்படியோ, என் வாழ்நாள் முழுவதும் பிறரிடமிருந்து என் பார்வையை அகற்றியே வைத்திருப்பவன் நான்; மனிதர்களை முகத்துக்கு முகம் நேரடியாகப் பார்ப்பதென்பது என்னால் ஒருபோதும் முடியாது)

என்னிடம் கொஞ்சநஞ்சம் பெருந்தன்மை இருந்திருந்தாலும் கூட அதனால் எந்த ஒரு பயனும் இல்லை என்பதைப் பரிபூரணமாகப் புரிந்து வைத்திருப்பதே நான் செய்திருக்கும் கடைசிக் குற்றம். அந்தப் பெருந்தன்மையை வைத்துக்கொண்டு என்னால் எதையுமே செய்ய முடியாது என்பதே உறுதியாகப் புலப்படுகிற நிஜம். என்னை அடித்தவன் இயற்கையான விதிகளின் தூண்டுதலினாலேயே அப்படிச் செய்திருப்பான் என்பதால் அவனை என்னால் மன்னிக்க முடியாது; காரணம் இயற்கை விதிகள் என்பவை மன்னிப்புக்கு அப்பாற்பட்டவை. அந்தச் செயலை அடியோடு மறந்துபோவதும் எனக்குச் சாத்தியப்படாத ஒன்றுதான்; காரணம், அவன் என்னதான் இயற்கை விதிகளுக்கேற்ப இயங்கியிருந்தாலும் அது என்னைப் புண்படுத்தத்தான் செய்கிறது என்பதால் நான் அதை மறப்பதற்கும் இல்லை.

என்னைத் தாக்கியவன்மீது பெருந்தன்மை பாராட்டாமல் அதற்கு நேர் எதிரான வன்மத்தோடு அவனைப் பழி வாங்கியே தீர வேண்டுமென்று ஒருவேளை நான் விரும்பியிருந்தாலும் கூட, அப்படி எதற்காகவும் யாரையும் நான் பழி தீர்த்துக்கொண்டிருக்க மாட்டேன். என்னால் அப்படிச் செய்ய முடியும் என்றாலும் கூட அதற்கு என் மனதை நான் உடன்படுத்திக்கொண்டிருக்க மாட்டேன். அப்படி என்னை நான் உடன்படுத்திக்கொள்ளாதது ஏன்? அதைப்பற்றி ஒருசிலவற்றை உங்களிடம் இப்போது சொல்லப்போகிறேன்.

3

தங்களுக்காகத் தாங்களே போரிடவும், பழிவாங்கவும் அறிந்து வைத்திருப்பவர்களிடம் பொதுவாக அது எப்படி நிகழ்கிறது? பழி வாங்கும் உணர்ச்சியால் அவர்கள் ஆட்கொள்ளப்பட்டிருக்கும் அந்த நேரத்தில் அந்த ஓர் உணர்வுமட்டுமே அவர்களை முழுமையாக ஆட்கொண்டிருக்கிறது. சினங்கொண்ட மூர்க்கமான காளை ஒன்று தன் கொம்புகளைத் தாழ்த்திக்கொண்டு பாய்வ தைப்போல அவர்களும் தங்கள் இலக்கை நோக்கி ஆவேசமாகப் பாய்கிறார்கள்; கற்சுவர் ஒன்றைத் தவிர அவர்களைத் தடுக்கும் சக்தி அப்போது வேறு எதற்கும் இல்லை. அந்த வேளையில் தற் செயலாக நிகழ்வது என்னவென்றால் உடனடியாகச் செயல் பாட்டில் இறங்கிவிடும் அப்படிப்பட்ட வெளிப்படையான மனிதர் கள் அந்த மாதிரி ஒரு சுவர் குறுக்கிட்டதும் உண்மையிலேயே திகைத்துப்போய் நின்றுவிடுகிறார்கள். எப்போதும் எதையோ சிந்தித்துக்கொண்டே இருந்துவிட்டு எதையுமே செய்யாமல் இருக்கும் நம்மை ஒத்த மனிதர்களைப்போல அந்தச் சுவரின் குறுக்கீட்டைக் காரியத்திலிருந்து தப்பித்துக்கொள்ளக் கிடைத்த ஒரு சாக்காக, வழியாக அவர்கள் எண்ணுவதில்லை; தாங்கள் மேற்கொண்டிருந்த செயலைக் கைவிட்டு அதிலிருந்து விலகிப் போவதற்கான உபாயமாக அதை அவர்கள் நினைப்பதில்லை. அது தப்பித்துக்கொள்வதற்கான ஒரு வழி என்று எண்ணாதது போலக் காட்டிக்கொண்டாலும் அப்படி ஓர் உபாயம் கிடைத்து விட்டதில் எப்போதுமே மகிழ்ச்சி அடைபவர்கள்தான் நாம். ஆனால், அவர்கள் அப்படி இல்லை; அந்தத் தடையைப் பார்த்ததும் அவர்கள் உண்மையிலேயே பிரமித்துப் போய்விடுகிறார்கள். அது அவர்களை நிதானப்படுத்தி அவர்களது உணர்வுகளை சமனப் படுத்திவிடுகிறது; இறுதியான ஒரு முடிவுக்கும் கூட. ஒரு வேளை அது விளங்காத ஒரு புதிராகக்கூட இருக்கலாம், சரி, அந்தச் சுவரைப்பற்றிப் பிறகு பார்த்துக்கொள்வோம். இருக்கட்டும், அப்படிப்பட்ட வெளிப்படையான மனிதனையே உண்மையான இயல்பான மனிதன் என்று நான் நினைக்கிறேன். மிகுந்த கருணையோடு இயற்கை அன்னை அவனை பூமிக்குக் கொண்டு வந்த நேரத்தில் அவனை எப்படிக் காண வேண்டுமென்று ஆசைப்பட்டிருப்பாளோ அந்த மாதிரியே இருப்பவன் அவன். மனம் முழுக்கக் குமுறி வரும் வெறுப்பெல்லாம் திரண்டபடி அவனைப் பார்த்துப் பொறாமைப்படுகிறேன் நான். அவன் ஒரு முட்டாள் என்பதை நான் மறுக்கவில்லை; ஒரு வேளை ஒரு சராசரி

மனிதன் முட்டாளாகத்தான் இருந்தாக வேண்டுமோ என்னவோ... அது உங்களுக்கு எப்படித் தெரியும்..? ஒருகால் அப்படி இருப்பதுதான் அழகாக இருக்கிறதோ என்னவோ? இன்னொரு சந்தேகமும் என்னைத் துரத்துவதுண்டு. சராசரி மனிதனுக்கு நேர் எதிரான தன்மையோடு, அவனிலிருந்து முற்றிலும் மாறுபட்டவனாக இருக்கும், கூரிய தன்னுணர்வு கொண்ட மனிதன் இயற்கையின் மடியிலிருந்து வராமல் சோதனைக்குழாய்மூலம் வந்திருப்பானோ என்பதுதான் அது. கனவான்களே, இப்படி நினைப்பது இயற்கைக்கு மாறான மர்மம்தான். ஆனால், நான் இப்படியும்கூட சந்தேகப்படுகிறேன். அளவுக்கு மீறிய தன்னுணர்வைப் பெற்றிருந்தும்கூட இந்தச் செயற்கைக்குழாய் மனிதன் தனக்கு நேர்மாறான சராசரி மனிதனின் முன்பு தன்னை ஒரு மனித ஜீவியாகவே நினைத்துக்கொள்ளாமல் ஓர் எலியைப்போல உணர்ந்தபடி குழம்பித் திகைத்துப்போய்விடுவதும் உண்டு. அந்த எலி கூர்மையான பிரக்ஞை கொண்டதாக இருக்கலாம். ஆனாலும் அது ஓர் எலி மட்டுமே. அந்த இன்னொருவன் மட்டுமே மனிதன்; அவன் மனிதன் என்பதனாலேயே இவன் எலி ஆகிறான். இப்படிச் சொல்லிக்கொண்டே போகலாம். இதில் மிகவும் மோசமான விஷயம் என்னவென்றால், தான் எலியைப் போன்றவன் என்று அவன் தனக்குத்தானே பாவித்துக்கொள்கிறான் என்பதே; அப்படி நினைத்துக்கொள்ளுமாறு வேறு வெளியாட்கள் யாருமே அவனைக் கேட்டுக்கொள்வதில்லை. முக்கியமானது இதுதான். சரி, அந்த எலி என்னதான் செய்கிறது என்பதை இப்போது பார்க்கலாம். ஓர் உதாரணத்துக்கு அந்த எலி ஏதோ ஒரு வகையில் புண்பட்டுப்போயிருக்கிறது என்றும் (அது எப்போதுமே புண்பட்ட உணர்வோடுதான் இருக்கிறது என்பது வேறு விஷயம்) அதற்காகப் பழிதீர்த்துக்கொள்ள நினைக்கிறது என்றும் வைத்துக்கொள்வோம். இயல்பாகவும் உண்மையாகவும் இருக்கும் ஒரு மனிதனைவிட மிக மிகக்கூடுதலான வெறுப்பையும் கசப்பையும் அது தன்னுள் தேக்கி வைத்திருக்கலாம்; தன் எதிராளியின் மீது அதைக்காட்டியே ஆகவேண்டும் என்று உண்மையாகவே கேவலமான வெறியுடன் இயல்பாகவே இருக்கும் ஒரு மனிதனைவிட அந்த வெறி அதை மிக மோசமாக ஆட்கொண்டும் இருக்கலாம். அப்படிப்பட்ட பழிவாங்குதலை அந்த இன்னொரு மனிதன் மிக எளிமையாக எடுத்துக்கொண்டு நியாயப்படுத்திவிடுவான். ஆனால், எலியைப்போல ஆகிவிட்டவனோ தான் கொண்டிருக்கும் ஆழமான தன்னுணர்வினாலேயே அந்த நியாயத்தில் நம்பிக்கை அற்றவனாக இருப்பான். இறுதியாக நாம் முன்பு பேசிக்கொண்டிருந்த பழிவாங்கும் செயலை இப்போது எடுத்துக்கொள்வோம். தன்னிடத்தில் இயல்பாகவே இருக்கும்

இழிவான குணத்தை இன்னும் கூடுதலாக்கிக்கொள்வதைப் போல தன்னைச் சுற்றிலும் சந்தேகங்களும் கேள்விகளுமாய் நிறைய அசிங்கங்களை உருவாக்கிக்கொள்வதில் துரதிருஷ்டம் பிடித்த அந்த எலி இப்போது வெற்றி கண்டிருக்கும். கேள்விக்கு மேல் கேள்வி என்ற வகையில் பதில் சொல்லித் தீர்க்க முடியாத அடுக்கடுக்கான பல வினாக்களைத் தன்னுள் குமுற விட்டபடி, ஐயங்களும் உணர்ச்சிக் கொந்தளிப்புகளும் வெளிப்படையான மனிதர்கள்மீது கொண்ட வெறுப்புணர்ச்சியும் நிரம்பிய நாற்றக்குவியலாக அது இருக்கும். அப்படி அது இருப்பதை அமைதியாகப் பார்த்துக் கொண்டிருக்கும் அந்த மனிதர்கள் தீர்ப்புச் சொல்பவர்களாகவும் தீர்மானமான முடிவை வெளியிடுபவர்களாகவும் இருக்கும் மனிதர்கள், தங்கள் விலா நோகச் சிரித்துத் தீர்ப்பார்கள். தன் பாதங்களின் சிறிய அசைவால் அதைப் புறந்தள்ளிவிட்டுத் தனக்கு நம்பிக்கையே இல்லாதபோதும் வலிய வரவழைத்துக்கொண்ட வெறுப்பான பாவனையில் புன்னகை புரிந்தபடி அவமானகர மான தனது பொந்துக்குள் போய்ப் பதுங்கிக்கொள்வது மட்டுமே அதற்கு அப்போது எஞ்சியிருக்கும். பரிகாசத்துக்கும் புண்படுதலுக் கும் நசுக்குதல்களுக்கும் ஆளான அந்த எலி அருவருப்பான, நாற்றமடிக்கிற அந்த நிலவறைப் பொந்தில் மனதில் உறைந்து போன குரோதத்தோடும் வன்மத்தோடும் அதற்கெல்லாம் மேலாக ஆழமாக நிலைத்துப்போன வெறுப்புணர்ச்சியோடும் பதுங்கிக் கொள்ளும்; தனக்கு ஏற்பட்ட மிக அற்பமான மனக் காயத்தில் தொடங்கி மிக மோசமான கேவலமான விஷயங்கள் வரை ஒவ்வொன்றாக நினைவுகூர்ந்தபடி நாற்பது வருட காலத்தை அப்படியே கழிக்கும்; அவமானங்கள், இன்னும்கூடத் தீவிரமான அவமானங்கள் என்று அவற்றை மட்டுமே கணத்துக்குக் கணம் தன் நெஞ்சில் அடுக்கிக்கொண்டு அசைபோட்டபடி தன் சொந்தக்கற்பனையால் அவற்றை மேலும் மேலும் வளர்த்துக்கொண்டு தன்னைத்தானே வெறுப்போடு பழித்துக்கொண்டும் சித்திரவதை செய்துகொண்டும் அது இருக்கும். தான் செய்துகொள்ளும் கற்பனைகளைக் கண்டு தானே கூச்சமடைந்தாலும் அவற்றையே ஒவ்வொன்றாக மீண்டும் மீண்டும் நினைவுக்குக் கொணர்ந்தபடி இருக்கும்; இதுவரை கேட்டிராத பலவற்றைக் கற்பனை செய்து கொண்டு அவை தனக்கு நடந்துவிடக்கூடுமோ என்று அச்சப்படுவது போல பொய்யாக பாவனை செய்துகொள்ளும்; எந்த ஒன்றையும் மன்னிக்க அதன் மனம் ஒப்பாது. சில நேரங்களில் அது பழிவாங்குவதற்கும்கூட முற்படும். ஆனால், அந்த முயற்சிகள் எல்லாமே துண்டு துண்டாகச் செய்யப்படுபவையாகவும் ஒளிவு மறைவாய்ச் செய்பவையாகவும் இருக்கும். பழிவாங்கும் உரிமை என்ற ஒன்று தனக்கு இருப்பதையே நம்பாதது போலவோ அந்தச் செயலின் வெற்றியைப்பற்றிய

அவநம்பிக்கையுடனேதான் அவை இருக்கும். இப்படிப்பட்ட பழி வாங்கும் செயல்கள் யாருக்கு எதிராக மேற்கொள்ளப் படுகின்றனவோ அவனுக்கு அதனால் ஒரு சிறு கீறல்கூட விழப்போவதில்லை என்பதையும் அவனைவிட நூறு மடங்கு பாதிக்கப்படப்போவது தான்மட்டுமே என்பதையும் அது அறிந்தே வைத்திருக்கும். மரணப்படுக்கையில் இருக்கும் போதும்கூட, இத்தனை வருடங்களுக்கும் வட்டியும் முதலுமாய்ச் சேர்த்து எல்லாவற்றையும் திரும்பத் திரும்ப நினைவுபடுத்திக் கொண்டேதான் அது இருக்கும். பாதி துன்பமும் பாதி நம்பிக்கை யுமாக வெறுப்போடு உறைந்துபோன நிலை, துக்கம் கொண்டாடு வதற்காகவே நாற்பது ஆண்டுகளாக முழுப்பிரக்ஞையோடு நில வறைக்குள் மட்டுமே தன்னை உயிரோடு புதைத்துக்கொண்டிருக் கும் நிலை, தன்னுடைய நிராதரவான நிலைமை பற்றித் தெளி வாகப் புரிந்து வைத்திருப்பதும், அதே நேரத்தில் அதுபற்றிய சில சந்தேகங்களுடன் இருப்பதுமான நிலை, நிறைவேறாத விருப்பங்கள் அகத்தின் உள் நோக்கித் திருப்பப்பட்டிருக்கும் அவலமான நரக நிலை, உறுதியான தீர்மானங்கள் எடுப்பதும், அடுத்த நிமிடமே அதற்காக வருந்துவதுமான ஜுர வேக ஊசலாட்ட நிலை, இப்படிப்பட்ட நிலையில் கிடைக்கும் வினோதமான மகிழ்ச்சியை ருசித்ததாலேயே நான் பொய்களைப்பற்றியும் பேசினேன். ஓரளவு எல்லை கட்டி வரையறுக்கப்பட்டவர்களாக இருக்கும் மனிதர் களோ அல்லது தைரியசாலிகள் என்று சொல்லப்படுபவர்களோ இதைப்பற்றி அணுவளவுகூடப் புரிந்துகொள்ளமுடியாது என்பது மிகவும் நுட்பமானதும் ஆராய்ச்சிக்கு எட்டாததுமான விஷயம் தான். “ஒருவேளை தங்கள் முகத்தில் அறை வாங்கிப் பழக்க மில்லாதவர்கள் இதைப்பற்றிப் புரிந்துகொள்ள முடியாதோ என்னவோ” என்று கேலியாகச் சிரித்துக்கொண்டே நீங்கள் சொல்லக்கூடும். அப்படிச் சொல்வதன் மூலம் என் வாழ்க்கையில் முகத்தில் அறை வாங்கிய அனுபவம் இருக்கிறது என்பதையும் அதனாலேயே அதைப்பற்றித் தெரிந்தவனைப்போல நான் பேசுகிறேன் என்றும் எனக்கு நாகரிகமாகக் கோடி காட்ட முற்படு கிறீர்கள் நீங்கள். நீங்கள் அப்படித்தான் நினைத்தீர்கள் என்று என்னால் உறுதியாகச் சொல்ல முடியும். ஆனால், மனதை ரொம் பவும் தொந்தரவுபடுத்திக்கொள்ள வேண்டாம் கனவான்களே! நீங்கள் நினைப்பதெல்லாம் எனக்கு ஒரு பொருட்டே இல்லை யென்றாலும்கூட நான் அப்படியெல்லாம் முகத்தில் அறை வாங்கி யவனில்லை. சொல்லப்போனால் என் வாழ்நாளில் நிறைய பேரை அறையாமல் போனேனே என்றும், ஒரு சிலரை மட்டுமே அடித் திருக்கிறேனே என்றும் எனக்குள் வருத்தப்பட்டுக்கொண்டிருப் பவன் நான். சரி, போதும். உங்களுக்கு இவ்வளவு ஆர்வமூட்டுவ

தாக இருக்கும் இந்த விஷயத்தைப் பற்றி இதற்கு மேல் ஒரு வார்த்தை கூடப் பேசுவதாய் இல்லை. எப்படிப்பட்ட மகிழ்ச்சியையும் அதன் நுட்பங்களையும் பற்றி நான் குறிப்பிட்டேனோ அவற்றைக் கொஞ்சமும் அறியாமல் இருக்கும் தைரியசாலிகளான மனிதர் களைப் பற்றி இப்போது என் பேச்சை அமைதியாகத் தொடர் கிறேன். சில வேளைகளில் இந்த மனிதர்கள், காளைகளைப்போல உச்சபட்சக் குரலில் கூப்பாடு போடுவார்கள்; அது ஒரு வகையில் அவர்களின் மதிப்பைக் கூட்ட உதவுவதாகக் கூட இருக்கலாம். ஆனால், முதலில் நான் சொன்னதைப்போல ஏதாவது ஒரு தடை குறுக்கிட்டால் உடனே அவர்கள் திகைத்துப்போய் சரணடைந்து விடுவார்கள். அவர்களால் கடக்க முடியாத அந்தத் தடை ஒரு கற்சுவரைப்போல இருக்கும். அந்தச்சுவர்தான் எது..? வேறென்ன. இயற்கையாகவே அமைந்திருக்கும் சில விதிகள்தான். இயற்கை விஞ்ஞானம், கணிதம் ஆகியவற்றிலிருந்து பெறக்கூடிய முடிவுகள் தான். உதாரணத்துக்குச் சொல்லப்போனால் நீங்கள் ஒரு குரங்கின் வழித்தோன்றல் என்பது நிறுவப்பட்டுவிட்டதென்றால் அதற்கு மேல் அதை மறுத்துக்கொண்டிருப்பதில் பொருள் இல்லை; அதை ஏற்றுத்தான் ஆக வேண்டும். நூற்றுக்கணக்கான, ஆயிரக்கணக்கான சக உயிர்களைவிட ஒருவரது சொந்தச் சதையின் ஒரு துளிமட்டுமே அவரது நேசத்துக்கு உரியதாக இருக்கும் என்பதும், அவரிடம் காணப்படும் நெறி, கடமை உணர்வு, ஆடம்பரப் பகட்டு, காழ்ப்புணர்வு என அனைத்துக்குமே அதுதான் பொறுப்பு என்பதும் நிரூபிக்கப்பட்டுவிட்டால் நீங்கள் விரும்பினாலும் விரும்பாவிட்டாலும் ஒத்துக்கொண்டாலும் இல்லையென்றாலும் அதுமட்டும்தான் உண்மை. காரணம், இரண்டும் இரண்டும் என்ன என்பது போன்ற துல்லியமான கணிதம் அது; வேண்டுமானால் அதை மறுக்க முயற்சி செய்து பாருங்களேன். “ஐயோ கடவுளே” என்று அவர்கள் உடனே உங்களிடம் கூச்சலிட ஆரம்பித்து விடுவார்கள். “இரண்டும் இரண்டும் நான்கு என்பதை மறுப்பதில் ஏதாவது அர்த்தம் இருக்கிறதா? இயற்கை என்பது ஒருபோதும் உங்கள் அனுமதியையோ அபிப்பிராயத்தையோ கேட்பதில்லை. உங்கள் விருப்பங்களை அது பொருட்படுத்துவதும் இல்லை. நீங்கள் விரும்பினாலும் விரும்பாவிட்டாலும் அந்த இயற்கை விதிகளையும் அவற்றின் முடிவுகளையும் உள்ளபடியே ஏற்றுக்கொண்டுதான் ஆக வேண்டும். கற்சுவர் என்றால் கற்சுவர்தான். இப்படி இன்னும் இன்னும் இன்னும். அடக்கடவுளே! ஈரிரண்டு நான்கு என்பது போன்ற விதிகளை ஏதோ ஒரு காரணத்தால் நான் சற்றும் விரும்பாதபோது, இயற்கை விதிகளோ கணிதமோ எப்படி இருந்தால் எனக்கென்ன. அவற்றை நான் ஏன் பொருட்படுத்த வேண்டும்? உண்மையிலேயே எனக்கு சக்தி இல்லையென்றால் என் தலையால்

மோதி உடைத்தபடி அந்தக் கற்சுவரைப் பிளப்பது என்னால் முடியாதுதான். ஆனால், அது ஒரு கற்சுவர் என்பதாலோ அதை உடைக்கும் சக்தி இல்லையென்பதாலோ நான் என்னைச் சமாதானப்படுத்திக்கொண்டுவிட முடியாது. ஏதோ அப்படி ஒரு கற்சுவர் எதிர்ப்பட்டது மனதைச் சமாதானப்படுத்துகிற ஆறுதலான விஷயம் என்றும் ஏனென்றால் ஈரிரண்டு நான்கு என்பது போல அது ஒரு நிதரிசனமான உண்மை என்றும் சமரசம் செய்துகொண்டு விடுவது எப்படி ஒரு அபத்தம்; அபத்தத்திலும் அபத்தம். எல்லா வற்றையும் (கற்சுவர் உட்பட செய்யவே முடியாதவை என்று சொல்லப்படுபவை அனைத்தையும்) தெரிந்தும் புரிந்தும் வைத்திருப் பதும் அவை பற்றிய முழுமையான பிரக்ஞையோடு இருப்பதும் தான் எவ்வளவு நன்றாக இருக்கிறது. செய்யவே முடியாதவை என்று சொல்லப்படுபவைகளோடும் கற்சுவரோடும்கூட சமரசம் செய்துகொண்டு மனதைச் சமாதானப்படுத்திக்கொள்வது உங்களுக்கு வெறுப்பூட்டும் என்றால் சமரசம் செய்துகொள்ளாமல் இருந்துவிட வேண்டியதுதான். தவிர்க்க முடியாத சில தர்க்க வாதங்களை ஒருங்கிணைத்துப்பார்த்துக் காலம்காலமாகச் சொல்லப்பட்டுவரும் சில அருவருப்பான வெறுப்பூட்டுகிற முடிவுகளுக்கு வந்து சேரலாம். அதாவது அந்தக் கற்சுவர் குறுக்கிட்டது உங்களின் தவறுதான் என்பது போல. ஆனால், அதே நேரத்தில் அது உங்கள் தவறு இல்லை என்பதும் மிகவும் தெளிவாகத் தெரிந்தே இருக்கும். அதனால், எதுவுமே செய்யாமல் பற்களைக் கடித்துக்கொண்டு ஒரு கையாலாகாத்தனத்தோடு சௌகரியமான தன் மறைவிடத்துக்குள்ளேயே போய்ப் பதுங்கி விடலாம், தான் வன்மம் பாராட்டுவதற்குக்கூட யாரும் இல்லையே என்றும், தன் கோபத்துக்கு இலக்காகக்கூடியது எதுவுமே இல்லையே என்றும் கற்பனை செய்து கொண்டிருக்கலாம். ஒரு வேளை உண்மையிலேயே அந்தமாதிரி எந்த இலக்கும் இல்லாமலும் கூட இருக்கலாம். இந்த விஷயம் முழுவதுமே - தெளிவாகத் தெரியாததாக - அது என்னவென்றோ அதன் காரணம் யாரென்றோ தெரியாத ஒரு கண்கட்டு மூடு மந்திர மோசடி வித்தையாகவோ கலவரப்படுத்துகிற ஒரு குழப்படியாகவோகூட இருக்கலாம். ஆனாலும் இப்படிப்பட்ட நிச்சயமற்ற நிலைகளுக்கும் கண்கட்டு வித்தைகளுக்கும் நடுவிலும் கூட உங்களுக்கு ஏதோ ஒரு விதமான வலி இருந்துகொண்டுதான் இருக்கும். எவ்வளவுக்கு எவ்வளவு குறைவாகத் தெரிந்திருக்கிறதோ அவ்வளவுக்கு அவ்வளவு மண்டையைப் பிளக்கும் தலைவலி.

4

“ஹா ஹா ஹா! இன்னும் கொஞ்சம் போனால் உனக்கு ஏற்படும் பல்வலியில்கூட நீ மகிழ்ச்சியாக இருப்பேன் என்று சொல்லிவிடுவாய் போலிருக்கிறதே. ஆமாம். அப்படித்தான். அதில் சந்தேகமே இல்லை” என்றபடி கண்களில் நீர் வடிய நீங்கள் சிரிக்கக்கூடச் செய்யலாம்.

‘‘ஆமாம், அதில் என்ன தப்பு? பல்வலியிலும்கூட சந்தோஷம் இருக்கத்தான் செய்கிறது’’ என்று நான் பதில் சொல்வேன்.

கிட்டத்தட்ட ஒரு மாதம் பல்வலியால் துன்பப்பட்டதால் அதிலுள்ள மகிழ்ச்சியைப் பற்றி எனக்குத் தெரியும். உங்களுக்குப் பல்வலி இருந்தால் அந்த எரிச்சலை அமைதியான முறையில் உங்களால் காட்ட முடியாது. முனகல்களின் வழியாகத்தான் காட்ட முடியும்; ஆனால், அவை இயற்கையான, உண்மையான முனகல்களாக இருப்பதில்லை. விஷமத்தனமும் கூடவே இணைந் திருக்கும் முனகல்கள் அவை. விஷயம் அடங்கியிருப்பது, அந்த விஷமத்தனத்திலேதான். இப்படிப்பட்ட முனகல்களின் வழியாகத் தன்னுடைய ஏதோ ஒரு சந்தோஷத்தைத்தான் அவன் வெளிப் படுத்திக்கொண்டிருக்கிறான். சந்தோஷம் இல்லையென்றால் அவன் அப்படி முனக மாட்டான்.

ஆமாம் கனவான்களே! இது மிகப் பிரமாதமான ஓர் உதாரணம்; சரி இன்னும்கூட இதை விரிவாகச் சொல்கிறேன் கேளுங்கள்.

எதைப் பார்த்து எரிச்சலடைவது என்ற இலக்கு ஏதும் அற்றதாக இருக்கும் அந்த வலி உங்கள் உள்ளுணர்வைப் பரிகசிக் கிறது; அதுவே அப்படிப்பட்ட முனகல்களாக வெளிப்படுகிறது. இப்படிப்பட்ட உச்சபட்சத் தாக்குதல்களைத் தரும் இயற்கை விதி களை இயற்கை அமைப்பை நீங்கள் புறக்கணிக்கலாம், அவற்றின் மீது காறி உமிழக்கூடச் செய்யலாம். ஆனால், அதே நேரத்தில் உங்களுக்குத் துன்பத்தைத் தந்துவிட்டுத் தன் போக்கில் அது இயங்கிக்கொண்டே இருக்கிறது.

உங்கள் முனகல்களுக்கான காரணம் குறிப்பாகத் தண்டிக்க வேண்டிய எதிரிகள் என்று யாரும் இல்லாதபோதும் நீங்கள் வலியை அனுபவித்தாக வேண்டியிருக்கிறதே என்பதுதான்; எத்தனை முயற்சிகள் செய்து பார்த்தாலும் இந்த உலகத்தில்

எத்தனை பல் மருத்துவர்கள் இருந்தாலும் இப்படி வலியை அனுபவித்துக்கொண்டு அதன் தயவில் இருக்க வேண்டியிருக்கிறதே என்ற ஆதங்கத்தால் எழுவதே உங்கள் முனகல்கள்.

உண்மையிலேயே யாராவது விரும்பினால் உங்கள் பல்வலி போய்விடும் என்றும் அப்படி அவர்கள் அதை விரும்பவில்லை என்றால் அது நீடிக்கும் என்றும் நீங்களாகவே கற்பனை செய்து கொண்டுவிடுகிறீர்கள். அதிலெல்லாம் உங்கள் மனச்சாட்சி சமா தானம் கொள்ளாதபோது, அதற்கெல்லாம் அது அடங்க மறுக்கும் போது உங்கள் சுய திருப்திக்காக உங்கள் முன் எஞ்சியிருப்பது ஒரே ஒரு வழி மட்டும்தான். சுவரின் மீது உங்கள் முஷ்டியால் ஓங்கி ஓங்கிக் குத்துவதுதான் அது. வேறு எந்த வழியும் இருப்ப தாகத் தோன்றவில்லை.

முகம் தெரியாத எவர் மீதோ காட்டும் இத்தகைய வலிமை யான தாக்குதல்களும் துன்புறுத்தல்களும் நையாண்டிகளும் கடைசியில் உங்களை மிக மிக மகிழ்வான மனநிலைக்குக் கொண்டு போய்ச் சேர்த்துவிடுகின்றன; சில வேளைகளில் போகத்தைப் போன்ற உச்சபட்ச இன்பத்தைக்கூட அது எட்டி விடுகிறது.

கனவான்களே..! உங்களிடம் மன்றாடிக் கேட்கிறேன். பல் வலியால் அவதிப்படும் பத்தொன்பதாம் நூற்றாண்டைச் சேர்ந்த ஒரு படித்த மனிதனின் முனகல்களைக் கொஞ்சம் கேட்டுத்தான் பாருங்களேன். அதுவும்கூட அவனுக்கு வலி ஏற்பட்டு இரண்டு, மூன்று நாட்களில் அதைக் கேட்க வேண்டும். அப்போது அவன் முனகுவதைக் கேட்டால் முதல்நாள் பல்வலியோடு முனகியது போலவே இருக்காது; நாகரிகம் பெற்றிராத ஒரு நாட்டுப் புறத்தானின் முனகலைப்போலவும் அது இருக்காது; ஐரோப்பிய நாகரிகத்தாலும் கலாச்சாரத்தாலும் பாதிக்கப்பட்டு (இன்றைய காலகட்டத்தில் சொல்லப்படுவதைப்போல) தன் சொந்த மண்ணிலிருந்தும், தனது நாட்டுக்கே உரித்தான தனித்துவம் பெற்ற கூறுகளிலிருந்தும் அந்நியப்பட்டுப்போயிருக்கும் ஒரு மனிதனின் முனகலாகவே அது இருக்கும். மிகவும் அருவருப்பானதாகவும், வெறுப்பும் எரிச்சலும் ஊட்டும் வகையிலும் பல நாட்கள், இரவுபகலாக அது தொடர்ந்துகொண்டிருக்கும். அப்படிப்பட்ட முனகல்களால் எந்த நன்மையும் விளையப்போவதில்லை என்பது அவனுக்கு நன்றாகத் தெரிந்திருக்கும். ஒன்றுமே இல்லாத ஒரு விஷயத்துக்காகத் தன்னையும் பிறரையும் வதைத்துக்கொண்டும் எரிச்சலூட்டிக்கொண்டும் நாம் இருக்கிறோம் என்பது, வேறு எவரையும்விட அவனுக்கு நன்றாகவே தெரிந்திருக்கும். அவன் தன் முனகல்களை யாருக்கு முன்னால் அரங்கேற்றிக்

கொண்டிருக்கிறானோ அவர்களும், அவனது சொந்தக் குடும்பத்தினருமேகூட அதையெல்லாம் வெறுப்போடுதான் கேட்டுக்கொண்டிருப்பார்களே ஒழிய அது வேதனையின் வெளிப்பாடு என்ற நம்பிக்கை சுத்தமாக அவர்களுக்கு இருக்காது. உண்மையிலேயே அவன் வலியால் அவதிப்பட்டுக்கொண் டிருந்தால் அந்த முனகல்கள் இப்படிப்பட்ட பொய்யான நடுக்கத் தோடும் ஆர்ப்பாட்டத்தோடும் இல்லாமல், வேறுமாதிரியான வையாக மிகவும் இயல்பானதாக இருக்கக்கூடும் என்பதையும் ஏதோ ஒரு வெறுப்பாலும் விஷமத்தாலுமே இப்படியெல்லாம் அவன் செய்துகொண்டிருக்கிறான் என்பதையும் அவர்கள் நன்றாகவே புரிந்துகொண்டிருப்பார்கள்; அவர்கள் தன்னைப்பற்றி அப்படி நினைப்பது அவனுக்குமே தெரியும். ஆனாலும்கூட இப்படிப்பட்ட இழிவான, மதிப்புக்குறைவான செயல்களில் ஈடுபடுவதில் ஏதோ ஒரு 'கள்ள'த்தனமான கிளர்ச்சியும் ஆனந்தமும் அவனுக்குக் கிடைத்துக்கொண்டிருக்கும்.

"நான் உங்களையெல்லாம் தொந்தரவு செய்கிறேன், உங்கள் மனம் துன்பப்படுமாறு செய்வதோடு வீட்டிலிருக்கும் எவரையுமே தூங்கவிடாமலும் செய்கிறேன், அப்படித்தானே? சரி, அதனால் என்ன? யாரும் தூங்க வேண்டாம். விழித்துக்கொண்டே இருங் கள். நான் பல்வலியால் அவதிப்படுகிறேன் என்பதை ஒவ்வொரு நிமிடமும் நீங்களும் உணர்ந்துகொண்டே இருக்கவேண்டும் என் பதே என் ஆசை. முன்பெல்லாம் உங்களுக்கு எதிரே என்னை ஒரு ஹீரோவாகக் காட்டிக்கொள்ள நான் முயன்றிருக்கலாம்; ஆனால், இப்போது ஓர் அற்பனாக, வெறுப்பூட்டுபவனாக, ஒரு தொந்தரவாக மாறிப்போய்விட்டேன். அப்படித்தானே? சரி, அப்படித்தான் இருந்துவிட்டுப்போகட்டுமே. அதனால் என்ன வந்தது? நான் யார் என்பதை இப்போதாவது தெரிந்துகொண்டீர் களே அதில் எனக்கு சந்தோஷம்தான்.

நான் எழுப்பும் கேவலமான சின்னச்சின்ன முனகல்களைக் கேட்க உங்களுக்கு வெறுப்பாக இருக்கிறது அப்படித்தானே? இருக்கட்டுமே. உங்கள் மனம்போல நன்றாக வெறுத்துக்கொள் ளுங்கள். எனக்கென்ன? இதோ அடுத்தாற்போல நான் எழுப்பப் போகும் இந்த முனகலைச் சற்றுக்கேளுங்கள். சத்தியமாகச் சொல் கிறேன், இது முதலில் இருந்ததையெல்லாம்விட மிகவும் மோச மாகத்தான் இருக்கும்."

தன் முனகல்களின் வழி அவன் இப்படியெல்லாம் பேசுவது போலத்தான் நமக்குத் தோன்றும்.

கனவான்களே! உங்களுக்கு இன்னும்கூடப் புரியவில்லையா? சரிதான் நாம் இன்னும் சற்று விரிவடைய வேண்டியிருக்கிறது. முழுமையாக விரிவடைய வேண்டியிருக்கிறது. நம்முடைய உள்ளுணர்வை இன்னும்கூடச் செம்மையாகக் கூர் தீட்டிக் கொள்ள வேண்டியிருக்கிறது. அப்போதுதான் இப்படிப்பட்ட மகிழ்ச்சிக்குள் பொதிந்து கிடக்கும் நுட்பங்கள், திருப்பங்கள் இவற்றையெல்லாம் முழு அளவில் உள்வாங்கிக்கொண்டு ரசிக்க முடியும்.

என்ன, சிரிக்கிறீர்களா? அதில் எனக்கு சந்தோஷம்தான்; நிச்சயம் சந்தோஷம்தான். நான் சொல்லும் வேடிக்கையான விஷயங்கள் எல்லாமே மிகவும் மோசமான ரசனையோடும், சற்று மொண்ணையாகவும், கொஞ்சம் குழப்படியாகவும்தான் இருக்கும். போதாக்குறைக்குத் தன்னம்பிக்கைக் குறைவையும் அவை வெளிப் படுத்தும். அதற்குக் காரணம் எனக்கு சுய மரியாதையே இல்லை என்பதுதான். மிகக்கூர்மையான தன்னுணர்வு கொண்டிருக்கும் ஒரு மனிதனால் தன்னைத்தானே எப்படித்தான் மதிக்க முடியும்?

5

ஒரு துளி சுயமதிப்பாவது எஞ்சியிருக்கும் ஒரு மனிதனுக்குத் தன் வீழ்ச்சியில் மகிழ்ச்சி அடைவது சாத்தியமா, அதை அவனால் நினைத்தாவது பார்க்க முடியுமா, நீங்களே சொல்லுங்கள். மிகையான தன்னிரக்க உணர்வோடு ஒன்றும் நான் இதைச் சொல்லவில்லை.

“தயவு செய்து என்னை மன்னித்துவிடுங்கள் ஐயா; நான் இதைத் திரும்பச் செய்யமாட்டேன்” என்றெல்லாம் என்னால் ஒருபோதும் சொல்ல முடியாது. அப்படிச் சொல்வதை என்னால் நினைத்துக்கூடப் பார்க்க முடியாது. அவ்வாறு சொல்வது எனக்கு இயலாதது என்று அதற்குப் பொருளில்லை; மாறாக அப்படிச் சொல்வதையும் அதை எவ்வாறு சொல்வது என்பதையும் நான் மிக நன்றாக அறிந்திருக்கிறேன் என்பதுதான் உண்மை.

தப்பித்தவறிக்கூடக் குற்றம் சொல்ல முடியாத சந்தர்ப்பங் களிலும் நான் சிக்கலில் மாட்டிக்கொண்டிருக்கிறேன்; மிக மிகக் கொடுமையானது அதுதான். ஒவ்வொரு முறை அப்படி நேரும் போதும் என் உள்ளத்தின் ஆழத்தில் ஏற்படும் உண்மையான குற்ற உணர்வோடு அதற்காக நான் வருந்துவேன்; கண்ணீர் வடிப்பேன். அதன் வழி என்னை நானே ஏமாற்றிக்கொண்டிருப்பேன். உண்மையில் நான் அப்படிச் செய்ததெல்லாம் ஏதோ போலித் தனமான நடிப்பு என்றும் சொல்லிவிட முடியாது. அந்த அரு வருப்பான நடத்தைக்குக் காரணம் என் இதயம் நோயுற்றுக் கிடந்ததுதான். அதற்காக இயற்கை விதிகளைப் பழிப்பதுகூட சரியில்லை என்றே சொல்லுவேன்; இத்தனைக்கும் என் வாழ்வைப் பொறுத்தவரை எனக்கு மிக மோசமான துன்பங்களையும் எல்லை யற்ற கவலைகளையும் அளித்திருப்பவை அந்த இயற்கையின் விதிகள்தான்.

அவற்றையெல்லாம் நினைத்துப்பார்க்கக்கூட எனக்கு அருவருப்பாக இருக்கிறது, அப்போதுமேகூட அது வெறுப்பூட்டுவ தாகத்தான் இருந்தது.

ஏதோ பிழை செய்துவிட்டதாக நான் வருத்தப்பட்டதெல்லாம் வெறும் பொய். அருவருப்பை ஏற்படுத்தும் ஒரு பொய், அது போலியான ஒரு நடிப்பு மட்டுமே என்பதை அடுத்த ஒரே நிமிடத்திலோ, சிறிது நேரம் சென்ற பிறகோ நான் உணர்ந்து கொண்டுவிடுவேன். பிழை செய்துவிட்டதாக வருந்தி உணர்ச்சி யால் கொந்தளித்ததும், இனிமேல் அப்படிச் செய்வதில்லை என்று

உறுதிபூண்டதும் இவை எல்லாமே வெறும் பொய்மைகள் என்பதை உணரும்போது என்னுள் கடுங்கோபம் கிளர்ந்தெழும். இப்படிப்பட்ட கிறுக்குத்தனங்களால் நான் ஏன் என்னை அலைக் கழித்துக்கொள்ள வேண்டும் என்று நீங்கள் கேட்கலாம். எதுவுமே செய்யாமல் சும்மாவே இருப்பது எனக்குச் சலிப்பூட்டுவதாக இருந்ததால் அப்படி ஒரு நாடகத்தை நான் ஆடிக்கொண் டிருந்தேன்.

உண்மை அதுதான் கனவான்களே! நீங்கள் மட்டும் கொஞ்சம் கூடுதல் கவனத்தோடு பார்த்தால் அதுதான் நிஜம் என்பதை உங்களாலேயே புரிந்துகொண்டுவிட முடியும்.

அப்படிப்பட்ட புது சாகசங்களுக்கான சந்தர்ப்பங்களை எனக்காக நானே உருவாக்கிக்கொண்டு, என் வாழ்க்கையை ஏதோ ஒரு வழியில் நானே வடிவமைத்துக்கொண்டேன். எப்படியாவது காலத்தைத் தள்ள வேண்டியிருக்கிறதே.

குறிப்பிட்ட எந்தக் காரணமும் இல்லாமல் என்மீது அப்படி நானே பழி சுமத்திக்கொள்வது எத்தனை முறை நடந்திருக்கிறது தெரியுமா? தேவையில்லாத ஒரு விஷயத்தில் என்னை நானே குற்றவாளியாக்கிக்கொண்டிருக்கிறேன் என்பதும் இதெல்லாம் நாடகம் போன்ற ஒரு வெற்று விளையாட்டு மட்டுமே என்பதும் எனக்கு நன்றாகவே புரிந்திருந்தது. ஆனால், அதன் இறுதிக் கட்டத்தில் உண்மையாகவே ஏதோ குற்றம் செய்திருப்பவனைப் போல என்னை நான் உணரத் தொடங்கிவிடுவேன். என் வாழ் நாள் முழுவதையும் இப்படிப்பட்ட பிள்ளை விளையாட்டுகளில் ஈடுபடும் தூண்டுதலுடனேயே கழித்துவிட்டதால் என் மீதான கட்டுப்பாட்டையே நான் இழந்துபோனேன்.

மற்றொரு சமயம் நான் காதலிப்பதற்கான கடும் முயற்சியில் முனைந்தேன். கனவான்களே, அப்போது நான் உண்மையாகவே துன்பப்பட்டேன் என்று என்னால் நிச்சயம் கூற முடியும். ஆனால், அடிநெஞ்சுக்குள் அப்படித் துன்பப்படுவதை நான் ஏற்கவே இல்லை; சொல்லப்போனால் உள்ளுக்குள் இலேசாக அதைப் பரிகசித்துக்கொண்டும்கூட இருந்தேன். ஆனால், காதல் வயப்பட்டவர்கள் அனுபவிக்கும் அளவுகடந்த அதே துன்பத்தை எல்லோரும் அனுபவிக்கும் அதே வகையில் நானும் உண்மையில் அனுபவித்துக்கொண்டுதான் இருந்தேன். மெய்யாகவே காதல் வயப்பட்டவனைப்போல இருந்தேன்.

நான் பொறாமைக்காரனாகவும் இருந்தேன். எனக்கு வேண்டிய சந்தர்ப்பங்களை நானே உருவாக்கிக்கொண்டிருந்தேன். அதற்கெல் லாம் காரணம் எனக்கு ஏற்பட்டிருந்த மிகுதியான சலிப்புணர்வு

மட்டும்தான் கனவான்களே! ஆமாம். அளவு மீறிய சலிப்புணர்வு என்னை ஆட்டிவைத்துக்கொண்டிருந்தது. எதையுமே செய்யாமல் இருப்பதில் நான் உடைந்து நொறுங்கிப் போயிருந்தேன். முழுமையான தன்னுணர்வின் நேரடியான விளைவு, ஒருவரை எந்தச் செயலையுமே செய்ய முடியாதவராக ஆக்கிவிடுவதுதான். இன்னொரு வகையில் சொல்வதானால் கை கால்களைக் கட்டிப்போட்டுக் கொண்டிருப்பதைப்போல எதையுமே செய்யாமல் செயலற்றபடி இருப்பது. இதை முன்பே சொல்லியிருந்தாலும் மீண்டும் ஒரு தடவை விளக்கமாகச் சொல்கிறேன் கேளுங்கள்.

சாதாரண மனிதர்கள் எல்லோருமே சுறுசுறுப்பாக இருக்கக் காரணம், அவர்கள் மந்தபுத்தியுடையவர்களாகவும் இருப்பதுதான். அதை இன்னும் எப்படி விளக்குவது?

சரி, இப்படிச்சொல்கிறேன் கேளுங்கள். அப்படிப்பட்டவர்களின் அறிவு வளர்ச்சி, ஒரு வரையறைக்குட்பட்டதாக இருப்பதால் அவர்களது கண்களில் உடனடியாகத் தென்படும் முக்கியமில்லாத செயல்களைக்கூட முக்கியமானவையாக எடுத்துக்கொண்டு அவர்கள் செயல்பட ஆரம்பித்துவிடுகிறார்கள். தாங்கள் மேற் கொண்டிருக்கும் செயலுக்கு வலுவான அடித்தளம் ஒன்று கிடைத்து விட்டதைப்போல எண்ணிக் கொண்டு மற்றவர்களைவிட வேக மாகவும் எளிதாகவும் அந்தச் செயலைத் தொடங்கிவிடுகிறார்கள். அதன் பிறகு அவர்கள் எதைப் பற்றியும் கவலைப்பட்டு அலட்டிக் கொள்வதில்லை. உண்மையில் அதுவே மிகவும் தேவையானது. ஒரு செயலில் உற்சாகத்தோடு சுறுசுறுப்பாக முனைய வேண்டு மென்றால் முதலில் நம் மனம் முழுக்க முழுக்க நம் கட்டுப்பாட்டுக் குள் இருக்க வேண்டும். அதில் எந்தவகையான சந்தேகமும் இருக்கக்கூடாது.

ஆனால், என் விஷயத்தை எடுத்துக்கொண்டால் என்னை நான் எப்படி ஒரு கட்டுப்பாட்டுக்குள் கொண்டுவரமுடியும்? செயல் பாட்டில் இறங்குவதற்கு ஆதாரமாக இருக்கும் முதன்மைக் காரணங் களாக நான் எவற்றைக் கண்டடைய முடியும்? எனக்கான அடித் தளங்கள் எவை என்பதை நான் எப்படித்தான் அறிந்து கொள் வேன்?

நானும் என் சக்தியையெல்லாம் பயன்படுத்தி என் மூளை யைக் கசக்கிப்பிழிந்துதான் பார்க்கிறேன். காரியத்தில் இறங்க ஒரு முக்கியமான காரணம் கிடைத்துவிட்டது என்று நினைத்த அளவிலேயே அதைவிட இன்னொன்று முக்கியமானதாகிவிடு கிறது. உடனேயே மிக முக்கியமான மற்றொன்று. அதைவிட முக்கியமான இன்னும் ஒன்று என்று இப்படி வரிசையாக

அளவிடவே முடியாதபடி அந்தப் பட்டியல் நீண்டுகொண்டே போய்விடுகிறது.

நுட்பமான உள்ளுணர்வு இருப்பதும், அதன் விளைவாக ஆராய்ந்துகொண்டே போவதுமே இதற்கான அடிப்படை. மறு படியும் பார்க்கப்போனால். இதுவுமேகூட இயற்கை விதிதான்.

சரி, முடிவாக அதன் விளைவுதான் என்ன? வேறென்ன அதேதான். சற்று முன் பழிவாங்குவதைப்பற்றிச் சொல்லிக் கொண்டிருந்தேனே நினைவிருக்கிறதா? (அதை நீங்கள் சரியாக மனதில் வாங்கிக்கொள்ளவில்லை என்று நினைக்கிறேன்.) தன்னைத்தானே பழிவாங்கிக்கொள்வதில் ஒரு நியாயம் இருப்ப தாக ஒரு மனிதன் உணர்ந்ததால் அப்படிச் செய்ததாக இப்போது தான் நான் சொல்லிக்கொண்டிருந்தேன். அதற்கான பொருள், அவன் தன் செயல்பாட்டுக்கான முக்கியமான ஒரு காரணத்தை நியாயத்தைக் கண்டடைந்துவிட்டான் என்பதுதான். அதைத் தொடர்ந்து இனிமேல் அவன் முற்றிலும் அமைதியாகிவிடுவதால் நிதானமாகவும் வெற்றிகரமாகவும், தன்னைத்தானே பழிதீர்த்துக் கொள்வான். தான் செய்துகொண்டிருப்பது மிகவும் சரியானது, நியாயமானது என்ற உணர்வோடு அப்படிச் செய்வான். ஆனால், என் வாழ்க்கையைப் பொறுத்தவரை அப்படிச் செய்வதற்கான நியாயமோ அதுதான் பொருத்தம் என்ற எண்ணமோ தோன்றவே இல்லை. அதனால் என்மீதே நான் பழிவாங்கிக்கொள்ள முற்பட் டால் அது ஏதோ ஒரு வெறுப்பினால் மட்டுமே இருக்கும். என் னுள் ஏற்பட்டுக்கொண்டிருக்கும் சந்தேகங்களையெல்லாம் மிஞ்சிக் கொண்டு வெறுப்பின் எழுச்சி மட்டுமே அப்போது மேலோங்கி இருக்கும். முக்கியமான நோக்கங்களின் இடத்தை அப்போது அது ஆக்கிரமித்துக்கொண்டுவிடும். ஏனென்றால் அது ஒரு காரணமே இல்லை.

ஆனால், அப்படிப்பட்ட சுய வெறுப்புக்கூட என்னிடம் இல் லாமல் போய்விட்டால் அப்புறம் என்னால் என்னதான் செய்ய முடியும். (சற்று முன்பு அதோடுதான் பேச்சைத் தொடங்கினேன்) அத்துடன் கூடவே சபிக்கப்பட்ட உள்ளுணர்வுகளின் விதிப்படி என்னுள் இருந்த கசப்புணர்வும்கூடக் கொஞ்சம் கொஞ்சமாகச் சிதைந்துகொண்டுதான் இருந்தது.

பிரச்சினைக்குரிய எதுவானாலும் சரி, அதை ஒரு முறை பார்த்தால் போதும். அது, அப்படியே காற்றோடு காற்றாய்க் கரைந்துபோய் அதற்கான காரண காரியங்களும் ஆவியாய்க் கலைந்துவிடுகின்றன. குற்றம் செய்தவன் அப்போது குற்றவாளி யாகத் தென்படுவதில்லை. நமக்கு ஏற்பட்ட காயம் ஒரு விதி

என்றுதான் தோன்றுகிறதே தவிர அது காயமாகப்படுவதில்லை.

உதாரணமாக, பல்வலி ஏற்படும்போது அதற்கு வேறு எவரையும் குற்றம் சொல்ல முடியாதது போல முடிவாக எஞ்சியிருப்பது ஒன்று மட்டும்தான். ஒன்றே ஒன்றுதான். எத்தனை வலுவாக நம் தலையைச் சுவரில் முட்டிக்கொள்ள முடியுமோ அத்தனை வலுவாக முட்டிக்கொள்வதுதான் அது.

அடிப்படையான வலுவான காரணம் என்று எதையும் கண்டுபிடிக்க முடியாமல் போவதால் எல்லாவற்றையுமே அப்படியே கைவிட்டுவிடுகிறோம்.

சரி, இப்போது வேறுவகையாக முயற்சி செய்து பார்க்கலாம். காரண காரிய ஆராய்ச்சிகளையும் முக்கியமான காரணம் எது என்ற தேடலையும் ஒரு பக்கம் தூக்கிப் போட்டுவிடலாம். நம்முடைய மனச்சாட்சியைக்கூடக் கொஞ்ச நேரத்துக்கு ஒதுக்கி வைத்துவிடலாம்.

கைகளைக் கட்டிக்கொண்டு சும்மா இருக்காமல் வெறுப்போ காதலோ ஏதோ ஓர் உணர்வின் ஆட்படுதலுக்குக் குருட்டுத்தனமாகக் கொஞ்ச நேரம் நம்மை ஒப்புக் கொடுத்துவிடலாம். ஆனால், அப்படிச் செய்தால் அதற்கு அடுத்த நாளுக்கு மறுநாளோ அல்லது எத்தனை சீக்கிரம் முடியுமோ அத்தனை சீக்கிரமாகவோ தன்னைத்தானே ஏமாற்றிக் கொண்டிருக்கிறோம் என்பதைத் தெரிந்துகொண்டே, அப்படி ஏமாற்றிக்கொண்டு விட்டதற்காக உங்களை நீங்களே வெறுக்கத் தொடங்கிவிடலாம். விளைவு சோப்புக்குமிழியைப்போல எல்லாம் முடிந்துபோக மறுபடியும் பழையபடி அதே செயலற்ற நிலை.

கனவான்களே, உங்களுக்கு ஒன்று தெரியுமா? புத்திசாலி என்று என்னை நான் நினைத்துக்கொள்வதற்குக் காரணம், என் வாழ்க்கையில் எந்த ஒரு செயலையும் தொடங்கவோ முடிக்கவோ என்னால் முடிந்ததே இல்லை. நல்லது; ஒத்துக்கொள்கிறேன். நான் ஒரு வாயாடிதான். எவரையும் புண்படுத்தாமல் அதே நேரத்தில் சலிப்பூட்டும் அளவுக்கு வாயடிப்பவன்தான். அந்த வகையில் நானும்கூடப் பிற எல்லோரையும் போன்றவன்தான். ஆனால், தண்ணீரைச் சல்லடையால் சலிப்பதைப்போல நேரத்தை வேண்டுமென்றே வீணாக்கியபடி அறிவாளியான ஒவ்வொரு மனிதனும் இப்படி வாயடிப்பதையே முழு நேரத் தொழிலாகக் கொண்டு விட்டால் அப்புறம் என்னதான் செய்ய முடியும்?

ஃபியோதர் தஸ்தயெவ்ஸ்கி ◆ 29

6

ஐயோ! அப்படி சோம்பேறித்தனமாக மட்டுமே நான் இருந்திருந்தால் எப்படி இருக்கும்? கடவுளே! ஒரு வேளை நான் அப்படி இருந்திருந்தால், என் மேலேயே எனக்கு மதிப்பு ஏற்பட்டிருக்கும். ஏதோ என்னால் சோம்பேறியாகவாவது இருக்க முடிகிறதே என்று எனக்கு நானே மரியாதை கொடுத்திருப்பேன். குறைந்தபட்சம் அப்படி ஒரு குணமாவது என்னிடம் இருப்பதை நினைத்து அதை உருப்படியானதென்றும்கூட நம்பியிருப்பேன்.

யார் இவன் என்ற கேள்விக்குப் பதிலாக என்ன வரக்கூடும்? ‘அவன் ஒரு சோம்பேறி’ அதுதானே? தன்னைப் பற்றி அந்த மாதிரி கேட்பதற்குத்தான் எவ்வளவு இனிமையாக இருக்கும்? அந்த வார்த்தையால் குறிப்பிடப்படுவதற்கு அர்த்தம் என்ன தெரியுமா? என்னையும்கூட ஏதோ ஒரு வகையில் வரையறுக்க முடிகிறது, என்னைப் பற்றிச் சொல்வதற்கும்கூட ஏதோ ஒன்று இருக்கிறது என்பது தானே? ‘சோம்பேறி’ என்பது ஒரு விதமான பட்டப்பெயர். வாழ்க்கையில் அதுவும் ஒரு நோக்கம்! அது, ஒரு வேலையும் கூடத்தான்! ஏதோ சும்மா வேடிக்கைக்காகச் சொல்கிறேன் என்று நினைக்காதீர்கள். அது ஒரு வேலையேதான்! மிகச் சிறந்த ஒரு சங்கத்தில் உறுப்பினராகக்கூடிய தகுதி கூட எனக்கு அப்போது வந்துவிடும். என்னை நானே மதித்தபடி, எனக்குரிய தொழிலை அப்போது நான் கண்டுகொள்வேன்.

எனக்குத் தெரிந்த கனவான் ஒருவர், தன் வாழ்நாள் முழுவதும் மிகப்பெரிய மதுபான எஸ்டேட் ஒன்றில் மதுவின் (லேஃபேட்) ருசியைக் கணித்துச் சொல்பவராக மட்டுமே இருந்தார். அது ஒன்றும் தவறானதில்லை என்று உறுதியாக நம்பிவந்தார் அவர். அதைப் பற்றிய சந்தேகம் அவருக்கு ஒருபோதும் எழுந்ததில்லை. அவர் இறந்த சமயத்தில் மன அமைதியோடு இறந்தது மட்டுமன்று! தான் செய்தது மிகவும் சரியானது என்ற பெருமித உணர்வோடு தான் இறந்தார்.

அவரைப் போல நானும்கூட என் சோம்பேறித்தனமான இயல்பையே தொழிலாகக் கொண்டு வாழ்ந்திருக்கலாம். நான் ஒரு தண்டச் சோறு, சோம்பேறி என்பதெல்லாம் ஒரு பக்கம் இருக்க, அவற்றோடு கூடவே உன்னதமாகவும், அழகாகவும் இருக்கும் எல்லாவற்றையும் விரும்புபவனாகவும், அவற்றை ரசிப்பவனா கவும்கூட நான் இருந்திருப்பேன். என்ன சரிதானே? நெடுங்கால மாகவே என்னுள் அதைப் பற்றிய கனவுகள் இருந்தன.

என்னுடைய நாற்பது வயதில் உன்னதம், அழகு ஆகியவற்றை

யெல்லாம் நான் மிகவும் உயர்வானதாக எண்ணி வந்தேன். ஆனால், அதெல்லாம் நாற்பதில். முன்பொரு காலத்தில். அப்போதே அது நடந்திருந்தால் எல்லாமே வித்தியாசமாக இருந்திருக்கும். நான் எனக்கே உரித்தான தனிப்பட்ட ஒரு வேலையை இனம் கண்டு கொண்டிருப்பேன். சுருக்கமாகச் சொல்லப்போனால் உன்னதமும் அழகும் பொருந்திய எல்லாவற்றின் நன்மையை வேண்டியும் நான் குடித்துக்கொண்டிருந்திருப்பேன். எனக்குக் கிடைக்கும் ஒவ்வொரு வாய்ப்பிலும் ஒவ்வொரு கண்ணீர்த் துளியை என் கோப்பையில் விட்டபடி, பிறகு உன்னதமும் அழகும் பொருந்தியவற்றின் மீது அதை ஊற்றியபடி இருந்திருப்பேன். இந்த உலகிலுள்ள எல்லா வற்றையுமேகூட ஏதோ ஓர் உன்னதமும் அழகும் மிகுந்ததாக அப்போது நான் மாற்றியிருப்பேன். மிக மோசமான, அழுகிய நாறும் குப்பையிலும்கூட ஏதாவது ஓர் உன்னதத்தை, அழகை நான் கண்டடைந்திருப்பேன். ஈரப்பதத்தோடு இருக்கும் ஒற்றுப்பஞ்சு போல என் கண்களில் நீர் நிரம்பி இருந்திருக்கும்.

உதாரணமாக, மனதுக்கு மகிழ்ச்சியைத் தரும் ஓவியம் ஒன்றை ஒருவர் தீட்டியிருக்கிறார் என்று வைத்துக்கொள்வோம். உடனே அந்தக் கலைஞரின் நலத்துக்காக நான் குடிக்கத் தொடங்கி விடுவேன். காரணம், உன்னதமும் அழகுமான எல்லாவற்றையுமே நான் விரும்புவதுதான். ஒரு படைப்பாளி எல்லோருக்கும் பிடித்ததாக ஏதோ ஒன்றை எழுதியிருக்கிறான் என்றால் உடனே அந்த 'எல்லோரது' நன்மை கருதியும் நான் குடிக்க ஆரம்பித்து விடுவேன். காரணம், அழகும் உன்னதமும் நிறைந்த எல்லா வற்றையும் விரும்புபவன் நான்.

இப்படி நடந்துகொள்வதற்காகப் பிறர் எனக்கு மரியாதை செலுத்த வேண்டும் என்றும் அப்போது நான் எதிர்பார்ப்பேன். அப்படி யாராவது மரியாதை காட்டத் தவறினால் அவர்களைத் தண்டித்துமிருப்பேன். இந்த உலக வாழ்க்கையை நிம்மதியாக வாழ்ந்து முடித்துவிட்டு, கௌரவமாக இறந்துபோயிருப்பேன். அதுதான் எவ்வளவு இனிமையாக இருந்திருக்கும்? எத்தனை நன்றாக இருந்திருக்கும்?

அப்படிப்பட்ட வாழ்க்கையில், என் வயிறு பானையைப் போல ஊதிப்போய் இருந்திருக்கும். இரட்டை நாடி உடம்போடும், பளபளப்பான சிவந்த மூக்கோடும் இருக்கும் என்னைத் தெருவில் போகிறவர்கள் பார்த்தால் "இதோ இவன்தான் ஒரு பொக்கிஷத் தைப் போன்ற மிகப் பெரிய மனிதன். உண்மையானவன், உருப் படியானவன்" என்று சொல்லியிருப்பார்கள்.

கனவான்களே! நீங்கள் என்ன வேண்டுமானாலும் சொல்லிக் கொள்ளுங்கள். இப்படிப்பட்ட புகழ்ச் சொற்களை இந்த மாதிரி ஒரு வயதில் கேட்பதென்பது மிக மிக மகிழ்ச்சியாகத்தான் இருக்கும்.

7

ஆனால், இவையெல்லாம் வெறும் பொற்கனவுகள் மட்டும் தான்.

"ஒரு மனிதன் மோசமாக நடந்துகொள்வதற்கான ஒரே காரணம், அவன் தனது சொந்த நன்மைகள் இன்னவென்று அறிந்துகொள்ளாமல் இருப்பதுதான். அந்த அறிவுத்தெளிவு மட்டும் அவனுக்கு இருந்தால், தனக்கு உண்மையான, இயல்பான நன்மைகள் எவை என்பதை மட்டும் அவன் காணமுற்பட்டால் மோசமாக நடந்துகொள்வதை அவன் உடனே நிறுத்திவிடுவான்; அது மட்டுமல்லாமல், உடனடியாக நல்லவனாகவும் கௌரவ மானவனாகவும் மாறிவிடுவான். தனக்கு எது ஏற்றது, எது நல்லது என்ற தெளிவு வந்தபின், அப்படி நல்லவனாக இருப்பதில் கிடைக் கும் லாபங்களை அவன் உணர்ந்துவிடுவான். தன் சொந்த நன்மைக்குகந்தவை எவை என்று தெரிந்துகொண்டுவிட்ட ஒரு மனிதனால் அவற்றுக்கு எதிராக ஒருபோதும் செயல்பட முடியாது. அதனால் விரும்பியோ விரும்பாமலோ அவன் நல்லதே செய்ய ஆரம்பித்துவிடுவான்."

இந்த மாதிரியெல்லாம் முதன்முதலாக யார் சொல்லி வைத்தது? இப்படிப் பிரகடனம் செய்தது யாரென்று கொஞ்சம் சொல்லுங்களேன். அவன், பால்மணம் மாறாத பச்சைக் குழந்தை யாக, தூய்மையான, கள்ளங்கபடமற்ற அப்பாவியாகத்தான் இருக்க வேண்டும்.

ஆரம்பத்திலிருந்தேகூட எடுத்துக்கொண்டு பாருங்களேன். கடந்துபோன ஆயிரக்கணக்கான ஆண்டுகளில் எந்த மனிதனா வது தன் சொந்த நலன்களைப் புரிந்துகொண்டு அதற்கேற்ப செயல்பட்டதுண்டா? தனக்கு நன்மை தரக்கூடியவை எவை என்பதை முழுமையாக மிகத் தெளிவாகப் புரிந்துகொண்டு அவை இன்னவை என்பதை நன்றாகத் தெரிந்துகொண்டே, அபாயம் மிகுந்த வேறொரு பாதையில் தன் அதிர்ஷ்டத்தைத் தேடி மனிதர் கள் சென்றதற்கான சான்றுகள் மட்டும்தான் கோடிக்கணக்கில் இருக்கின்றன. அதை என்னவென்று சொல்வது? அப்படிப்பட்ட அபாயகரமான பாதையைத் தேடி அவன் செல்வதற்கு எந்தப் புறத்தூண்டுதலோ, வேறு எவருமோ காரணமில்லை. வழக்கமான பாதையில் பயணப்படுவதை வேண்டுமென்றே நிராகரித்துவிட்டுப் பிடிவாதத்தோடும் வக்கிர புத்தியோடும், மிக மிக அபத்தமான வழிதெரியாத இருட்டான ஒரு பாதையில் குருட்டுத்தனமாகத்

தடவிக்கொண்டு அவன் செல்வான். வேறு எந்த நலன்களை யும்விட அப்படிப்பட்ட முரட்டுப் பிடிவாதமும் வீம்பும்தான் அவனுக்கு மகிழ்ச்சி அளிக்கிறது என்பதையல்லவா அது காட்டுகிறது? நன்மை. ஆமாம், நன்மை என்றால் என்ன? மனிதனுக்கு நலன் பயப்பது எது? அதன் இயல்பு எப்படிப்பட்டது என்பதையெல்லாம் நீங்கள் அப்படித் துல்லியமாக வரையறுத்துவிட முடியுமா என்ன? சில வேளைகளில் ஒரு சிலரைப் பொறுத்த வரை அவர்கள் நன்மைகளாக நினைப்பவை வேறுமாதிரிகூட இருக்கும். நிச்சயம் வேறுமாதிரியாகத்தான் இருக்கும். தங்களுக்கு உடனடியாகத் தீங்கு ஏற்படுத்துவதும் ஒருபோதும் நன்மையே தராததுமான ஒன்றை ஒருவேளை அவர்கள் விரும்பக்கூடும். ஒருகால் அப்படி யாராவது இருந்தால் முதலில் வகுத்துச் சொல்லப்பட்ட விதிகளெல்லாம் முழுக்க முழுக்க பொருந்தாமல் போகிறதல்லவா?

இதைப் பற்றி நீங்கள் என்ன நினைக்கிறீர்கள்? நான் சொன்னது போன்ற மனிதர்கள்கூட இருக்கிறார்களா என்று எண்ணியா சிரிக்கிறீர்கள்? சிரியுங்கள் கனவான்களே சிரியுங்கள். ஆனால், இதற்கு மட்டும் முதலில் பதில் சொல்லுங்கள்.

மனிதர்களுக்குப் பயன்தரக்கூடியவை எவை எவை என்பது எங்காவது மிகமிகத் துல்லியமாக வரையறுக்கப்பட்டிருக்கிறதா? அந்த வரையறைக்குள் அடங்காதவை, ஏன், எந்த வகையான பகுப்புக்குள்ளுமே அடங்காதவைகூட உலகத்தில் இல்லையா என்ன?

என் அறிவுக்கு எட்டிய வரை, மனிதர்களுக்கு நன்மை தருபவை என்று மதிப்பீடு செய்யப்பட்டிருக்கும் முழுப்பட்டிய லுமே புள்ளிவிவரங்களின் சராசரிகளிலிருந்தும் பொருளாதாரச் சூத்திரங்களிலிருந்தும் மட்டுமே தயார் செய்யப்பட்டிருப்பவை. மனிதர்களுக்கு நலமளிப்பவை என்று நீங்கள் சொல்லும் பட்டிய லில் சமாதானம், சுதந்திரம், வளமை, செல்வச்செழிப்பு இன்னும் இவை போன்றவை மட்டுமே இருக்கும். இவற்றையெல்லாம் நன்றாகத் தெரிந்துவைத்துக்கொண்டே வேண்டுமென்றே ஒரு மனிதன் இந்தப் பட்டியலில் உள்ள எல்லாவற்றையும் மீறிச் செல்ல முயல்கிறான் என்று வைத்துக்கொள்ளுங்கள். அப்போது உங்கள் பார்வையில், ஏன் என் பார்வையிலும்கூடத்தான் அவனை ஒரு குழப்பவாதி, பைத்தியம் என்றுதானே சொல்வோம்? அப்படித் தானே?

அவன் நம் கண்களுக்கு அப்படித்தானே தோன்றுவான்? ஆனால், இதில் ஆச்சரியமான ஒரு விஷயம் இருக்கிறது. இதுவரை மனிதனுக்கு நன்மை தரும் பயன்கள் எவை என்பதைப் பட்டியல்

போட்டுச் சென்றிருக்கும் புள்ளி விவர நிபுணர்களும், புனிதர்களும், மனித குலத்தை நேசித்தவர்களும் ஒன்றே ஒன்றை மட்டும் அதில் சேர்க்காமல் விட்டுவிட்டது ஏன்? அதை எப்படிச் சேர்த்துக் கொள்ளவேண்டுமோ அந்த வகையில்கூடச் சேர்த்துக் கொள்ளாமல் அவர்கள் ஒதுக்கித் தள்ளிவிடுகிறார்கள். தங்கள் மதிப்பீடு அதையும்கூடச் சார்ந்திருக்க வேண்டும் என்பதை கவனிக்கவும் தவறிவிடுகிறார்கள். தாங்கள் போடும் பட்டியலில் தங்கள் கணக்கில் அந்த ஒன்றையும்கூட அவர்கள் இணைத்துக் கொண்டால்தான் என்ன? அதனால் என்ன ஆகிவிடும்?

ஆனால், இதிலுள்ள சிக்கல் என்னவென்றால் வினோதமான இந்த நன்மையை எந்தவிதமான வகைப்பாட்டிலோ, பட்டியலிலோ சேர்க்கமுடியாது என்பதுதான்.

சரி, இப்போது எனக்கு ஒரு நண்பன் இருக்கிறான் என்று வைத்துக்கொள்வோம். பெருந்தன்மையுடைய நல்லவர்களே! கனவான்களே! அவனை உங்கள் நண்பன் என்றுகூட வைத்துக்கொள்ளலாம். நல்லது, அவன் யாருக்குத்தான் நண்பனாக இருக்க மாட்டான்? அவன் முக்கியமான ஏதோ ஒரு காரியத்தில் முனைந்து ஈடுபடும்போது, தான் மேற்கொண்டிருக்கும் அந்த வேலையை உண்மையான நெறிமுறைகளின்படியும், அறிவுக்குப் பொருத்தமாகவும் மட்டுமே செய்யப்போவதாக மிக உரத்த தொனியிலும், தெளிவான குழப்பமற்ற சொற்களிலும் அறைகூவி இருப்பான். அதுமட்டுமன்று, அவன் உங்களிடம் மிகுந்த ஆர்வத்தோடும் வன்மையாகவும் மனிதகுலத்துக்கு உண்மையான வையும் நியாயமானவையுமான நன்மைகளைப் பற்றிப் பேசியிருக்கலாம். தங்களுக்கு நன்மை விளைவிப்பவை எவை என்பதையும், நல்லொழுக்கம் என்பதன் உண்மையான பொருள் என்னவென்பதையும் புரிந்துகொள்ளாமல் இருக்கும் அறிவுக் குருடர்களை அவன் வெறுப்போடு நிந்தித்தும் இருக்கலாம். ஆனால், பிறகு, மிகச்சரியாக ஒருமணி நேரம் கழிந்தபின் வேறெந்த திடீர்ப் புறத் தாக்குதல்களாலும் தூண்டப்படாமல், தனது நன்மைகளைவிட வலுவான வேறொரு அக எழுச்சியால் மட்டுமே தூண்டப்பட்டு முற்றிலும் வேறுமாதிரியாக அவன் பேச முற்படலாம். அப்போது அவன் பேசுவதெல்லாம் முதலில் அவன் பேசியதற்கு முரணாக நேர்மாறாகவே இருக்கும். அவனது பேச்சு, அறிவால் வகுக்கப்பட்ட விதிகளுக்கு எதிராகவும், அவனது சொந்த நன்மைக்கு எதிராகவும் ஏன் சுருக்கமாகச் சொன்னால் எல்லாவற்றுக்குமே எதிராக இருக்கும். ஆனால் அவன் ஒட்டுமொத்த சமூகத்தின் கூட்டுமன நிலையையே பிரதிபலிக்கிறான் என்பதால் அவனை மட்டும் குற்றம்சாட்டுவது சரியில்லை. அது சரியாக இருக்காது

என்பதால் அப்படிச் செய்யாதீர்கள் என்று உங்களை நான் எச்சரிக்கிறேன்.

கிட்டத்தட்ட உலகத்திலுள்ள எல்லா மனிதர்களுக்குமே தங்களுக்கு மிகவும் நன்மை தரக்கூடியதைவிடவும் விருப்பமான வேறொன்று இருந்துகொண்டுதான் இருக்கிறது.

சிக்கலே அதுதான் கனவான்களே! தனக்கு நன்மை தரக் கூடிய வேறு எதையும்விட அதுவே அவனுக்குப் பெருமதிப்பு டையதாக இருக்கும். அதுவே பிற எல்லாவற்றையும்விடப் பெரி தாகவும் உவப்பாகவும் இருக்கும். (முன்பு நாம் விவாதித்த தர்க்கத் துக்கு அது முரணானதில்லை. ஆனால், நாமோ அதைக் கணக் கில் எடுத்துக்கொள்ளாமல் புறந்தள்ளியே வந்திருக்கிறோம் என் பதைப் பற்றி சற்று முன்புதான் பேசினோம்.)

உலகில் வேறு எதையும்விடத் தான் மிகுதியாக நேசிப்பதும், முதன்மையாகக் கருதுவதுமான அந்த இலக்கை மட்டும் அடைய முடியுமானால் அதற்குத் தேவைப்படுமானால் எல்லாவற்றுக்கும் எதிராக – பகுத்தறிவு, கௌரவம், சமாதானம், வளமை என்று எங்கும் காணக்கூடிய எல்லாவற்றுக்கும் எதிராக, சுருங்கச் சொன் னால் மிகச் சிறப்பானவை, பயனுள்ளவை என்று சொல்லப்படும் எல்லாவற்றுக்கும் எதிராக– சவால் விடக்கூட அவன் தயாராக இருப்பான்.

'ஆனால், அதைப்போய் நன்மை என்று எப்படிச் சொல்ல முடியும்' என்று நீங்கள் கேட்கக் கூடும்.

நல்லது. நான் சொல்வதை நீங்கள் சரியாகப் புரிந்துகொள் வீர்கள் என்று நம்புகிறேன். அதைக் கொஞ்சம் தெளிவாகவே சொல்கிறேன் கேளுங்கள். இது ஒன்றும் வார்த்தைகளை வைத்து விளையாடும் விளையாட்டு இல்லை.

குறிப்பிட்ட இந்த 'நன்மை'யைப் பொறுத்தவரை முக்கிய மானது எது தெரியுமா? மனித இனத்தின் நலன் நாடுபவர்களால் மனிதகுல நன்மைக்காக இதுவரை வகுக்கப்பட்டுள்ள எல்லா வரையறைகளையும் நெறிமுறைகளையும் இது ஒன்றுமே இல்லா மலாக்கிக் குலைத்துப் போட்டுவிடுகிறது என்பதுதான். அவை எல்லாற்றையுமே இது நாசமாக்கிவிடுகிறது.

அப்படிப்பட்ட நன்மை எது என்பதைச் சொல்வதற்கு முன் தனிப்பட்ட முறையில் அதனுடன் சமரசம் செய்துகொள்ள விரும் பும் நான் வெளிப்படையாகவே ஒன்றை அறிவிக்கிறேன்.

மனிதனுக்கு இயல்பான நன்மைகள் எவை என்றும், அவற்றை

அடைய முயல்வதால் அவன் உயர்வானவனாகவும் மதிக்கத் தக்கவனாகவும் ஆகிவிடுவான் என்றும் விளக்க முயலும் நெறிமுறைகள், கோட்பாடுகள் ஆகிய எல்லாமே வெறும் தர்க்கப் பயிற்சிகள்தான். ஆம். அவை தர்க்கப் பயிற்சிகள் மட்டும்தான்.

தன் சொந்த நலன்களுக்கான தேடுதலில் ஈடுபடுத்திக் கொள்வதன் வழியாக மனித இனம் தன்னை மறுகட்டமைப்பு செய்துகொள்ள முடியும் என்று நீங்கள் நம்புவதாக இருந்தால் என் அபிப்பிராயத்தில் அது, கிட்டத்தட்ட பக்கிளின்* கூற்றை உறுதிப்படுத்துவதைப் போலத்தான் இருக்கிறது. நாகரிகப் பண்பாட்டில் உயர்வதன் வழியாக மனிதன் மென்மைப்படுகிறான் என்றும், அது அவனது இரத்த தாகத்தை மட்டுப்படுத்திப் போர்களில் ஈடுபடுவதைக் குறைக்கிறது என்றுமல்லவா குறிப்பிட்டிருக்கிறார் அவர். இது குறித்து அவர் என்னவோ தர்க்கத்துக்கு உட்பட்டுத்தான் விவாதித்திருக்கிறார். ஆனால், இப்படிப்பட்ட நெறிமுறைகளுக்கும், தெளிவில்லாத முடிவுகளுக் கும் மட்டுமே பழகிப்போய் அதிலேயே தோய்ந்து கிடக்கும் மனிதர் கள், கண்ணெதிரே புலப்படுகிற உண்மையை வேண்டுமென்றே மறுக்க ஆயத்தமாகிவிடுகிறார்கள். தன்னுடைய புலன்களுக்கு நன்றாகத் தென்படக்கூடிய காட்சிகளைவிட, அவை தர்க்கபூர்வ மானவையா என்று பார்ப்பதிலேயே அவர்கள் கருத்துச் செலுத்தத் தொடங்கிவிடுகிறார்கள்.

நல்லது, இப்போது ஒருமுறை உங்களைச் சுற்றி நீங்களே பார்வையை ஓட்டுங்கள். எங்கு பார்த்தாலும் குருதி ஆறல்லவா பெருக்கெடுத்து ஓடியிருக்கிறது. அதிலும் குதூகலமாக ஷாம் பெயின் மதுவை வெள்ளமாக ஓட விடுவதுபோல. பக்கிள் வாழ்ந்த 19ஆம் நூற்றாண்டு முழுவதையுமே எடுத்துக்கொள்ளுங்களேன். மாவீரன் நெப்போலியனையும், இப்போது உள்ளவர்களையும்கூட எடுத்துக்கொள்ளுங்கள். என்றென்றும் நிலைத்திருக்கக்கூடிய வட அமெரிக்காவை எடுத்துக்கொள்ளுங்கள். ஜெர்மனியில் இருக்கும் ஷ்லெஸ்விக் ஹோல்ஸ்டெயின் என்னும் நிலப்பரப்பு இரண்டு கடல்களுக்கு நடுவில் உள்ளது. வடமேற்கு ஜெர்மனியில் உள்ள மாகாணம் ஷ்லெஸ்விக் - ஹோல்ஸ்டெயினை எடுத்துக்கொள்ளுங் கள். நாகரிகம் என்பது உண்மையிலேயே நம்மை மென்மைப் படுத்தியிருக்கிறதா என்று இப்போது சொல்லுங்கள். மனித குலம் நாகரிகம் பெற்றதால் விளைந்த ஒரே ஒரு பயன் என்னவென்றால் பலவகையான உணர்வுத் தூண்டுதல்களுக்கு ஆட்படும் மிகப்

* (ஹென்றி தாமஸ் பக்கிள் (Henry Thomas Buckle - 1821 - 1862) என்பவர் ஒரு வரலாற்று ஆசிரியர். 'நாகரிகத்தின் வரலாறு' என்ற முற்றுப்பெறாத நூலை எழுதியவர்.)

பெரிய திறமையை அவன் வளர்த்துக் கொண்டிருக்கிறான் என்பது மட்டும்தான். அதைத் தவிர வேறு எதுவுமில்லை. எதுவுமே இல்லை. இவ்வாறு பலதரப்பட்ட ஆர்வங்களை வளர்த்துக் கொண்டே போகும்போது, இரத்தம் சிந்தப்படுவதைப் பார்த்தும் கூட அவன் களிப்படையும் காலம் வரும். சொல்லப்போனால் இந்த நிலையை மனிதன் முன்பே எட்டிவிட்டான். உண்மையில் பார்த்தால், மிக மிக நாகரிகமடைந்த மனிதர்கள்தான் தந்திரமான கொலைகாரர் களாக இரத்தம் சிந்த வைத்துக்கொண்டிருக்கிறார்கள் என்பதை நீங்கள் கவனித்ததுண்டா? அவர்களோடு ஒப்பிடும் போது அட்டில்லாஸ் மற்றும் ஸ்டெங்கா ரேசின்ஸ் போன்றவர்களைப்* பச்சைக் குழந்தைகளைப் போன்றவர்கள் என்று கூடச் சொல்லி விடலாம். ஆனால் அட்டில்லாஸ், ஸ்டெங்கா ரேசின்ஸ் போல் அவர்கள் வெளிப்படையாக, பிரபலமாகத் தெரிவதில்லை, அவ்வளவுதான். அதற்குக் காரணம் அப்படிப்பட்டவர்களை நாம் அடிக்கடி பார்த்துக்கொண்டிருக்கிறோம் என்பதுதான். அவர்கள் மிகவும் சாதாரணமானவர்களாகவும் நமக்கு நன்கு பரிச்சயமானவர் களாகவுமே இருக்கிறார்கள். நாகரிகம் என்பது, மனிதனை அதிக அளவு இரத்த வெறி கொண்டவனாக ஆக்கியிருக்கிறதோ இல்லையோ, கொடூரமாகவும், வெறுக்கத்தக்க வகையிலும் இரத்த தாகம் கொண்டவனாக ஆக்கியிருக்கிறது என்பதே உண்மை. பழங்காலத்தில் இரத்தம் சிந்தவைக்க வேண்டிய செயலை மேற் கொள்ளும்போது, அதை நீதி, நியாயத்தின் பொருட்டுச் செய்வதாக மனிதன் எண்ணி வந்தான்; யாரை அழிக்க வேண்டியது தேவை என்று கருதினானோ அவர்களைத் தெளிவான மனச்சாட்சியுடன் அழித்தொழித்து வந்தான். ஆனால் இப்போதோ, அப்படிச் செய்வது அருவருக்கத்தக்க கேவலமான செயல் என்று ஒரு புறம் நினைத்துக்கொண்டே முன்பை விடவும் மிகுதியாக, அந்த வெறுக்கத்தக்க செயலில் ஈடுபடுகிறோம் நாம். இவற்றுள் மோச மானது எது? நீங்களே முடிவுசெய்துகொள்ளுங்கள்.

தனக்குச் சொந்தமான அடிமைகளின் மார்பில் தங்க ஊசிகளைச் செருகியபடி, அவர்களின் அலறல் ஓசைகளைக் கேட் பதிலும், வலி தாங்க முடியாமல் அவர்கள் நெளிவதைப் பார்ப் பதிலும் கிளியோபாத்ரா (ரோமானிய வரலாற்றிலிருந்து ஒரு உதாரணம் காட்டுவதென்றால்) இன்பம் கொண்டாள் என்று சொல்கிறார்கள். அவையெல்லாம் மிகமிக முற்பட்ட நாகரிகமடை யாத, காட்டுமிராண்டி காலகட்டத்தில் நடந்தவை என்று நீங்கள்

* (17ஆம் நூற்றாண்டைச் சேர்ந்த கொசாக் புரட்சியாளர்கள். 'வோல்கா வோல்கா' என்ற புகழ்பெற்ற ரஷ்ய நாட்டுப்புறப் பாடலின் பாட்டுத்தலைவர்கள்)

சொல்லக்கூடும். ஆனால், நாம் என்னவோ காட்டுமிராண்டி காலத்திலேதான் இன்னும்கூட வாழ்ந்துகொண்டிருக்கிறோம். இன்றும்கூடப் பிற மனிதர்கள்மீது அதே போல ஊசிகளை நுழைத்துக்கொண்டுதான் இருக்கிறோம். காட்டுமிராண்டியாக இருந்த நாகரிகமடையாத காலகட்டத்தைவிட இந்தக் காலத்தில் விஷயங்களைத் தெளிவாகப் பார்க்க மனிதன் கற்றுக்கொண்டு விட்டான் என்பது உண்மைதான்; ஆனால் பகுத்தறிவும் விஞ்ஞா னமும் சொல்லும் உண்மைகளோடு ஒத்துப்போகக் கற்றுக்கொள்வ தில் அவன் மிகவும் பின்தங்கியே இருக்கிறான். ஆனால், அவனது பழைய பழக்க வழக்கங்களெல்லாம் முழுவதுமாய் மறைந்துபோய் விஞ்ஞானமும் பகுத்தறியும் திறனும் மனித இயல்பில் புதிய விஷயங்களைப் புகுத்தி நேரான, ஒழுங்கான பாதைக்கு அவனைக் கொண்டுவந்த பிறகு, அவன் நிச்சயம் அப்படி ஒத்துப்போகக் கற்றுக்கொண்டுவிடுவான் என்று நீங்கள் உறுதியாக நம்புகிறீர்கள். அது நிகழும் வேளையில், வேண்டுமென்றே குற்றங்களைச் செய்வதை மனிதன் நிறுத்திவிடுவான் என்றும், இயல்பாக இருக்க வேண்டிய விருப்பங்களுக்கு எதிராகச் செல்லாதபடி தன்னைப் பலவந்தமாகக் கட்டுப்படுத்திக்கொண்டுவிடுவான் என்றும்கூட நீங்கள் நினைத்துக்கொண்டிருக்கிறீர்கள். அது மட்டும் இல்லை. அந்தச் சமயத்தில் விஞ்ஞானமே மனிதனுக்கு அதைக் கற்றுக் கொடுத்திருக்கும் என்பதால் (என்னைப் பொறுத்த வரை அது தேவையற்ற ஆடம்பரம் என்றே சொல்வேன்), தன்னுடைய சுய விருப்பம் என்றோ, கட்டுப்படுத்த முடியாத ஆசைகள் என்றோ எதுவுமே இல்லாதபடி, பியானோ அல்லது ஆர்கன் போன்ற இசைக்கருவிகளில் இருக்கும் கட்டையைப் போலவே அவனும் மாறிப்போயிருப்பான். மேலும் அதோடு கூடவே இயற்கையின் விதிகள் வேறு இருக்கின்றன. அவன் என்ன செய்தாலும், அது அவனுடைய சொந்த விருப்பத்தின்படி இல்லாமல் இயற்கை விதிகளின்படி மட்டுமே இருக்கும். அந்த இயற்கை விதிகள் எவை எவை என்பது கண்டுபிடிக்கப்பட்ட பிறகு, தன் செயல்களுக்குப் பொறுப்பேற்றுப் பதில் சொல்லவேண்டிய அவசியம்கூட இல்லாமல் வாழ்க்கை என்பது மிகவும் சுலபமானதாக அவனுக்கு ஆகிவிடும்.

மனிதச் செயல்பாடுகள் எல்லாமே எந்த ஐயத்துக்கும் இடமில்லாதபடி மேற்குறித்த விதிகளின்படி, கணித, லாகிரித வாய்பாடுகள் போல (கிட்டத்தட்ட 1,08,000 வரை) வகுக்கப்பட்டு அட்டவணைப்படுத்தப்பட்டுவிடும். இல்லாவிட்டால், இன்னும் கூடச் சிறப்பான முறையில் அறிவுரை சொல்வதைப் போன்ற வாசகங்கள், பேரகராதிகளைப் போலவும், கலைக்களஞ்சியங்களைப் போலவும் அச்சடிக்கப்பட்டுவிட்டிருக்கும். அவற்றில் மிகத்

துல்லியமான முறையில் கணக்கிடப்பட்டு எல்லாமே சொல்லப் பட்டுவிடுவதால், சுயேச்சையான நிகழ்வுகளுக்கோ, சாகசங் களுக்கோ இந்த உலகில் இடமே இல்லை என்பதாக ஆகிவிடும்.

புதுவகையான பொருளாதாரத் தொடர்புகளும் உறவுகளும் அப்போது ஏற்படக் கூடுமென்றும் அவை எல்லாமே முன்கூட்டியே திட்டமிடப்பட்டவையாகவும், மிகக்கூர்மையான துல்லியத்துடன் கணக்கிடப்பட்டதாகவும் இருக்குமென்பதால் எந்தப் பிரச்சினை யாக இருந்தாலும் அதற்கான விடை தயார் நிலையில் இருப்பதால், கண்சிமிட்டும் நேரத்திற்குள் அது தீர்க்கப்பட்டுவிடும் என்றும் நீங்கள் இன்னும்கூட சொல்லிக்கொண்டுதான் இருக்கிறீர்கள். பிறகென்ன 'பளிங்கு மாளிகை' * கூட உருவாகிவிடும்.

சொல்லப்போனால் ஒரு பொற்காலமேகூட மறுபடி விடியக் கூடும். ஆனால், அப்படிப்பட்ட தருணத்தில், ஒரு புறம் எல்லாமே நேர்த்தியாகவும் அறிவுப்பூர்வமாகவும் இருந்தாலும் மனிதர்கள் மிக மோசமான முறையில் சலிப்படைந்துபோயிருப்பார்கள். (எல்லாமே கணக்கிடப்பட்டும், அட்டவணைப்படுத்தப்பட்டும் இருக்கும்போது அவர்கள் தாமாகச் செய்வதற்கு எதுவுமே இருக்காது). அவர்கள் அப்படிச் சலிப்படைந்து போக மாட்டார்கள் என்று உத்தரவாதமாகச் சொல்வதற்கு வழியே இல்லை. (இதுவே என் கருத்து).

சலிப்புணர்வு என்பது, உங்களை எந்த எல்லை வரையிலும், எதைச் செய்வதற்கும் இட்டுச் சென்றுவிடும். சகமனிதர்களின் மீது தங்க ஊசிகள் செருகப்படுவதும் அத்தகைய சலிப்பின் காரண மாகத்தான். அதைக்கூட விட்டுவிடுங்கள். மோசமானது எது தெரியுமா? (இதைச் சொல்பவன் மறுபடியும் நான்தான்.) தங்க ஊசிகள் செருகப்படும்போது அதைக்கூட நன்றி கலந்த மகிழ்வோடு ஏற்பவர்கள் மனிதர்கள்தானா என்றே நான் அஞ்சுகிறேன். அதற்குக் காரணம், மனிதன் பொதுவாகவே முட்டாள்தனமானவன். அடிக் கோடிட்டுச் சொல்லக்கூடிய அளவுக்கு முட்டாள்தனமானவன். இல்லாவிட்டால், அதை இப்படி வேறு மாதிரிகூட சொல்லலாம்.

(*பளிங்கு மாளிகை என்று நாவலில் குறிப்பிடப்படுவது ஓர் உயர் கனவின் உருவகம். பெரும்பாலும் கண்ணாடியில் மட்டுமே ஆனதாக நவீனத் தொழில்நுட்பத்தின் ஓர் அடையாளச் சின்னமாக லண்டனில் வடிவமைக்கப்பட்ட பளிங்கு மாளிகையைத் தனது நாவல் படைப்பில் ஓர் உருவகமாக்கிக்கொண்டார் நிகோலாய்செர்னி ஷெவ்ஸ்கி என்னும் ரஷ்ய நாவலாசிரியர். நாம் அனைவருமே சோஷலிசவாதிகளாகி விட்டால் இந்த உலகத்தையே ஓர் பளிங்கு மாளிகையாக்கிவிடலாம் என்பதும் அதன் பின்னர் நாம் விரும்பியதை எளிதாகப் பெற முடியும் என்பதும் அதன் வழி அவர்முன் வைத்த குறியீட்டுப்பொருள்.)

உண்மையில் அவன் முட்டாள் இல்லை. ஆனால், இந்தப் பரந்த உலகில், அவனைப் போல நன்றியில்லாத ஒருவனை வேறெங்குமே பார்க்கமுடியாது.

காரணமே இல்லாமல் நாகரிகமில்லாத தோற்றத்துடன், புரட்சியாளனைப் போன்ற ஒருவன் திடீரென்று எங்கிருந்தோ முளைத்து வருகிறான் என்று வைத்துக்கொள்வோம். அவன், பரிகாசமான ஒரு கேலிச்சிரிப்புடன் தன் கைகளைப் பின்னால் கோத்தபடி நம்மையெல்லாம் பார்த்துப் பின்வருமாறு முழங்கு கிறான் என்றும் நினைத்துக்கொள்வோம்.

"போனதெல்லாம் போகட்டும் நண்பர்களே! இப்போது நாமெல்லாம் சேர்ந்து அறிவுப்பூர்வமான இப்படிப்பட்ட ஆட்டத் துக்கு வலுவாக ஓர் உதை கொடுத்து மண்ணில் சிதைத்துப் போட்டுவிடுவோம் வருகிறீர்களா? நமக்கு மிகமிகப் பிடித்தமானதும் முட்டாள்தனமானதுமான நமது சொந்த விருப்பத்தின் படி மறுபடியும் வாழ ஆரம்பித்துவிடுவோமா?"

இப்படியெல்லாம் அவன் கேட்டால் அதைப் பார்த்து நான் கொஞ்சம்கூட ஆச்சரியப்பட மாட்டேன். அது அவ்வளவு முக்கிய மில்லை. ஆனால் அடுத்த நொடியிலேயே அவனைப் பின்பற்றும் மந்தைக் கூட்டம் ஒன்று உருவாகிவிடும். அதுவே கவலை தரக் கூடியது. காரணம், மனித இயல்பு அப்படிப்பட்டதுதான்.

முட்டாள்தனமான அந்தக் காரணத்தினாலேயே, வாயால் சொல்வதற்குக்கூடத் தகுதியற்ற அந்தக் காரணத்தினாலேயே எல்லா மனிதர்களும், எல்லாக் காலங்களிலும், அவர்கள் எந்த இடங்களில் வாழ்ந்தாலும், எப்படிப்பட்டவர்களாக இருந்தாலும் தங்கள் அறிவின் வழிகாட்டுதலை ஏற்று, தங்கள் நன்மைக்குரிய காரியத்தைச் சிறிதும் செய்யாமல், தங்கள் மனம் ஆசைப்படுகிற செயலை மட்டுமே தங்கள் விருப்பமாகத் தெரிவு செய்கிறார்கள்; தங்கள் சொந்த நலனுக்கு எதிரானதையும் தாங்கள் கட்டாயம் செய்ய வேண்டியதற்கு நேர்மாறானதையும்கூட சில சமயம் அவர்கள் தேர்ந்தெடுத்துவிடுகிறார்கள் (இது என் எண்ணம்.)

ஒருவரின் இயல்பான தன்னிச்சையான எதனாலும் தளைப் படுத்தப்படாத விருப்பம், அதனாலேயே அவர் தேர்ந்துகொள்ளும் வழி, அவருக்கு மட்டுமே உரித்தான அந்த ஆர்வம் இவையெல்லாம் எந்த அளவுக்குப் பைத்தியக்காரத்தனமாக இருந்தாலும் அவரது சொந்த விருப்பத்தை மட்டுமே சார்ந்தவை. நன்மைகளிலெல்லாம் மிகச்சிறந்த நன்மையாகிய இதைப் பற்றி நாம் கண்டு கொள்வ தில்லை; அது, இதுவரை வகுக்கப்பட்டிருக்கும் பாகுபாடுகளுக்குள்

அடங்குவதும் இல்லை. அதை எதிர்கொள்ள முடியாமல் எல்லாக் கோட்பாடுகளும் ஒழுங்குமுறைக்காக வகுக்கப்படும் திட்டங்களும் தொடர்ந்து தூள்தூளாகிக்கொண்டுதான் வருகின்றன.

மனிதன் எதற்கு ஆசைப்பட வேண்டும், எதை விரும்ப வேண்டும் என்பதெல்லாம் அறிவாளிகளைப் போல வேடமிட்டுக் கொண்டிருக்கும் முட்டாள்தனமான பெரிய மனிதர்களுக்கு எப்படித் தெரியும்? மிகவும் இயல்பான, ஒழுங்கான ஒன்றையும், பொதுப் புத்தியில் தனக்கு நன்மைதரக்கூடியதாகச் சொல்லப்படும் ஒன்றையும் ஒட்டியதாக மட்டுமே அவனது விருப்பம் இருந்தாக வேண்டும் என்று அவர்களை எண்ணவைப்பதுதான் எது?

உண்மையில் முற்றிலும் சுயேச்சையான தன்னிச்சையான ஒன்றைத் தேர்ந்துகொள்ளமட்டுமே மனிதன் விரும்புகிறான். அப்படிப்பட்ட சுதந்திரத்துக்கு என்ன விலை தர நேர்ந்தாலும் அது அவனை எங்கு இட்டுச் செல்லும் என்றாலும் அவன் விரும்புவது அதை மட்டுமே. அவ்வாறு அவன் தேர்ந்துகொள்வது என்னவாக எப்படிப்பட்டதாக இருக்கும் என்பதெல்லாம் அவனது மனதை ஆட்டிப்படைத்துக்கொண்டிருக்கும் அந்தப் பிசாசுக்கு மட்டும்தான் தெரியும்.

8

"ஹா ஹா ஹா! ஆனால் நீ என்னதான் சொன்னாலும் அப்படி 'ஒன்றைத் தேர்ந்துகொள்வது' என்பதெல்லாம் கிடையவே கிடையாது" என்று ஒரு குறுஞ்சிரிப்போடு என்னை நீங்கள் இடை மறிக்கக்கூடும். "மனிதனை மிகத் துல்லியமாகக் கூறுபோட்டு ஆராய்வதில் விஞ்ஞானம் இன்று வெற்றிகண்டுவிட்டது; அதனால் இப்படிப்பட்ட விருப்பத்தேர்வுகள், சுதந்திரமான மன எழுச்சிகள் என்று எதுவுமே இல்லை. அவையெல்லாம் வெறும்"

நிறுத்துங்கள் நிறுத்துங்கள்! கொஞ்சம் நிறுத்துங்கள் கனவான்களே! நானே அதைப்பற்றித்தான் சொல்ல வந்தேன், ஆனால், இடையில் கொஞ்சம் பயந்துவிட்டேன் என்பதை ஏற்றுக்கொள்கிறேன். எதைத் தேர்ந்துகொள்வது என்பது மனதைப் பிடித்து ஆட்டிவைக்கும் அந்தப் பிசாசுக்கு மட்டும்தான் தெரிந்திருக்கும் என்றாலும் அது நல்லதாகக்கூட இருக்கலாம் என்றுதான் நான் சொல்ல வந்தேன். ஆனால், அதற்குள் அறிவியலைப் பற்றி ஞாபகம் வந்துவிட்டதால் சொற்கள், உதடுகளோடு மடிந்துபோய்விட என்னை நான் கட்டுப்படுத்திக் கொண்டுவிட்டேன். உடனே அதை உங்களுக்கு சாதகமாக்கிக் கொண்டு பேச ஆரம்பித்துவிடுகிறீர்கள். நம் மனதில் இருக்கும் விருப்பங்கள், ஆர்வங்கள் ஆகியவற்றுக்கான சூத்திரத்தை அவை எதைச் சார்ந்து பிறக்கின்றன, அவற்றை எவை கட்டுப்படுத்து கின்றன என்ற விதிகளை அவர்கள் கண்டுபிடித்துவிட்டார் களென்றால் அவையெல்லாம் எந்த இலக்கில் நிலைகொண்டிருக் கின்றன என்ற சூத்திரத்தை மட்டும் வரையறுத்துவிட்டால் போதும். அப்படி விரும்புவதையே இந்த மனிதர்கள் உடனடியாக நிறுத்தி விடுவார்கள். அவர்கள் நிச்சயமாக அப்படித்தான் செய்வார்கள். என்னால் அதை உறுதியாகச் சொல்லமுடியும். கணிதச் சூத்திரங் களுக்கு ஏற்றபடி ஆசைகளை அமைத்துக்கொள்ள யாருக்குத்தான் விருப்பம் இருக்க முடியும்? அது மட்டுமல்ல. உடனேயே மனித நிலையிலிருந்து, ஓர் இசைக்கருவியின் (ஆர்கன்) கட்டையைப் போலவும் அவன் மாறிவிடுவான். ஆசைகள் சுயமாக எழும் விருப்பங்கள் தானாகவே ஒன்றைத் தேர்ந்துகொள்ளும் சுதந்திரம் இவையெல்லாம் இல்லாதபோது, அப்படி வாத்தியக்கருவி ஒன்றின் கட்டையாக மாறிப்போவதைத் தவிர மனிதனுக்கு வேறு என்ன வழி இருக்கிறது? இதைப் பற்றி உங்கள் அபிப்பிராயம் என்ன? சரி, அப்படியெல்லாம் நடக்குமா, நடக்காதா என்று அதன் சாத்தியக் கூறுகளைத்தான் கொஞ்சம் யோசித்துப் பார்ப்போமே.

ஒரு வேளை அதைப் பற்றி நீங்கள் இப்படி முடிவு செய்ய லாம்.

"பெரும்பாலான சந்தர்ப்பங்களில் நம்முடைய விருப்பங்கள், நமக்கு நன்மை செய்யக்கூடியவையாக இருக்கும் என்று நாம் தவறாக முடிவு செய்துகொள்கிறோம். சில சமயம் எதற்குமே உதவாத ஒன்றைக்கூட நாம் விரும்புகிறோம். காரணம், நம்முடைய முட்டாள்தனம். உருப்படியில்லாத அந்த விருப்பம், நாமாக அனுமானித்துக்கொண்டிருக்கும் ஏதோ ஒரு பயனை அளித்துவிடும் என்று நாம் கற்பனை செய்துகொண்டுவிடுவது தான் அதற்குக் காரணம். ஆனால், மேற்சொன்ன எல்லா விஷயங்களுக்குமே விளக்கம் தரப்பட்டு அவை எழுத்திலும் பதிவாகிவிடுவதாக வைத்துக்கொள்வோம். (அது ஒன்றும் அசாத்தியமானதல்ல; ஒரு சில இயற்கை விதிகளை மனிதனால் ஒருபோதும் கண்டறியவே முடியாது என்று நினைப்பது அபத்தமானது, அறிவுக்குப் பொருந்தாதது). அப்படிப் பதிவாகிவிட்ட பிறகு, முன்பு குறிப்பிட்டது போன்ற விருப்பங்கள் ஒருபோதும் இருக்க முடியாது. காரணம் இதுதான். நாம் கொண்டிருக்கும் விருப்பமும், நம் அறிவு நிலையும் ஒன்றோடொன்று மோதும் சூழலில், நாம் அறிவின் வழிகாட்டுதலைத்தான் பின்பற்றுவோமே தவிர விருப்பத்தின்படி நடப்பதை அல்ல. அறிவைத் தக்கவைத்துக் கொண்டிருக்கும்போது, அப்படி உதவாத விஷயங்களை விரும்புவது கொஞ்சமும் இயலாதது. ஒரு விஷயத்தைப் பற்றி நன்றாகத் தெரிந்து வைத்துக் கொண்டு, அறிவுக்கு எதிராகச் செல்வதையும், நமக்கு நாமே தவறிழைத்துக்கொள்வதையும் அப்போது நாம் விரும்பமாட்டோம். எல்லா விருப்பங்களும், அவற்றுக்கான காரண காரியங்களும் துல்லியமாகக் கணக்கிடப்பட்டுவிடும்போது (என்றேனும் ஒரு நாள் 'சுய விருப்பம்' என்ற ஒன்று எழுவதற்கான இயற்கை விதிகள் நிச்சயமாகக் கண்டுபிடிக்கப்பட்டுவிடும்), கணித அட்டவணையைப் போன்ற ஒன்று தொகுக்கப்பட்டு, நம் விருப்பங்கள் எல்லாமே அந்த அட்டவணைக்கு உட்பட்டு எழுவதாக ஆகிப்போய்விடும்.

"எடுத்துக்காட்டுக்குச் சொல்வதென்றால், குறிப்பிட்ட ஆளை இழிவுபடுத்தும் வகையில் நான் ஒரு சைகை செய்வதாக வைத்துக் கொள்ளலாம்; அதற்கான காரணம் – அவனை இழிவுபடுத்தும் அந்தச் சைகையை நான் செய்யாமலிருக்க முடியாது என்பதும், அந்தச் சைகையை நான் செய்துதான் தீர வேண்டும் என்பதும் முன்கூட்டியே தீர்மானிக்கப்பட்ட விதி என்றும் அவர்களால் நிரூபித்துவிட முடிகிறதென்றால் பிறகு எனக்கென்று என்ன சுதந்திரம் எஞ்சியிருக்கிறது? நான் ஒரு பெரிய அறிவாளியாகவோ, பல்கலைக்கழகப் பட்டம் பெற்றவனாகவோ இருந்தால்தான் என்ன

பயன்? அப்படி ஒரு சூழ்நிலை இருக்குமானால் அடுத்து வரப்போகும் முப்பது ஆண்டுகளை என்னால் முன்கூட்டியே திட்டமிட்டுவிட முடியும்.

"பொதுவாகச் சொல்லப்போனால் ஒரு குறிப்பிட்ட தருணத்தில், ஒரு குறிப்பிட்ட சூழலில் எதைச் செய்ய வேண்டும் என்று இயற்கை நம் அனுமதிக்காகக் காத்திருப்பதில்லை. இதை நாம் தொடர்ந்து எப்போதும் சொல்லிக்கொண்டே இருக்க வேண்டியதுதான். இயற்கையை அதன்போக்கில் ஏற்றுக்கொண்டு அதன் வழியே செல்ல வேண்டியது மட்டும்தான் நம்மால் முடியுமே தவிர, அது எப்படி இருக்க வேண்டும் என்பதை நம்மால் கற்பனை செய்துகொள்ளக்கூட முடியாது. இதை நாம் புரிந்துகொள்ள வேண்டும். சூத்திரங்களையும் விதிகளையும் அட்டவணைகளையும் புரிந்துகொள்ளும் ஆர்வத்தோடு அவற்றை அணுகினாலும்கூட அவற்றை அப்படியே ஏற்பதைத் தவிர நமக்கு வேறு வழியே இல்லை.

நல்லது. இங்கே நான் சிறிது நிறுத்திக்கொள்கிறேன் கனவான்களே! மிகையாகத் தத்துவம் பேசுவதற்காக என்னை நீங்கள் மன்னித்துக்கொள்ளவேண்டும். அதற்குக் காரணம், நாற்பது வருடங்களாக நான் நிலவறைக்குள் மட்டுமே வசித்துவந்ததுதான். எனது கற்பனை உலகத்திற்குள் என்னைக் கொஞ்சம் சஞ்சரிக்க விடுங்கள்.

கனவான்களே! விவேகத்தோடு இருப்பது என்பது ஓர் அற்புத மான விஷயம்தான். அதை யாரும் மறுக்கவில்லை. ஆனால், விவேகம் என்பது வெறும் அறிவு மட்டும்தான். அதாவது மனித இயல்பின் ஒரு பகுதியை காரண காரியங்களை ஆராய்ந்து பார்க் கும் திறனை மட்டும்தான் அதனால் திருப்திப்படுத்த முடியும். ஆனால், சுயமான இச்சை என்பதோ மனித வாழ்க்கையின் ஒட்டுமொத்தமான ஒரு வெளிப்பாடு. மனதில் எழும் இயல்பான எழுச்சி, அறிவாற்றல் என மனித வாழ்வின் எல்லாவற்றையும் உள்ளடக்கியிருப்பது அது. அந்த வகையில் வெளிப்பாடு கொள்ளும் வாழ்க்கை, முழுக்க முழுக்கப் பயனில்லாமலே போனாலும் கூட அது 'உயிர்ப்புள்ள வாழ்க்கை'யாக இருக்கும். வெறும் 'வர்க்க மூலங்'களைக் கணக்குப் போட்டு அதிலிருந்து எழும் வாழ்க்கையாக மட்டுமே அது இருக்காது.

இதோ என்னையேகூட எடுத்துக்கொள்ளுங்களேன், என் திறமைகள் எல்லாவற்றையும் பூர்த்தி செய்துகொள்ளக்கூடியதான இயல்பான ஒரு வாழ்க்கையை வாழவே நான் விரும்புகிறேன். வெறும் விவேகத்துக்காக மட்டும் அல்ல. வாழ்வதற்கான என்

திறன்களில் அதற்கு இருபதில் ஒரு பங்குகூட இடமில்லை. அறிவு மட்டும் இருப்பதனால் அப்படி என்னதான் தெரிந்து விடப் போகிறது? எதைக் கற்றுக்கொள்வதில் வெற்றியடைய முடிந்திருக் கிறது என்பது மட்டும்தான் காரண காரிய அறிவுக்குப் புலப் படக் கூடியது. (சில வேளைகளில் எதையுமே கற்றுக்கொள்வது மில்லை. அது ஒரு சிறிய ஆறுதலுக்காகச் சொல்லிக்கொள்வது மட்டும்தான்; அதை வெளிப்படையாகச் சொன்னால்தான் என்ன ஆகிவிடப் போகிறது?) ஆனால், அதே சமயத்தில் மனித இயல்பு என்பது, தன்னிடம் பொதிந்துள்ள எல்லாவற்றுடனும் முழுமையாய்ச் செயல்படுகிறது; அது தன்னுணர்வுடையதாகவும் இருக்கலாம்; அனிச்சையாகவும் இருக்கலாம். அப்படியே ஒரு வேளை தவறுதலாகப் போனாலும் அதில் உயிர் இருக்கிறது.

கனவான்களே! நீங்கள் என்னை ஏதோ இரக்கத்தோடு பார்த்துக்கொண்டிருக்கிறீர்கள் போலிருக்கிறதே? ஒரு முழுமை யான மனிதனால் அறிவு வளர்ச்சி பெற்ற ஒரு மனிதனால், சுருங்கச் சொன்னால் வருங்காலத்தில் வரப்போகும் ஒரு மனிதனால் தனக்குத் தீமை ஏற்படுத்தக்கூடிய ஒன்றின் மீது மனப்பூர்வமாக விருப்பம் கொள்ள முடியாதென்றும், அதற்குக் காரணம், அறிவியல்பூர்வமாக நிரூபிக்கப்பட்டுவிட்ட உண்மை அது என்றும் திரும்பத் திரும்ப நீங்கள் என்னிடம் சொல்கிறீர்கள். கணித விதிகள் அப்படித்தான் இருக்கும் என்பதை நானும்கூட முழுமையாக ஏற்றுக்கொள்கிறேன். ஆனால், நானும்கூட என் தரப்பை நூறாவது முறையாக மீண்டும் மீண்டும் சொல்கிறேன். எங்காவது ஓரிடத்திலாவது – ஒரே ஓர் இடத்திலாவது – தனக்கு ஒரு விஷயம் தீங்களிக்கக் கூடியது, முட்டாள்தனமானது, படுமுட்டாள்தன மானது என்பதை மனதாரத் தெரிந்துகொண்டே மனிதன் அதற்காக ஆசைப்படுவது நடக்கத்தான் செய்யும். அது, முட்டாள் தனமானதாகவே இருந்தாலும்கூட உருப்படியானதை மட்டுமே விரும்பியாகவேண்டும் என்ற நிர்ப்பந்தம் இருந்தாலும்கூட ஒன்றை விரும்புவதற்கான தன்னுடைய உரிமையை நிலைநாட்டிக்கொள் வதற்காகவாவது அவன் அதைச் செய்வான். ஆனால், மிகவும் அபத்தமானதும் அறிவீனமானதும், மனச் சபலத்தினால் பிறப்பது மான இந்த விருப்பம், சில வேளைகளில் உலகிலுள்ள வேறு எதைவிடவும் அதிக பலனுள்ளதாகக்கூட நமக்குத் தோன்றலாம். அது, தீமையைத்தான் ஏற்படுத்துகிறது என்பது வெளிப்படை யாகவே தெரிந்தாலும், நமக்குக் கிடைக்கக்கூடிய வேறெந்தப் பயனைக் காட்டிலும் அதுதான் நல்லதாகத் தோன்றும்; பொதுப் புத்தியில் நமக்கு ஆதாயம் தரக்கூடியவை என்று நாம் செய்து

வைத்திருக்கும் காரண காரிய ஆராய்ச்சிக்கு நேர்மாறானதாக அது இருக்கும்; காரணம், எப்படிப்பட்ட சூழ்நிலைகளிலும் நமக்கு மிகமிக முக்கியமானதும், விலைமதிப்பற்றதுமான ஒன்றை அது பாதுகாத்துத் தருகிறது என்பதுதான். அதுதான் நமக்கென்று பிரத்தியேகமாக இருக்கும் தனிப்பட்ட ஆளுமை. உண்மையில் மனித குலத்தின் மதிப்பை மேம்படச் செய்வது இதுமட்டுமே என்றுகூடச் சிலர் எண்ணலாம்.

காரண காரியத் தேர்வுக்கேற்றபடி அமையும் விருப்பங்கள், சிலரைப் பொறுத்தவரை ஒத்துப்போவதும் உண்டுதான். அவை எல்லை மீறாமல் அளவோடு அமைந்திருக்கும்போது பாராட்டக் கூடியதாகக்கூட இருக்கலாம். ஆனால், பெரும்பாலும் மிகப் பெரும்பாலும் பார்க்கப்போனால், விருப்பத்தோடு கூடிய தேர்வு என்பது காரண காரிய அறிவாராய்ச்சிக்கு முற்றிலும் எதிராக, மாறானதாகத்தான் அமைந்திருக்கிறது. ஆனால், உங்களுக்குத் தெரியுமா? அதுவும்கூட ஒரு வகையில் லாபகரமானதுதான். பாராட்டக்கூடியதுதான்.

கனவான்களே! மனிதன் ஒன்றும் முட்டாள் இல்லை என்று வைத்துக்கொள்வோம் (மனிதனைப்போய் முட்டாள் என்று சொல்லிவிட்டால் பிறகு யாரைத்தான் அறிவாளி என்று சொல்ல முடியும் என்ற ஒரு நினைப்பிலாவது இதை எவரும் மறுக்க மாட்டார்கள் என்று நினைக்கிறேன்). மனிதன் என்பவன் முட்டாளாக இல்லாமல் இருக்கலாம்; ஆனால், இராட்சதத் தனமான வகையில் நன்றிகெட்டவன் அவன். வியக்கும் அளவுக்கு நன்றிகெட்டவன் அவன். 'நன்றியில்லாத இரண்டுகால் மிருகமே மனிதன்' என்று சொல்வது மிகவும் பொருத்தமாக இருக்குமென்று நினைக்கிறேன். ஆனால், இது மட்டும் இல்லை. அவனுடைய மோசமான குறைபாடு என்று இது ஒன்றை மட்டும் சொல்ல முடியாது. அவனுடைய மிக மிக மோசமான தவறு ஒரு நாளும் வற்றிப்போய்விடாத அவனுடைய ஒழுக்கக்கேடுதான். பிரளய வெள்ளம் பெருக்கெடுத்தோடியதிலிருந்து ஷ்லெஸ்விக் – ஹோல்ஸ்டெயின் காலம் வரை வற்றியே போகாமல் தொடர்ந்து கொண்டே வருவது அது. ஒழுக்கக் கேடும் அதன் விளைவாக நல்ல பண்புகளை இழந்து நிற்பதும். நல்லியல்புகளை இழப்பதற்கு ஒழுக்கம் குன்றிப்போவதுதான் காரணமாக இருக்க முடியும் என்பது காலங்காலமாக ஏற்கப்பட்ட ஒன்றுதான். வேண்டுமானால் மனித குல வரலாற்றை நீங்களே உங்கள் கண்களால் புரட்டிப் பார்த்துப் பரிசோதனை செய்துகொள்ளுங்கள். என்ன தெரிகிறது? பிரமாதம் மிக மிகப் பிரமாதம் இல்லையா?

உதாரணத்துக்கு, மிகுந்த சிறப்போடு விளங்கும் 'ரோட்ஸின் கொலோசஸை'யே* எடுத்துக்கொள்ளுங்களேன்.

அதைப்பற்றி ஆராயும் அனெவ்ஸ்கி போன்ற வரலாற்றாசிரியர்கள், அந்தக் கலைப்படைப்பு மனிதக் கரங்களால் உருவாக்கப்பட்டதா, இயற்கையாகவே உருவானதா என்பதில் கருத்து பேதங்கள் இருப்பதாகக் குறிப்பிட்டிருக்கிறார்கள். இரண்டும் வெவ்வேறு மாதிரி இருக்கிறதல்லவா? அப்படி வேறுபாடாக இருக்கவும் வாய்ப்பிருக்கிறது. வெவ்வேறு வயதுடைய பல வகைப் பட்ட மனிதர்களின் சீருடைகள், இராணுவச் சீருடைகள், அன்றாட உடைகள் என்று இவற்றைப் பற்றியெல்லாம் நினைத்துப் பார்க்கும்போது அவற்றுக்கு ஏதோ மதிப்பிருக்கிறது என்று எண்ண முடிவது உண்மைதான். அதே வேளையில் அவற்றையெல்லாம் களைந்துவிட்டுப் பார்த்தால் நமக்கு ஏற்படும் திகைப்புக்கு ஒரு முடிவே இருக்காது. எந்த வரலாற்றாசிரியனாக இருந்தாலும் ஒரு முடிவுக்கும் வர முடியாமல் அதுகண்டு அப்படித்தான் திகைப்பான்.

இந்தப்பேச்சு, கொஞ்சம் சலிப்பூட்டுவதாக இருக்கிறது. அப்படித்தானே. ஆமாம் இது சலிப்பூட்டுவதுதான்.

அவர்கள் சண்டை போட்டுக்கொண்டேதான் இருக்கிறார்கள். இப்பொழுதும் இதற்கு முன்னாலும் இனிமேலும்கூடத்தான். அது மிகவும் சலிப்பூட்டுகிற ஒரு விஷயம் என்பதை நீங்கள் ஏற்றுக்கொள்வீர்கள்.

சுருக்கமாகச் சொல்லப்போனால் உலக வரலாற்றைப் பற்றி ஒருவர் எதை வேண்டுமானாலும் சொல்லலாம்; ஒழுங்கற்றதான தனது கற்பனையில் தட்டுப்படும் எதை வேண்டுமானாலும் சொல்லிவிடலாம். ஆனால் அது அறிவுக்குப் பொருத்தமானது என்று மட்டும் அவரால் சொல்லவே முடியாது. அந்த வார்த்தையைச் சொல்லமுற்படும்போதே அது தொண்டைக்குள் சிக்கிக்கொண்டுவிடும்.

---

* *(1848–1852 காலகட்டத்தில், டானிஷ் மற்றும் ஜெர்மானியர்களுக் கிடையே நிகழ்ந்த பூசல்கள்)*

* **ரோட்ஸின் கொலோசஸ்:** கிரேக்கநாட்டிலுள்ள ரோட்ஸ் என்னும் நகரில் உருவாக்கப்பட்ட டைட்டன் என்ற கிரேக்கக் கடவுளின் சிலை ரோட்ஸின் கொலோசஸ்; 98அடி உயரம் கொண்ட இந்தச் சிலை பண்டைய உலகத்தின் ஏழு அதிசயங்களில் ஒன்றாகவும், அந்தக் காலகட்டத்தில் மிக உயரமானதாகவும் கருதப்பட்டது. சைப்ரஸ் அரசன் ரோட்ஸ் நகரின் மீது தொடுத்த முற்றுகை, பாதியில் முறியடிக்கப்பட்டதைக் கொண்டாடும் வகையில் உருவாக்கப்பட்ட இச்சிலை, காலப்போக்கில் நிலநடுக்கத்தால் சிதைவுக்கு உள்ளாகி அழிந்தது.

ஒவ்வொரு நிமிடமும், தொடர்ச்சியாக எப்போதும் நிகழ்ந்து கொண்டிருப்பது, பின்வரும் வினோதமான விஷயம்தான். துறவிகளாகவும், மனித குலத்தின் நலம் நாடுபவர்களாகவும் பல மனிதர்கள் அறிவுத்திறனும் நன்னடத்தையும் கொண்ட பல மனிதர்கள், அவ்வப்போது இந்த மண்ணுலகில் தொடர்ச்சியாக வந்துகொண்டேதான் இருக்கிறார்கள். தங்களால் இயன்ற அளவுக்கு விவேகமாகவும், ஒழுக்கமாகவும் வாழ்வதையே அவர்கள் தங்கள் வாழ்வின் குறிக்கோளாகவும் கொண்டிருக்கிறார்கள். அவ்வாறு ஒழுக்கமாகவும் அறிவுத்திறனோடும் இந்த உலகத்தில் வாழ்வது சாத்தியமானதுதான் என்பதைப் பிறருக்கு நிரூபித்துக் காட்டுவதே அவர்கள் கொண்டிருக்கும் இலட்சியம் என்றும்கூடத் தோன்றுகிறது. ஆனால் இப்படிப்பட்ட மனிதர்களும்கூட, உடனேயோ சிறிது காலம் கழிந்த பிறகோ தங்களைத் தாங்களே பொய்க்கும்படி மோசமாக நடந்துகொள்ள ஆரம்பித்துவிடுகிறார் கள். வினோதமான ஒரு தந்திரத்தையோ, தவறையோ செய்கிறார் கள்; சில சமயங்களில் மிகவும் கேவலமான ஒன்றாகக்கூட அது ஆகிவிடுகிறது.

இப்போது உங்களைக் கேட்கிறேன், இத்தனை வினோதமான இயல்புகளைக் கொண்டிருக்கும் இந்த மனிதர்களிடமிருந்து எதைத்தான் எதிர்பார்க்க முடியும்? இந்த உலகத்தில் எத்தனை வகையான ஆனந்தங்கள் இருக்கின்றனவோ அவை அனைத் தையும் அவன்மீது பொழியுங்கள். மகிழ்ச்சிக் கடலுக்குள்ளேயே அவனை நீராட்டுங்கள். சந்தோஷத்தின் நீர்த்திவலைகள் தவிர வேறு எதுவுமே தட்டுப்படாத வகையில் அவற்றால் மட்டுமே அவனை மூழ்கடியுங்கள். தாராளமான செல்வவளத்தை அவனுக்குக் கொடுங்கள். உண்பதும் உறங்குவதும் இனப்பெருக்கம் செய்வதும் தவிர அவனுக்கு வேறு எந்த வேலையுமே இல்லாமல் செய்துவிடுங்கள். ஆனால், அப்போதும்கூட அவன் நன்றியில்லா தவனாகத்தான் இருப்பான். வெறும் வெறுப்பைத் தவிர வேறு எதுவுமே இல்லாதவனாய், உங்களிடம் மோசமாக மட்டுமே அவன் நடந்துகொள்வான். தன்னுடைய உணவைப் பற்றிக் கூடக் கவலைப்படாமல், தனது உயிருக்கே உலை வைக்கக் கூடியதும், பொருளாதார ரீதியாகத் தன்னை மிக மோசமான நிலைக்குக் கொண்டு செல்லக் கூடியதுமான அபத்தமான ஒரு செயலைச் செய்யத்தான் அவன் ஆசைப்படுவான். தனக்கு விளைந்திருக்கும் நேரடியான நன்மைகளுக்கு இடையே அபாயகரமான தனது கற்பனையைச் செருகிப் பார்க்கும் விருப்பத்தைத் தவிர வேறெது வும் இதற்குக் காரணமில்லை. தன்னுடைய கற்பனைக் கனவுகளும், மிக அபத்தமானவையுமான குற்றங்களைத் தக்க வைத்துக்

கொள்ளவே அவன் ஆசைப்படுவான். அதற்குக் காரணம், மனிதர்கள் இன்னும்கூட மனிதர்களாகத்தான் இருக்கிறார்கள் என்பதைத் தனக்குத்தானே நிரூபித்துக்கொள்ள அவை அவசியமானவை என்று அவன் எண்ணுவதுதான். மனிதனின் இச்சைகள் எல்லாம் ஓர் அட்டவணைக்குக் கட்டுப்பட்டவையே என்றும் அவற்றை மீறி அவனால் எதையும் விரும்பமுடியாது என்றும் பயங்காட்டியபடி, மனித குலத்தைத் தன் முழுமையான ஆதிக்கத்திற்குள் கொண்டு வர முயன்றுகொண்டிருக்கும் இயற்கை விதிகளை மீறியபடி தன்னை நிறுவிக்காட்ட அவன் விரும்புவதுதான் இதற்குக் காரணம்.

அது மட்டுமன்று. மனிதன் ஒரு பியானோப் பொத்தானாகவே ஆக்கப்பட்டுவிட்டாலும் இயற்கை விதிகளின்படியும், கணித சூத்திரங்களின்படியும் அந்த உண்மை அவனுக்கு நிரூபிக்கப்பட்டிருந்தாலும் அப்போதும்கூட அவன் அறிவின் வழிகாட்டுதலுக்கு உடன்படாமல் அதை மறுத்துக்கொண்டுதான் இருப்பான். அத்தனையையும் மீறி தான் கொண்டிருக்கும் கருத்துக்கு வலுச் சேர்ப்பதற்காகவே, துளியும் நன்றியில்லாமல் வக்கிரமான ஏதாவது ஒரு செயலில் ஈடுபடுவான். அதற்கு வழியில்லாதபோது அழிவுச் செயல்களிலும், குழப்பங்களை உண்டாக்குவதிலும் முனைந்து விடும் அவன், தான் கொண்டிருக்கும் அந்த ஒரு எண்ணத்தி னாலேயே பலவகையான துன்பங்களைக்கூட ஏற்படுத்திவிடுவான். இந்த உலகின் மீது ஒரு சாபம் கவியுமாறும் செய்துவிடுவான். மனிதனால் மட்டும்தானே அப்படி சாபம் போடமுடியும்? (மற்ற விலங்கினங்களிலிருந்து அவனை வேறுபடுத்தும் முதன்மையான அம்சம் இந்த உரிமைதானே?) அவ்வாறு சாபம் இடுவதனாலேயே தான் எண்ணிய இலக்கை அதாவது, தான் ஒரு பியானோக் கட்டை இல்லை, மனிதன்தான் என்பதை நிரூபிக்க முடியும் என்று அவன் திருப்தியடைந்தும்விடுவான். இப்படிப்பட்ட இருண்மையான பேரிடர்களும் குழப்பங்களும் சாபங்களும்கூட முன்கூட்டியே கணக்கிடப்படவும், அட்டவணைப்படுத்தப்படவும் கூடியவை என்றும், அவ்வாறு முன்கூட்டியே கணக்கிட முடிவதால் அவற்றை நிறுத்திவிட முடியும், அதன்வழி அறிவை நிலை நிறுத்திக்கொள்ள வழி ஏற்படும் என்றும் நீங்கள் சொல்வீர்களென்றால் மனிதன் தன் எண்ணத்தை நிறைவேற்றிக்கொள்வதற்காகவே அறிவிலிருந்து தன்னை விடுவித்துக்கொண்டு பைத்தியமாகக்கூட ஆகிவிடுவான்.

நான் அப்படித்தான் நம்புகிறேன். உங்களுக்கும் ஏற்ற பதில் அளிக்கவே ஆசைப்படுகிறேன். மனிதன் எந்தச் செயலைச் செய் தாலும் அவனது செயல்பாட்டின் ஒவ்வொரு நொடியும் அவன் ஒரு பியானோக்கட்டை இல்லை, மனிதன் மட்டுமே என்பதைத்

தனக்குத்தானே நிரூபித்துக்கொள்வதிலேயே செலவாகிக் கொண்டிருக்கும். அந்தச் செயல்பாடு. அவன் தனக்குத்தானே ஏற்படுத்திக் கொள்ளும் துன்பமாக இருக்கலாம் அல்லது துளிக்கூட நாகரிக மில்லாததாக, அதற்கு நேர் எதிராக, காட்டுமிராண்டித் தனமானதாகக்கூட இருக்கலாம். நிலைமை இப்படி இருக்கும் போது, நல்ல வேளையாக இதுவரை இப்படியெல்லாம் நிகழா மலிருக்கிறதே என்றும், இதுவரை நாம் அறியாத ஏதோ ஒன்றைச் சார்ந்ததாகவே அந்த விருப்பம் இருக்கிறது என்றும் மகிழ்ச்சி யடைவதை எவ்வாறு கட்டுப்படுத்திக்கொள்ளமுடியும்?

ஒருவேளை என்மீது பரிவு கொண்டு என்னைப் பார்த்து நீங்கள் இப்படிக் கத்தலாம்: "உன் சொந்த விருப்பத்தை உன்னிட மிருந்து பறித்துக்கொள்ள யாரும் முயலவில்லை; அவர்கள் கவலைப்படுவதெல்லாம் உன் சுயவிருப்பமென்பது இயல்பாகவே உன் தனிப்பட்ட நலன்கள் சார்ந்ததாகவும், இயற்கை மற்றும் கணித விதிகளுக்கு உட்பட்டதாகவும் இருக்க வேண்டும் என்பது மட்டுமே."

ஐயோ கடவுளே!

ஆனால் கனவான்களே! இரண்டும் இரண்டும் நான்கு என்பதைப் போன்ற கணிதவிதிக்கும் அட்டவணைகளுக்கும் உட்பட்ட தாக ஒரு சுயவிருப்பம் எப்படித்தான் எஞ்சி இருக்க முடியும்?

எனக்கு விருப்பமில்லாமலே இரண்டும் இரண்டும் நான்கு என்பதாகத்தான் இருந்துகொண்டிருக்கிறது. என் சுயவிருப்பம் என்பது நிச்சயம் அதை நோக்கியதல்ல.

9

கனவான்களே! நான் வேடிக்கையாகத்தான் பேசிக்கொண்டிருக்கிறேன். ஆனால், நான் பேசுபவை, அவ்வளவு சுவாரசியமான வேடிக்கைப் பேச்சுகளாக இல்லை. ஆனால் சிலர், ஒருவர் பேசுவதையெல்லாமே வேடிக்கையாக எடுத்துக்கொள்வதும் உண்டு என்பது உங்களுக்குத் தெரிந்திருக்கும். ஒரு வேளை, கனத்த இதயத்தோடுகூட அப்படி நான் வேடிக்கையாகப் பேசிக் கொண்டிருக்கலாமே?

கனவான்களே! நான் கேள்விகளால் அலைக்கழிவுபட்டுக் கொண்டிருக்கிறேன். நீங்கள் எனக்கு பதில் சொல்லுங்கள்.

மனிதர்களை அவர்களது பழைய பழக்கங்களிலிருந்து விடுவித்து, விஞ்ஞான வளர்ச்சிக்கும் பகுத்தறிவுக்கும் ஏற்றபடி அவர்களின் விருப்பங்களைச் சீரமைக்க வேண்டுமென்று நீங்கள் விரும்புகிறீர்கள் என்று வைத்துக்கொள்வோம். ஆனால், அது முடியாதது என்பது மட்டுமில்லை; மனிதனை அந்தப்போக்கில் சீர்திருத்த முயல்வதும்கூட விரும்பத்தக்கதன்று என்பதை நீங்கள் அறிந்திருக்கிறீர்களா? அது உங்களுக்கு எப்படித் தெரியும்?

மனித உள்ளுணர்வுகளால் ஏற்படும் எழுச்சிகள் சீரமைக்கப் படத்தாம் வேண்டும் என்ற முடிவுக்கு உங்களை இட்டுச்செல்வது எது? அவ்வாறு சீரமைப்பதே மனிதனுக்குப் பயனளிக்கக்கூடியது என்று ஏன் நினைத்துக்கொண்டீர்கள்?

இன்னும்கூட இந்த விஷயத்தின் அடி ஆழத்துக்கே போகலாம். பகுத்தறிவும் கணித விதிகளும் உத்தரவாதமளித்திருக்கும் முடிவுகளை ஒத்தவையாக அமையும் மனிதர்களின் இயல்பான நியாயமான விருப்பங்களே அவர்களுக்கு நலனளிக்கும் என்பதால் அவற்றுக்கு எதிராகச் செயல்படக்கூடாது என்றும், மனிதகுலத்தின் விதிகளாக அவைதாம் இருக்கவேண்டும் என்றும் நீங்கள் ஏன் விடாப்பிடியாக நம்பிக்கொண்டிருக்கிறீர்கள்? இப்போது வரையிலும்கூட அது ஒரு அனுமானம் மட்டும்தான் என்பது உங்களுக்கே தெரியும். அது ஒரு தர்க்க விதியாக இருக்கலாம். ஆனால், மனித குலத்துக்கான ஒட்டுமொத்தமான விதியில்லை அது.

கனவான்களே! என்னை ஒரு பைத்தியம் என்றுதானே நினைத்துக்கொண்டிருக்கிறீர்கள்? என்னைக் கொஞ்சம் விளக்கமாகப் பேச அனுமதியுங்கள்.

மனிதன், படைப்புத்திறன் கொண்ட ஒரு மிருகம் என்பது வேறு எதைவிடவும் மேலானது என்பதை நான் ஒத்துக்கொள் கிறேன்; அதனாலேயே எப்போதும் ஏதாவது ஓர் இலக்கை அடைவதற்குத் தொடர்ந்து முயற்சி செய்துகொண்டிருக்குமாறு அவன் விதிக்கப்பட்டிருக்கிறான். அந்த இலக்கை அடைவதற்கான பாதைகள் அவனை எங்கே இட்டுச் செல்வதாக இருந்தாலும் அவற்றை வகுப்பதிலேயே அவன் தொடர்ந்து தன்னை நிலை நிறுத்திக் கொள்கிறான். ஆனால், சில வேளைகளில் அவன் தன் இலக்கை விட்டு திசை மாறியும் போகிறான்; தான், அப்படிப்பட்ட ஒரு பாதையை உண்டாக்குவதற்காகத்தான் விதிக்கப்பட்டிருக் கிறோம் என்று அவன் எண்ணுவதும்கூட அதற்கான காரணமாக இருக்கலாம். உலக நடைமுறைக்கு ஒத்திருக்கும் 'நேரடியான' ஒரு மனிதன் எவ்வளவுதான் முட்டாளாக இருந்தாலும், சில வேளை களில் அவனுக்கும்கூட சில எண்ணங்கள் தோன்றும். தான் வகுக்கும் பாதை, தன்னை எங்கோ ஓரிடத்திற்கு இட்டுச்செல்லத் தான் போகிறது என்றாலும் அதன் மூலம் அடையப்போகும் இலக்கை விடவும், அதை அடைவதற்காக மேற்கொள்ளும் முயற்சி தான் முக்கியமானது என்று அவனுக்குத் தோன்றிவிடும்.

பாதை வகுப்பதை வெறுத்துவிட்டு பயங்கரமான சோம்பேறித் தனத்துக்குள் (பிற தீமைகளுக்கெல்லாம் அதுவே மூலம்) மூழ்கிவிடக் கூடிய அபாயத்திலிருந்து 'ஒழுங்காக வளர்க்கப்படும்' குழந்தைகளைக் காப்பாற்றுவதற்காகவே அது விதிக்கப்பட்டிருக் கிறது என்பதை அவன் உணர்ந்துகொள்வான்.

பாதைகளை வகுக்கவும், அதில் குறுக்கிடும் தடைகளை விலக்கவும் மனிதன் விரும்புகிறான் என்பது உண்மைதான். அதில் எந்தக் கருத்து வேறுபாடும் இல்லை. ஆனால், அதே வேளையில் அழிவுச் செயல்களில் ஈடுபடுவதிலும், குழப்பம் ஏற்படுத்துவதிலும் கூட அவன் தீராத தாகம்கொண்டிருக்கிறானே அது ஏன்? இதற்குக் கொஞ்சம் பதில் சொல்லுங்கள் பார்க்கலாம்.

என்னிடம் அதற்கான சிறிய விளக்கம் ஒன்று இருக்கிறது.

மனிதன் அழிவையும் குழப்பத்தையுமே விரும்புகிறான் என்பது அதற்குப் பொருளில்லை. (ஆனால், சில சமயம் அவன் அவற்றை விரும்புவதுண்டு என்ற உண்மையையும் மறுக்க முடியாது.)

தான் உருவாக்கி வரும் மாளிகை கட்டி முடிக்கப்பட்டுவிடப் போகிறதே, தான் அடைய எண்ணிய இலட்சிய இலக்கு நெருங்கி விட்டதே என்று எண்ணும்போது அவன் துணுக்குறுகிறான்; அஞ்சிப்போகிறான். ஒருவேளை, தான் கட்டிய மாளிகையை

அண்மையிலிருந்து பார்ப்பதைவிட சற்று தூரத்திலிருந்து பார்ப்பதைத்தான் அவன் விரும்புகிறானோ என்னவோ? அது யாருக்குத் தெரியும்? ஒருகால், அதைக் கட்டி முடிக்கத்தான் அவன் விரும்புகிறானேயன்றி, அதில் குடியேறி வாழ அவனுக்கு விருப்ப மில்லையோ என்னவோ? கட்டி முடித்த பிறகு ஆடு, மாடு போன்ற வீட்டு மிருகங்களும், எறும்பு முதலிய ஜந்துக்களும் அதில் குடியிருந்துகொள்ளட்டும் என்று எண்ணி, அவற்றுக்காக அதை விட்டுவிட்டு ஒதுங்கிவிடுகிறானோ என்னவோ? ஆனால் எறும்பு களின் ரசனை, முழுக்க முழுக்க வேறுமாதிரியானது. மிகமிக அற்புதமான பாணியில் எவரும் எளிதில் அழித்துவிடாத முறை யில் தங்களுக்குத் தாக்குப்பிடிக்கக்கூடியதான புற்றுகளைத் தங்கள் இருப்பிடமாக அவை அமைத்துவிடுகின்றன.

இந்த எறும்புகள் பாராட்டுக்கு உரியவைதாம். புற்றை உருவாக்குவதில் தொடங்கி அதைக் கட்டி முடிப்பதோடு அவை தாங்களும் அழிந்துபோகின்றன. அவற்றின் இடைவிடாத சுறு சுறுப்புக்கும், அயராத முயற்சிக்கும் அந்த ஒரு செயலே பெருமை தேடித்தந்துவிடுகிறது. ஆனால், மனிதனோ அற்பமானவனாகவும் முரண்கள் நிறைந்த ஜந்துவாகவும் இருக்கிறான். ஒரு சதுரங்க ஆட்டக்காரனைப் போன்றவனான அவனுக்கு இலக்கை அடை வதற்கான முயற்சியில்தான் ஆர்வமே தவிர இலக்கின்மீது இல்லை. ஒருவேளை இந்த உலகில் மனிதகுலம் அடைய முயன்று கொண்டிருக்கும் ஒரே குறிக்கோள், ஒன்றை அடைவதற்கான தொடர்ச்சியான முயற்சி மட்டும்தானோ என்னவோ? யாருக்குத் தெரியும்? (அதுதான் உண்மை என்று உறுதியாக வரையறுத்துக் கூறமுடியாவிட்டாலும்கூட.)

அதையே வேறு சொற்களில் கூறுவதானால் வாழ்க்கையில் ஏதேனும் ஒன்றை அடைவதைவிட வாழ்வதில் மட்டும்தான் நாட் டம் என்றும்கூட சொல்லலாம். காரணம், எதை அடைந்து விடு கிறோமோ அது இரண்டும் இரண்டும் நான்கு என்பது போல ஏதேனும் ஒரு விதிக்கு உட்பட்டதாகவும், வெளிப்படையாகப் புலப்படக்கூடியதாகவும் மட்டுமே இருக்கும். அப்படி இரண்டும் இரண்டும் நான்கு என்று கணக்குப்போட்டு வாழ்வது ஒரு வாழ்க்கை ஆகாது கனவான்களே! உண்மையில், அது மரணத்துக் கான ஒரு தொடக்கம் மட்டும்தான். இப்படிப்பட்ட இரண்டும் இரண்டும் நான்கு என்ற உறுதியான கணக்கீட்டைக் குறித்து மனிதன் எப்போதுமே பயத்தோடுதான் இருந்துவந்திருக்கிறான். எனக்குக்கூட இப்போது அந்த பயம்தான். துல்லியமாகக் கணக்கிடப்பட்டுவிட்ட ஒன்றை நோக்கியதுதான் மனிதனின் தேடல் என்று வைத்துக்கொண்டால் அப்போதும் அந்தத் தேடலுக்காகவே

பெருங்கடல்கள் பலவற்றுக்குள் அவன் பயணம் செய்வான்; தன் வாழ்க்கை முழுவதையுமேகூட அந்தத் தேடலுக்காக அர்ப்பணிப்பான். ஆனால், அந்தத் தேடலில் தான் தேடுவதை அடைந்து வெற்றி பெறுவதென்பது அவனுக்கு உண்மையிலேயே அச்சமூட்டுவதாகத்தான் இருக்கும் என்று நான் உறுதியாகச் சொல்கிறேன். காரணம், அந்த முடிவை எட்டிய பிறகு தேடலுக்கான எதுவுமே அவனிடம் எஞ்சியிருக்கப்போவதில்லை.

அன்றாடம் கூலி வேலை பார்க்கும் தொழிலாளிகள், தங்கள் வேலையை முடித்த பிறகு குறைந்தபட்சம் தங்கள் தினக்கூலியை யாவது பெற்றுக்கொண்டு ஏதாவது ஒரு சாராயக் கடையைத் தேடிப்போய்விடுகிறார்கள்; பிறகு ஏதேனும் ஒரு காரணத்தால் அவர்கள் காவல் நிலையத்துக்கும் கொண்டு செல்லப்பட்டு விடு கிறார்கள். அவர்களது ஒரு வாரப்பொழுது இப்படியே போய்விடு கிறது. ஆனால், இந்த மனிதனால் அப்படி எங்கேதான் போய்விட முடியும்?

குறிப்பிட்ட சில இலக்குகளை அடைந்த பிறகு மனிதனுக்குத் தன்மீதே ஏதோ ஒரு வகையான அருவருப்பு ஏற்பட்டுவிடுகிறது என்பதுதான் யதார்த்த நடப்பு. ஒன்றை அடைவதற்கான - சாதிப் பதற்கான – வழிமுறையை அவன் விரும்புகிறான்; ஆனால் தான் அடைந்துவிட்ட ஒன்றை அவன் விரும்புவதே இல்லை. நிச்சயம் இது ஒரு அபத்தமான விஷயம்தான். ஒரே வார்த்தையில் சொல் வதானால் மனிதன் ஒரு வேடிக்கையான ஜந்து என்பதால் இவற்றிலும்கூட வேடிக்கையான சில அம்சங்கள் மறைந்திருக்கக் கூடும்.

ஆனாலும்கூட, இரண்டும் இரண்டும் நான்கு என்பது போன்ற இந்தக் கணித உறுதிப்பாடு இருக்கிறதே, அதுதான் சற்றும் பொறுத்துக்கொள்ள முடியாததாக இருக்கிறது. இரண்டும் இரண்டும் நான்கு என்ற இந்த விஷயம் எனக்கென்னவோ துடுக்குத்தனமானதாகப் படுகிறது.

இரண்டும் இரண்டும் நான்கு என்பது, டாம்பீகமாக, அகங்காரமாகத் தோற்றமளிக்கும் கோமாளித்தனமான ஒரு முட்டாள். அது முழங்கைகளை மடித்து இடுப்பில் ஊன்றிக் கொண்டு, கால்களை அகட்டி வைத்தபடி, உங்கள் பாதையை மறித்துக் கொண்டிருக்கிறது; உங்கள்மீது காறித் துப்பிக் கொண்டிருக்கிறது.

இரண்டும் இரண்டும் நான்கு என்பது ஓர் அற்புதமான விஷயமாக இருக்கலாம் என்பதை நானும்கூட ஒத்துக்கொள்கிறேன்.

ஆனால், அதற்குக் கொடுக்க வேண்டியதையெல்லாம் கொடுத்தான பிறகு, இரண்டும் இரண்டும் ஐந்து என்பதும்கூட சில வேளைகளில் மிகவும் கவர்ச்சியான ஒரு விஷயமாக ஆகக் கூடும்.

இயல்பானதும் வெளிப்படையாக நன்மை செய்யக்கூடியது மான ஒன்றுதான் மனிதனுக்குப் பயனளிப்பதாக இருக்கும் என்று நீங்கள் எதை வைத்து இப்படி உறுதியாக, திடமாக முடிவு கட்டிக் கொண்டீர்கள்? பயனுள்ளவை எவை என்று தீர்மானிப்பதில் அறிவு தவறிவிடக்கூடாதா என்ன? தன்னுடைய சொந்த நலனுக்கு உகந்ததல்லாத ஒன்றின் மீது மனிதன் விருப்பம் கொள்ள சாத்தியம் இல்லையா என்ன? ஒருவேளை, அவன் துன்பப்படுவதையேகூட விரும்பக்கூடும். தனக்கு நலம்சேர்க்கும் இன்னொன்றைப் போலவே இவ்வாறு துன்பப்படுவதும்கூடத் தனக்கு ஏதோ ஒரு வகையில் பயன்தருவதாகக்கூட அவன் எண்ணலாம்.

சில வேளைகளில் துன்பத்தை அனுபவிக்க வேண்டுமென்ற பேராவல் வெறித்தனமாக, மிகையாக, வித்தியாசமான முறையில் மனிதனுக்கு ஏற்பட்டுவிடுகிறது. அது மறுக்க முடியாத ஓர் உண்மைதான். அதை நிறுவுவதற்கு நீங்கள் மனிதகுல வரலாற்றின் பக்கங்களைப் புரட்டிப் பார்க்க வேண்டிய அவசியமில்லை. இந்த உலகில் நீங்களும் ஒரு மனிதராக வாழ்க்கை நடத்தியிருந்தால், உங்களை நீங்களே கேட்டுப் பார்த்தால் போதும்.

என்னுடைய தனிப்பட்ட கருத்தைச் சொல்ல வேண்டுமென் றால், பயன்தரக்கூடிய ஒன்றின் மீது மட்டுமே கருத்துச் செலுத்து வது என்பது எனக்கு அநாகரிகமாகக்கூடப் படுகிறது. நல்லதோ கெட்டதோ எல்லாவற்றையும் நொறுக்கிப்போட்டுவிடுவது சில நேரங்களில் எவ்வளவு இன்பமளிப்பதாக இருக்கிறது?

துன்பத்தை ஏற்பது, பயனைப் பெறுவது என்ற இரண்டு தரப்புகளில் நான் எதற்குமே ஆதரவாகப் பேசவரவில்லை. நான் கேட்பதெல்லாம், என் விருப்பங்களின்படி நடக்க நான் அனுமதிக் கப்படவேண்டும் என்பதும், தேவைப்படும் போதெல்லாம் அவை எனக்குக் கிடைக்குமென்ற உத்தரவாதம் அளிக்கப்படவேண்டும் என்பதும் மட்டுமே. மலிவான களியாட்டங்களில் துன்பத்துக்கு இடமே இல்லை என்று நான் அறிந்திருக்கிறேன். பளிங்கு மாளிகையைப் பொறுத்தவரை, அப்படிப்பட்ட ஒன்றைப் பற்றி நினைத்துக்கூடப் பார்க்கமுடியாது. துன்பம் என்பது, சந்தேகத் தோடு கூடியது, எதிர்மறையானது. சந்தேகம் என்ற ஒன்று ஏற்பட்டுவிட்டால் பிறகு பளிங்கு மாளிகையின் பிரதாபத்தைக்

கொண்டாட அப்புறம் என்னதான் இருக்கும்?

ஆனாலும்கூட உண்மையான துன்பங்களையும் அழிவுச் செயல்களையும் குழப்பங்களையும் உண்டாக்குவதை மனிதன் ஒரு காலத்திலும் விட்டுவிட மாட்டான் என்றே நான் தீர்மானமாக நினைக்கிறேன். மனிதனின் தன்னுணர்வுக்கான மூலகாரணமே, அடிப்படையே துன்பம் மட்டும்தான். மனிதனின் மிகப்பெரிய துரதிருஷ்டமே அவனது தன்னுணர்வுதான் என்று ஆரம்பத்தில் நான் தரக்குறைவாக அதைப் பற்றிப் பேசியிருந்தாலும்கூட மனிதன் அதைப் பெரிதும் மதிக்கிறான் என்பதையும், வேறு எந்த வகையில் திருப்தி அடைவதற்காகவும் அதை விட்டுத்தந்து விட மாட்டான் என்பதையும் நான் அறிந்தே இருக்கிறேன்.

இரண்டும் இரண்டும் நான்கு என்று போடும் கணக்கை யெல்லாம்விட அளவிட முடியாதபடி உயர்வானது தன்னுணர்வு. கணிதரீதியாக ஒன்று உறுதிசெய்யப்பட்டுவிட்ட பிறகு, புரிந்து கொள்வதற்கோ, செயல்படுவதற்கோ எஞ்சியிருப்பது எதுவும் இல்லை. ஐந்து புலன்களையும் அடக்கி ஒடுக்கியபடி சிந்தனையில் ஆழ்ந்துபோவதைத் தவிர உங்களுக்கு அப்போது வேறெதுவும் மிச்சமிருக்காது. தன்னுணர்வை இறுகப்பற்றிக்கொண்டிருந்தால் மேற்குறித்தது போன்ற விளைவுதான் ஏற்படும் என்றாலும் அவ்வப்போது நம்மை நாமே உசுப்பி விட்டுக்கொண்டு கொஞ்சம் உற்சாகமாக, உயிர்ப்போடவாவது இருக்கலாம். அது, கொஞ்சம் பிற்போக்கானதுதான் என்றாலும், ஒன்றுமே செய்யாமல் இருப்பதை விட இப்படி நம்மை நாமே தண்டித்துக்கொள்வது பரவாயில்லை அல்லவா?

10

எந்தக் காலத்திலுமே சிதைக்கப்பட முடியாத ஒரு பளிங்கு மாளிகை இருக்கக்கூடுமென்று நீங்கள் நம்புகிறீர்கள். எவரும் நாக்கை நீட்டிப் பழிப்புக் காட்டவோ, இகழ்ச்சியாக சைகை காட்டவோ முடியாத ஒரு மாளிகை. பளிங்கினால் செய்யப் பட்டதாகவும், அழிக்க முடியாததாக இருப்பதாலும், ஒளிவு மறைவாய்க்கூட நாக்கை நீட்டிப் பழிப்புக் காட்ட முடியாமல் இருப்பதனாலும்தான் ஒருவேளை நான் அந்த மாளிகையைக் கண்டு அஞ்சுகிறேனோ?

ஒரு வேளை அது மாளிகையாக இல்லாமல், ஒரு கோழி வளர்ப்புப் பண்ணையாக இருந்து மழையிலிருந்து தப்பித்துக் கொள்வதற்காக நானும் அதற்குள் புகுந்துகொள்கிறேன் என்று வைத்துக்கொள்வோம். அப்போதும்கூட மழையிலிருந்து அது என்னைப் பாதுகாத்ததே என்ற நன்றி உணர்வில், அந்தக் கோழிப் பண்ணையைப் போய் ஒரு மாளிகை என்று நான் குறிப்பிட மாட்டேன். ஆனால், அப்படிப்பட்ட சூழ்நிலையில் அதுவும்கூட மாளிகைக்கு நிகரானதே, அதுவும்கூட நல்லதே என்று நீங்கள் சிரித்துக்கொண்டே சொல்லலாம். என் வாழ்க்கையின் நோக்கமே மழையிலிருந்து தப்பித்துக்கொள்வது மட்டும்தான் என்றால் நீங்கள் சொன்னது சரி என்று நானும் ஆமோதிப்பேன். ஆனால், அது ஒன்று மட்டுமே வாழ்க்கையின் நோக்கமில்லை என்றும், வாழ்ந்தால் நல்லதொரு மாளிகையில்தான் வாழவேண்டும் என்றும் நான் என் மண்டைக்குள் ஏற்றிக்கொண்டிருந்தால் அதற்கு என்ன செய்வது? அது, என்னுடைய தேர்வு. என்னுடைய விருப்பம். என் விருப்பத்தை உங்களால் மாற்றி அமைக்க முடிந்தால்தான் அதை முற்றாக அழிக்க முடியும். நல்லது. வேறு ஏதாவது ஒன்றால் என்னை ஈர்க்க முடியுமா பாருங்கள். எனக்கு வேறு ஏதாவது ஒரு இலட்சியத்தைக் கொடுங்கள். ஆனால், ஒரு கோழிப்பண்ணையைப் போய் மாளிகை என்று ஏற்பது இப்போதைக்கு என்னால் முடியாது.

பளிங்கு மாளிகை என்பது, சோம்பேறித்தனமான ஒரு கனவாக இருக்கலாம்; இயற்கையின் விதிகளுக்கு ஒவ்வாததாக இருக்கலாம்; எனக்கே உரித்தான என் பிரத்தியேகமான முட்டாள்தனத்தாலும், அறிவுக்குப் பொருத்தமற்ற என் தலைமுறைக்கே உரிய பழைய பாணியிலும்கூட அமைந்திருக்கலாம். சரி, அப்படிப் பொருத்த மற்றதாக, முரணானதாகவே அது இருந்தால்தான் என்ன? அதைப் பற்றி எனக்கென்ன? அது, என் விருப்பங்களில் ஒன்றாக இருக்கும்

ஃபியோதர் தஸ்தயெவ்ஸ்கி ◆ 57

வரை அல்லது என் விருப்பங்கள் இருக்கும் வரை அதுவும் தொடர்ந்து நீடிக்கக் கூடுமென்றால் எனக்கு எதைப் பற்றியும் கவலையில்லை.

ஓ! மறுபடியும் சிரிக்க ஆரம்பித்துவிட்டீர்களோ? சிரித்துக் கொள்ளுங்கள். நல்ல பசியோடு இருக்கும்போது திருப்தியாக இருப்பவனைப் போல நடிப்பதைவிட இப்படிப்பட்ட கேலிகளை சகித்துக்கொள்வது எனக்கொன்றும் கடினம் இல்லை.

எது எப்படியிருந்தாலும் திரும்பத் திரும்பக் கண்ணில் வந்து முட்டும் பூஜ்ஜியத்தோடு மட்டும் நான் சமரசம் செய்துகொள்ளப் போவதில்லை. அது உண்மையாகவே இருந்தாலும் சரி, இயற்கை விதிகளோடு இயைந்துபோனாலும் சரி.

ஏழை மக்கள் குடியிருப்பதற்காக கிட்டத்தட்ட ஆயிரக்கணக் கான ஆண்டுகள் அவர்களுக்கு ஒத்திக்கு விடுவதற்காக நிறைய பொந்துகளோடு கட்டப்படும் அடுக்குமாடிக் குடியிருப்பு (அதில் எவராவது ஒரு பல் வைத்தியரின் பெயர்ப் பலகைகூடத் தொங் கிக்கொண்டிருக்கலாம்) போன்ற ஒன்றை உருவாக்குவதுதான் என் விருப்பங்களுக்கெல்லாம் உச்சம் என்று என்னால் ஒரு போதும் ஒத்துக்கொள்ள முடியாது.

என் விருப்பங்கள், இலட்சியங்கள் என்று எல்லாவற்றையும் தாராளமாகச் சிதைத்துக்கொள்ளுங்கள். ஆனால் வேறு ஏதாவது நல்லதாக இருந்தால் எனக்குக் காட்டுங்கள். பிறகு நானும் நீங்கள் சொன்னபடி கேட்கிறேன். அதற்காக உங்களை வருத்திக் கொள்ளும் அளவுக்கு அது ஒன்றும் உங்களுக்கு அவ்வளவு முக்கியமானதில்லை என்றுதான் நீங்கள் சொல்வீர்கள். அதை என்னால் உறுதியாகக் கூற முடியும். அப்படி என்றால் நான் உங்களுக்குத் தரும் பதிலும்கூட அந்த மாதிரியேதான் இருக்கும்.

இந்த விஷயங்களைப் பற்றித் தீவிரமாக விவாதித்துக் கொண்டிருக்கும்போது நீங்கள் அதில் கருத்துச் செலுத்த மனம் வைக்காமல் இருந்தால் நான் உங்களிடமிருந்து விலகிவிட வேண்டியதுதான். நிலவறையாகிய என்னுடைய வளைக்குள்ளேயே நான் திரும்பப் போய்ப் பதுங்கிக்கொண்டுவிடுகிறேன்.

ஆனால், என் விருப்பங்கள் என்னுள் இருக்கும் வரை, நான் உயிரோடு இருக்கும் வரை, என் கையே இற்றுப்போய்க் கீழே விழுந்தாலும் இதற்கு முன்பு குறிப்பிட்டது போன்ற ஒரு கட்டடத்தை உருவாக்க ஒரு செங்கலைச் சுமப்பதற்குக்கூட என்னால் ஒத்துக்கொள்ளமுடியாது.

எவரும் நாக்கை நீட்டிப் பழிப்புக்காட்ட முடியாதென்ற ஒரு காரணத்துக்காகவே பளிங்கு மாளிகையை சற்று முன் நான் நிராகரித்தேன்; அதை நீங்கள் ஒன்றும் எனக்கு இப்போது நினைவு படுத்த வேண்டியதில்லை. நாக்கை நீட்டிப் பழிப்புக்காட்டுவது எனக்கு மிகவும் பிடித்தமானது என்பதற்காக அதை நான் சொல்ல வில்லை. நீங்கள் உருவாக்கும் மாளிகைகளில் நாக்கை நீட்டிப் பழிப்புக்காட்ட முடியாத ஒன்றுகூட இல்லை என்பதே என் எதிர்ப்புக்கான காரணம். நாக்கை வெளியில் நீட்ட வேண்டு மென்ற விருப்பமே என்னில் எழாதபடி ஏதாவது ஏற்பாடு செய்யப் பட்டுவிட்டால், அதற்கு நன்றிக்கடனாக என் நாக்கைக்கூட நான் அறுத்துக்கொள்வேன். ஆனால், அப்படி எதுவும் செய்ய முடியா தென்றோ முன்பு குறிப்பிட்ட அடுக்குமாடிக் குடியிருப்புகளிலேயே திருப்தி அடைந்துவிட வேண்டுமென்றோ நீங்கள் சொல்வதானால் எனக்கு அதைப் பற்றிக் கவலையில்லை. பிறகு நான் ஏன் இப்படிப்பட்ட ஆசைகளோடு படைக்கப்பட்டிருக்கவேண்டும்? நான் உருவாக்கியவையெல்லாம் வெறும் போலி மட்டுமே என்ற முடிவுக்கு வந்து சேர்வதற்காகவா நான் படைக்கப்பட்டிருக் கிறேன்? என் முழுமையான இலக்கு இதுவாகத்தான் இருக்க முடியும் என்று நம்புவதற்கு நான் தயாரில்லை.

ஆனால், உங்களுக்கு ஒரு விஷயம் தெரியுமா? எங்களைப் போல நிலவறைக்குள் வாழும் ஜீவன்களெல்லாம் ஒரு கட்டுப் பாட்டுக்குள் மட்டுமே வைக்கப்பட்டிருக்க வேண்டும். யாரோடும் பேசாமல் நாற்பதாண்டுக்காலம் நாங்கள் கீழேயே உட்கார்ந்திருந் தாலும் வெளிச்சத்துக்கு வந்த மாத்திரத்தில் மடை திறந்தது போலப் பேசுவோம் பேசுவோம் பேசிக்கொண்டே இருப்போம்.

11

எவ்வளவு நீளமாகப் பேசினாலும் சுருக்கமாகப் பேசினாலும் விஷயம் இதுதான். எதுவுமே செய்யாமல் சும்மா இருப்பதே நல்லது என்பதுதான் இங்கே விஷயம். தன்னுணர்வோடு கூடிய மந்தத்தனம். அப்படியே ஜடமாக, சோம்பேறியாக இருப்பது. அதுதான் நல்லது. நிலவறை உலகம் வாழ்க!

சராசரியான ஒரு மனிதனைப் பார்த்து நான் கடுமையான வயிற்றெரிச்சலும், பொறாமையும் கொள்வதாக முன்பு சொல்லியிருக்கலாம்; ஆனாலும்கூட இப்போது அவன் இருக்கும் இடத்துக்கு நான் போகவேண்டும் என்றோ, அங்கே நான் இருக்க வேண்டும் என்றோ கொஞ்சம்கூட நினைக்க மாட்டேன் (அதே வேளையில் அவனைப் பார்த்துப் பொறாமைப்படாமலும் இருக்க மாட்டேன்). அப்படி இல்லவே இல்லை. என்னைப் பொறுத்த வரை கீழே நிலவறைக்குள்ளே வாழும் வாழ்க்கைதான் எனக்கு மிகவும் பயனுள்ளது. அங்கே குறைந்தபட்சம் ஒருவர்.

சே! இப்போதுகூட நான் பொய்தான் சொல்லிக்கொண்டிருக்கிறேன் பாருங்கள். நிலவறைக்குள் மட்டுமே பதுங்கி வாழும் வாழ்வு அத்தனை நல்லதில்லை என்பதும், அதிலிருந்து மாறுபட்ட, மிகவும் வித்தியாசமான வேறு ஏதோ ஒன்றைத் தேடி அதைக் கண்டடைய முடியாமல்தான் நான் தவித்துக்கொண்டிருக்கிறேன் என்பதும் எனக்கு நன்றாகவே தெரியும். அதனால்தான் இப்போது நான் சொல்லிக்கொண்டிருப்பது பொய் என்கிறேன். சரி, அந்த நிலவறை வாழ்க்கை நரகத்துக்குப் போய் ஒழியட்டும். நல்லதான இன்னொன்றைப் பற்றிச் சொல்கிறேன்.

சற்று முன்பு நான் என்னவெல்லாம் எழுதினேனோ அவற்றை நானே நம்ப முடிந்தால் நன்றாகத்தான் இருக்கும். ஆனால் கனவான்களே! நான் மனமாரச் சொல்கிறேன். நான் எழுதியதில் ஒரு விஷயத்தைக்கூட ஒரு வார்த்தையைக்கூட உண்மையில் நான் நம்பவில்லை; ஒருவேளை நான் அவற்றை நம்பவும் செய்யலாம் அதே சமயத்தில் இனந்தெரியாத ஏதோ ஒரு காரணத்தால் ஓர் இழிமகனைப் போல நான் பொய்சொல்கிறேனோ என்றும் என்னால் சந்தேகப்படாமல் இருக்க இயலவில்லை.

“பிறகு நீ ஏன் இதையெல்லாம் எழுதினாய்” என்று என்னை நீங்கள் கேட்கக் கூடும்.

சரி உங்களை ஒன்று கேட்கிறேன் சொல்லுங்கள். நீங்கள்

ஒன்றுமே செய்யமுடியாதபடி நாற்பதாண்டுக்காலம், உங்களை நான் ஒரு இருட்டறையில் போட்டுவிட்டு நாற்பதாண்டுகள் கழித்து உங்களுக்கு என்ன ஆயிற்று என்று பார்க்க வருவதாக வைத்துக் கொள்வோம். நாற்பது வருட காலம் எதுவுமே செய்யாமல் ஒரு மனிதனால் எப்படித்தான் இருக்க முடியும்?

"அதிருக்கட்டும் உனக்கு வெட்கமாக, அவமானமாக இல்லையா?" என்று வெறுப்போடு தலையாட்டியபடியே நீங்கள் என்னிடம் ஒருவேளை இப்படிச் சொல்லலாம்.

"ஒரு பக்கம் பார்த்தால், நீ வாழ வேண்டுமென்று ஏங்குகிறாய். ஆனால், வாழ்க்கைப் பிரச்சினைகளை சிண்டும் சிடுக்குமான தர்க்கங்களைக் கொண்டு தீர்க்க முயல்கிறாய். உன்னுடைய சாதுரியமான பதில்களை அடுக்கடுக்காகவும், துடுக்குத்தனமாகவும் சொல்லிக்கொண்டே இருக்கிறாய்; இன்னொரு புறம் பார்த்தால் மிகவும் பயந்துபோய்க் கிடக்கிறாய். அபத்தமாக எதையோ உளறிவிட்டு அதில் ஆனந்தம் காண்கிறாய். பல விஷயங்களைப் பற்றி அகம்பாவமாகப் பேசுகிறாய்; ஆனால் எப்போதுமே அச்சத்துடனேயே இருக்கிறாய், நீ சொன்னவற்றுக்காக மன்னிப்பும் கேட்கிறாய். உனக்கு எதைப் பற்றியும் பயமில்லை என்று ஒரு பக்கம் சொல்லிக்கொண்டே, இன்னொரு பக்கம் எங்களிடம் நல்ல பேரெடுக்கவும் முயற்சி செய்கிறாய். பற்களை நறநறவென்று கடித்தபடி கோபம் கொண்டிருப்பது போலக் காட்டிக்கொள்கிறாய் அதே வேளையில் எங்களைச் சிரிக்க வைக்கும் முயற்சியில் வேடிக்கையாகவும் பேசுகிறாய்.

உன் வேடிக்கை மொழிகள், பிறரைச் சிரிக்க வைக்கக்கூடிய வகையில் இல்லை என்பதை நீ உணர்ந்திருந்தாலும் அவற்றுக்கு இருக்கும் இலக்கியத் தகுதியால் நீ திருப்தி அடைந்துவிடுகிறாய். நீ உண்மையிலேயே துன்பப்பட்டிருக்கலாம்; ஆனால் நீ பட்ட துன்பத்தை ஒரு பொருட்டாகவே நீ எண்ணுவதில்லை. நீ பேசுவதில் கொஞ்சம் உண்மை இருக்கலாம்; ஆனால் உன்னிடம் எளிமையோ அடக்கமோ இல்லை. அற்பமான உன் அகம்பாவத் தால் நீ நேர்மையாக இருப்பதாக வெளிச்சம் போட்டுக் காட்டி விளம்பரப்படுத்தியபடி அதை இழிவுபடுத்துகிறாய்.

நீ எதையோ சொல்ல வருகிறாய் என்பதில் ஐயமில்லை. ஆனால் அச்சத்தின் காரணமாக உன் பேச்சின் கடைசி வார்த்தையை முழுமையாக முடிக்காமல் மூடி மறைத்துக்கொண்டு விடுகிறாய்; அதைச் சொல்வதற்கான தைரியம் உன்னிடம் இல்லை; கோழைத்தனத்தோடு அகம்பாவம் மட்டும்தான் உன்னிடம் இருக்கிறது.

ஃபியோதர் தஸ்தயெவஸ்கி ◆ 61

நீ, தன்னுணர்வு பற்றித் தம்பட்டம் அடித்துக்கொள்கிறாய். ஆனால் உன்னுடைய மனதைப் பற்றிக்கூட நீ சரியாக அறிந்து கொண்டிருக்கவில்லை. உன் மனம் வேலை செய்துகொண்டிருந் தாலும் இதயம் என்னவோ இருட்டாகத்தான் இருக்கிறது; மாச டைந்தும் இருக்கிறது. தூய்மையான இதயம் இன்றி முழுமையான, உண்மையான தன்னுணர்வு சாத்தியமே இல்லை. சே! நீதான் எப்படி அத்துமீறி எதிராளிகளின் மீது உன் பேச்சுகளைத் திணிக் கிறாய்? எப்படியெல்லாம் தோரணை காட்டுகிறாய்? எல்லாம் வெறும் பொய்கள் பொய்கள் பொய்கள் மட்டுமேதாம்".

நீங்கள் எப்படியெல்லாம் பேசக்கூடும் என்று யோசித்துப் பார்த்து நானே தயாரித்த உங்கள் பேச்சு இது. இதுவும்கூட நிலவறைக்கு உள்ளிருந்துதான். நாற்பது வருடங்களாகத் தரைக்கு அடியிலிருக்கும் ஒரு விரிசலின் மூலம் நீங்கள் பேசுவதையெல்லாம் நான் கேட்டுக்கொண்டிருக்கிறேன். அதனால்தான் இப்போது நீங்கள் என்ன பேசக்கூடும் என்பதையும் நான் கண்டுபிடித்தேன். என்னால் கண்டுபிடிக்க முடிந்தது வேறு எதுவும் இல்லை. மனதுக்குள் திரும்பத் திரும்ப அப்படியே சொல்லிப் பார்த்துப் பாடமாகப் பதிந்துபோனதால் அதற்கு ஓர் இலக்கிய வடிவம் கிடைத்திருப்பதில் ஆச்சரியப்பட எதுவுமில்லை.

இவை எல்லாவற்றையும் நான் அப்படியே பிரசுரித்து உங்களுக்குப் படிக்கத் தரவும் போகிறேன் என்று உண்மையாகவே நீங்கள் நம்புகிறீர்களா? அப்படி ஒரு எண்ணம் உங்களுக்கு நிஜமாகவே இருக்கிறதா? இங்கே இன்னொரு பிரச்சினையும் இருக்கிறது. ஏதோ நீங்கள்தான் என் வாசகர்கள் என்பதைப் போல உங்களை 'கனவான்களே!' என்று நான் ஏன் அழைக்க வேண்டும்?

இப்போது நான் சொல்லத் திட்டமிட்டிருக்கும் இப்படிப்பட்ட வாக்குமூலங்கள் ஒருபோதும் அச்சடிக்கப்பட்டதும் இல்லை; பிறரது வாசிப்புக்காகவும் வைக்கப்பட்டதில்லை. மற்றவர்கள் எப்படியோ தெரியாது. நான் அப்படிப்பட்ட உரமான உள்ளம் கொண்ட வனில்லை. அப்படி இருப்பது அவசியமென்றும் நான் எண்ணவில்லை. ஆனாலும் பாருங்கள் ஏதோ ஒரு வித்தியாசமான எண்ணம் என்னுள் புகுந்துகொண்டுவிட்டது. அது என்ன என்பதை நான் எப்படியாவது புரிந்துகொண்டே ஆக வேண்டும். நல்லது இப்போது நான் சொல்லும் விளக்கத்தைக் கேளுங்கள்.

ஒவ்வொரு மனிதரிடமுமே பிறரிடம் பகிர்ந்துகொள்வதற்கான ஏதேனும் சில நினைவுகள் எஞ்சியிருக்கும். ஆனால், அவற்றைத் தன் நண்பர்களைத் தவிர எல்லோரிடமும் கூற அவனால் முடியாது.

நண்பர்களிடம்கூட வெளிப்படுத்த முடியாத வேறு சில விஷயங்களும்கூட அவனது உள்ளத்தில் இருக்கும். தான் மட்டுமே அறிந்திருக்கும் தனக்குத்தானே சொல்லிக்கொள்ள அச்சப்படும் இரகசியமான சில விஷயங்களும்கூட அவற்றில் உண்டு. நாகரிகமான ஒவ்வொரு மனிதனின் உள்ளத்திலும் அப்படிப்பட்ட கணக்கற்ற செய்திகள் புதைந்து கிடக்கின்றன. அவனது நாகரிகம் மேம்பட மேம்பட, அவனது உள்ளத்திலிருக்கும் அத்தகைய விஷயங்களின் எண்ணிக்கையும் கூடிக்கொண்டே போகிறது.

எது எப்படியோ என்னுடைய இளமைக்கால அனுபவங்கள் சிலவற்றை நினைவுபடுத்திப் பார்க்கலாமென்று நான் சற்றுத் தாமதமாகத்தான் உறுதி பூண்டேன். சொல்லத் தெரியாத சங்கடமான ஓர் உணர்வுடன் அவற்றைப் பற்றி யோசித்துப் பார்ப்பதை இத்தனை நாளாக நான் தவிர்த்து வந்திருக்கிறேன். இப்பொழுதோ அவற்றை நினைவுபடுத்திக்கொள்வது மட்டுமல்லாமல் எழுத்தில் வடிக்கவும் தீர்மானித்திருக்கிறேன். இதை ஒரு பரிசோதனையாகவேகூடக் கொள்ளலாம். ஒரு மனிதன் உண்மையைக் கண்டு அஞ்சாமல், தனக்குத்தானே வெளிப்படையாக இருப்பது சாத்தியமா என்று நான் பரிசோதனை செய்து பார்க்க விரும்புகிறேன்.

என் பேச்சுக்கு நடுவே ஒன்றைச் சொல்லிக்கொள்கிறேன். உண்மையான சுயசரிதை எழுதுவது என்பது, பெரும்பாலும் முடியவே முடியாத ஒரு செயல் என்றும், மனிதனால் தன்னைப் பற்றிப் புளுகாமல் இருக்கவே முடியாது என்றும் கூறுகிறார் ஹெயின். தன்னுடைய ஒப்புதல் வாக்குமூலங்களில், தன்னைப் பற்றிய பொய்களை ரூஸோ நிச்சயமாகச் சொல்லியிருக்க வேண்டுமென்றும் தனது அகங்காரத்தின் காரணமாக, வேண்டுமென்றே அவர் அவற்றைச் சொல்லியிருக்க வேண்டும் என்றும் நினைக்கிறார் ஹெயின். அவர் நினைப்பது சரியாக இருக்குமென்றே தோன்றுகிறது. சில வேளைகளில் தங்களைப் பற்றிய பொய்களை வறட்டு ஜம்பத்துக்காகவே சிலர் எப்படிச் சொல்கிறார்கள் என்பதையும், தங்கள்மீது பலவகையான குற்றங்களைச் சுமத்திக் கொள்ளக்கூட அவர்களைத் தூண்டுவது அந்தப் போலி கர்வமே என்பதையும் நான் நன்றாகப் புரிந்து வைத்திருக்கிறேன். ஆனால், அத்தகைய கர்வத்தைப் பற்றிக் குறிப்பிடும்போது மக்கள் முன்னிலையில் தங்கள் ஒப்புதல் வாக்குமூலங்களை பகிரங்கமாகப் பிரகடனப்படுத்தியவர்களையே ஹெயின் மனதில் கொண்டிருக்கிறார். ஆனால், நான் எனக்காக மட்டுமே எழுதுகிறேன்.

---

* (ஹென்றிச் ஹெயின் : ஜெர்மானியக் கவிஞர்; எழுத்தாளர்; பிரெஞ்சுப் புரட்சியின்போது பிரான்சில் வசித்தவர்).

வாசகர்களை முன்னிலைப்படுத்தி விளிப்பதைப் போல நான் எழுதுவதன் காரணம், அந்த வடிவத்தில் எழுதுவது எனக்கு எளிதாக இருக்கும் என்பதால் மட்டுமே என்பதை மிகத் தெளிவாக, உறுதியாகச் சொல்லிக்கொள்ள விரும்புகிறேன். அது, ஒரு வடிவம் மட்டுமே! வெற்று வடிவம்தான் அது. ஒருபோதும் எனக்கு வாசகர்கள் இருக்க மாட்டார்கள். இதை முன்னரே நான் தெளிவாக அறிவித்து விட்டேன்.

என்னுடைய நினைவுக் குறிப்புகளைத் தொகுப்பதற்கு இடையூறாக எந்த வகையான கட்டுப்பாடு இருப்பதையும் நான் விரும்பவில்லை. இதை எழுதுவதில் குறிப்பிட்ட ஒழுங்குமுறை ஒன்றையோ அல்லது ஏதேனும் ஓர் உருவ அமைப்பையோ நான் கடைப்பிடிக்கவில்லை; அதற்காக நான் முயற்சி செய்யவும் இல்லை, அது பற்றிக் கவலைப்படவும் இல்லை. எனக்கு என்னவெல்லாம் நினைவுக்கு வருகிறதோ அவற்றை அப்படி அப்படியே குறித்துக் கொண்டு வருகிறேன்.

ஒருகால் என்னுடைய வார்த்தை எதையாவது பிடித்துக் கொண்டு என்னை இப்போது நீங்கள் இப்படிக் கேட்கலாம்:

"வாசகர்கள் என்ன நினைப்பார்களோ என்ற கவலை உனக்கு இல்லையென்றால் நீ ஏன் இப்படி அலங்காரப் பேச்சுகளாய்ப் பேசிக்கொண்டிருக்கிறாய்? எழுத்தில் பதிவு செய்யும்போதுகூட எந்த வகையான ஒழுங்கையோ, அமைப்பையோ பின்பற்றப் போவதில்லை என்றும், ஞாபகத்தில் வர வர அவற்றை அப்படியே குறித்துக்கொண்டு வரப் போகிறேன் என்றும் சொல்கிறாய். பிறகு எதற்காக இத்தனை விளக்கங்கள்? ஏன் இவ்வளவு மன்னிப்புக் கோரல்கள்?"

நல்லது! இதோ உங்களது இந்தக் கேள்விக்கு பதில் சொல்கிறேன்.

நான் சொன்ன எல்லாவற்றுக்கும் ஊடே உளவியல் ரீதியாக ஒன்று ஒளிந்திருக்கிறது. ஒரு வேளை அது நான் கோழை என்பதாகக்கூட இருக்கலாம். அல்லது எனக்கு முன்பு சில பார்வையாளர்கள் இருப்பதாகக் கற்பனை செய்துகொண்டால் எழுத்தில் பதிவு செய்யும்போது கொஞ்சம் நாகரிகமாக இருக்குமே என்று நானாகக்கூட அப்படிக் கற்பிதம் செய்துகொண்டிருக்கலாம். இன்னமும்கூட ஆயிரக்கணக்கான ஏதேதோ காரணங்கள் இருக்கலாம்.

சரி! அடுத்ததாக இன்னொரு புதிருக்கான விடையைப் பார்க்கலாம். இதையெல்லாம் நான் எழுதுவதற்கான நோக்கம்

என்ன? வாசகர்களை மனதில் கொண்டு அவர்களுக்காக நான் இதை எழுதவில்லை என்றால், இந்தச் சம்பவங்களையெல்லாம் எழுத்தில் இறக்கிவைக்காமல் நான் எனக்குள் மட்டும் அசை போட்டால் போதுமே. அது சரிதான். ஆனாலும் எழுத்தில், தாளில் வடிக்கும்போது அது அதிகமான தாக்கத்தை ஏற்படுத்துகிறது. அதில் மனதுக்குப் பிடித்தமான ஏதோ ஒன்று கொஞ்சம் கூடுதலாக இருக்கிறது; என்னை நானே விமரிசித்துக்கொள்ள முடிகிறது; என் மொழிநடையைக் கூர்மையாக்கிக்கொள்ள முடிகிறது; அது போக எழுதுவதன் மூலம் உண்மையான ஆறுதலும் கூட எனக்கு வாய்க்கிறது; நான் இலகுவாக முடிகிறது.

உதாரணத்துக்குச் சொல்வதானால், என் வாழ்க்கையில் எப்போதோ நடந்த ஒரு சம்பவம் இப்பொழுது குறிப்பாக என் நினைவில் எழுந்தபடி என்னை மிகவும் அலைக்கழித்துக் கொண்டிருந்தது. ஒரு சில நாட்களுக்கு முன்பு என் உள்ளத்தில் மிகத் தெளிவாகக் காட்சியளித்த அந்த நினைவு அலைக்கழிவுக்கு ஆளாக்கும் ஒரு ராகத்தைப்போல அப்போது முதற்கொண்டு என்னை வாட்டி வதைக்கிறது; என்னை விட்டுப் போக மறுக்கிறது. ஆனாலும் அந்த நினைவிலிருந்து எப்படியாவது நான் விடுபட்டே ஆக வேண்டும். அந்த மாதிரியான நூற்றுக்கணக்கான நினைவுகள் என்னுள் இருக்கின்றன. அவற்றிலிருந்து ஏதாவது ஒரு நினைவு அவ்வப்போது தலைதூக்கி என்னை வதைக்கத் தொடங்கி விடுகிறது. எப்படியோ எழுத்தில் பதிவு செய்துவிட்டால் அவற்றிலிருந்து நான் விடுபட்டுவிடலாம் என்ற நம்பிக்கை என்னுள் ஏற்பட்டுவிட்டது. நான் ஏன் அதை முயன்று பார்க்கக் கூடாது? மேலும் செய்வதற்கு ஏதுமில்லாமல் நானே சலித்துப் போயிருக்கிறேன். எழுதுவது ஒருவித வேலையாக, அதற்கு மாற்றாக இருக்கும். வேலை செய்வதென்பது மனிதர்களை அன்பும் நேர்மையும் கொண்டவர்களாக ஆக்கும் என்று சொல்கிறார்கள். இதோ அப்படி ஒரு வாய்ப்பு எனக்கும் கிடைத்திருக்கிறது.

இன்றைக்கு அழுக்கடைந்ததாகப் பழுப்பு நிறத்தில் பனி பெய்துகொண்டிருக்கிறது. நேற்றும், சில நாட்களுக்கு முன்பும் கூடப் பனி பெய்தது. இப்போது வரை என்னால் உதறிவிட முடியாமல் தவித்துக்கொண்டிருக்கும் அந்தச் சம்பவத்தை ஈரமான அந்தப் பனிதான் எனக்கு நினைவுபடுத்தியிருக்கக்கூடும் என்று தோன்றுகிறது. அதனால் இந்தக் கதையும்கூடப் பனிப்பொழிவோடு தொடர்புடையதாக இருந்துவிட்டுப்போகட்டும்.

◻

பாகம் – 2

ஈரப்பனிப்பொழிவின் பொருட்டு

கடைசியில்
பரந்து விரிந்த கடல் போல்
உணர்ச்சிகரமான உன்மத்தமான
என் கோரிக்கை
துக்கத்திலும் சித்திரவதையிலும்
சிக்கிக்கிடந்த உன் ஆன்மாவை மீட்டபோது
நீ துயரப் பிரலாபத்துடன்
மோசமான கடந்த காலத்தை
நினைத்துக் கை பிசைந்தாய்
பின் நினைவுகளால் கூறுபோடப்பட்டு
இரத்தக்களரியான
மனச்சாட்சியால் உந்தப்பட்டு
நாம் சந்திப்பதற்கு முன்னதான
மறையாத அவமானத்தாலும்
நிறைந்த வலிகளாலும் நிரப்பப்பட்ட
உன் மோசமான வாழ்க்கையை
அருவியாய்ப் பொங்கும்
கண்ணீர் நிரம்பிய முகத்தைக்
கைகளால் மறைத்தபடி கொட்டினாய்
மற்றும்

–(நெக்ரஸோவின் கவிதை வரிகளிலிருந்து)

1

அப்பொழுது எனக்கு இருபத்து நான்கு வயதுதான் ஆகியிருந்தது. அந்த நாட்களிலும்கூட என் வாழ்க்கை இருள் மண்டியதாக, ஒழுங்கில்லாததாக, ஒரு காட்டுமிராண்டியின் வாழ்க்கையைப் போன்று தனிமையானதாக இருந்தது. எவரோடும் நட்புக் கொள்ளாமல் பிறரோடு பேசுவதையே முற்றிலும் தவிர்த்துவிட்டு, என் பொந்துக்குள் என்னைப் புதைத்துக் கொண்டிருந்தேன் நான். அலுவலகத்தில் வேலை செய்யும்போது அங்கிருக்கும் யாரையுமே பார்க்கமாட்டேன்; அங்கே வேலை செய்யும் என் சகாக்கள், என்னை ஒரு வினோதமான மனிதனாக மட்டுமல்லாமல், ஏதோ ஒருவிதமான அருவருப்போடும் பார்த்துக் கொண்டிருந்தார்கள் என்பதை நான் மிகத் தெளிவாகத் தெரிந்து வைத்திருந்தேன். அப்படிப்பட்ட எண்ணம் என்னிடம் எப்போதுமே இருந்து வந்தது. தன்னைப் பிறர் வெறுப்போடு பார்க்கிறார்கள் என்ற நினைப்பு, என்னைத் தவிர வேறு எவருக்குமே இல்லாதது ஏன் என்பது சில சமயம் எனக்கு வியப்பூட்டுவதாகவும் இருந்தது.

அங்கே இருந்த அலுவலர்களில் ஒருவன் மிகவும் அருவருப்பான அம்மைத் தழும்பு முகத்தோடு இருந்தான்; அது அவனை ஒரு வில்லனைப் போலக் காட்டிக்கொண்டிருந்தது. சகிக்க முடியாத முகத்தோற்றம் கொண்ட அப்படிப்பட்ட எவரையும் ஏறெடுத்துப் பார்க்கக்கூட என்னால் முடியாதென்று நினைக்கிறேன். மற்றொருவன் மிகவும் அழுக்கான பழைய சீருடையை உடுத்திக் கொண்டிருப்பான்; அவனுக்குப் பக்கத்தில் சென்றாலே சகிக்க முடியாத நாற்றமடிக்கும். ஆனால் இந்த மனிதர்களில் ஒருவர் கூடத் தங்கள் உடைகளைக் குறித்தோ, தோற்றம், முகபாவனைகள் பற்றியோ, தங்களின் குணங்களை நினைத்தோ கூச்சமாகவும், அசௌகரியமாகவும் உணர்ந்ததாக மிக இலேசாகக்கூட வெளிக் காட்டிக்கொண்டதில்லை. மற்றவர்கள் தங்களை வெறுப்போடு பார்ப்பது போலவும் அவர்களுக்குத் தோன்றுவதில்லை. ஒருகால் அப்படித் தோன்றினாலும்கூட தங்கள் மேலதிகாரிகள் தங்களை அப்படி இழிவாகப் பார்க்காத வரை அவர்கள் அதைப் பெரிதாகப் பொருட்படுத்தப்போவதுமில்லை.

என்னிடமிருந்த எல்லை மீறிய தன்னகங்காரத்தினாலும், எனக்கென்று நான் உருவாக்கி வைத்திருந்த எட்டமுடியாத அளவு கோல்களாலும் என்னை நானே கடுமையான அதிருப்தியுடன் தான் பார்த்துக்கொண்டிருந்தேன்; அது வெறுப்பின் எல்லைக்கே

என்னைக் கொண்டு செல்ல எல்லோரையும் அந்த மாதிரியே நான் பார்க்கத் தொடங்கினேன். அது, இப்போதுதான் எனக்கே தெளிவாகியிருக்கிறது.

உதாரணத்துக்குச் சொல்லப்போனால் என் முகத்தைப் பார்க் கவே எனக்குப் பிடிக்கவில்லை. அது எனக்குக் கடும் வெறுப் பூட்டக் கூடியதாக இருக்கிறது என்று நான் எண்ணிக்கொண் டேன். என் முக பாவனையில் கீழ்த்தரமான ஏதோ ஒன்று இருப்பதாகக்கூட நான் சந்தேகப்பட்டேன். அதனால் ஒவ்வொரு நாளும் அலுவலகத்துக்குச் செல்லும் வேளையில் எத்தனைக்கு எத்தனை சுயேச்சையாக இருக்க முடியுமோ அப்படி இருப்பது போலக் காட்டிக்கொள்வேன். என்னை எவரும் பரிதாபத்தோடு, இழிவாகப் பார்க்கக் கூடாது என்பதற்காகவே பெருமிதத்தோடு இருப்பது போன்ற ஒரு பாவனையை வலியப் புனைந்துகொண் டேன். 'என் முகம் வேண்டுமானால் அசிங்கமாக இருக்கலாம்; ஆனால் பெருமிதம் நிறைந்த பாவனையோடு அது இருக்க வேண்டும், எல்லாவற்றுக்கும் மேலாக மிக மிக அறிவாளியைப் போன்ற தோற்றம் இருக்க வேண்டும்' என்று எண்ணிக்கொள்வேன். ஆனால் அப்படிப்பட்ட இயல்புகளை என் முகத் தோற்றத்தில் வருவித்துக்கொள்ள முடியாது என்பதை நான் மிகத் தெளிவாக அறிந்திருந்தேன்; அதை வலியோடு உணர்ந்தும் இருந்தேன். அதைவிட மோசமாகவும் ஒன்றை எண்ணிக்கொண்டிருந்தேன். நான் முட்டாள்தனமாகக் காட்சியளிப்பதான நினைப்புதான் அது. என்னால் மட்டும் புத்திசாலியாகக் காட்சியளிக்க முடிந்திருந்தால் நான் நிறைவடைந்திருப்பேன். என் முகம் மட்டும் அறிவுக் கூர்மை யோடு இருந்திருந்தால் அதில் வெளிப்படும் கீழ்மையைக்கூடப் பொருட்படுத்தாமல் புறந்தள்ளியிருப்பேன் என்று நினைத்துக் கொள்வேன்.

என்னுடன் வேலை பார்த்த எல்லா குமாஸ்தாக்களையுமே நான் முற்றாக வெறுத்தேன்; எல்லோர்மீதும் எரிச்சல் கொண்டேன். அதே சமயம் அவர்களிடம் பயந்துகொண்டும் இருந்தேன். சில வேளைகளில் அவர்களைவிட உயர்வானவனாக என்னை நான் எண்ணிக்கொள்வது நடக்கும். திடீரென்று அவர்களை வெறுப்பேன்; இன்னொரு சமயம் என்னைவிட அவர்களை உயர்வாக எண்ணு வேன். இவ்வாறு பலவிதமான ஊசலாட்டமான எண்ணங்களோடு நான் இருப்பேன். நாகரிகமான ஒரு மனிதனால், பிறரை மிரளச் செய்யும் அளவுக்கு உயர்ந்த அளவுகோல்களைத் தனக்காக அமைத்துக்கொள்ளாமல் தற்செருக்கோடு இருப்பது இயலாது; சில வேளைகளில் தன்மீது தானே வெறுப்புக் கொண்டுவிடும் அளவுக்குத் தன் மீதே எரிச்சலடையாமலும் இருக்கமுடியாது.

நான் அவர்களை வெறுத்தாலும் அல்லது என்னைவிட உயர்வானவர்களாக அவர்களை நினைத்தாலும் அது எப்படி யிருந்தாலும் அவர்களைக் காணநேரும் ஒவ்வொரு முறையும் பெரும்பாலும் என் கண்களைத் தாழ்த்திக்கொண்டுவிடுவேன். அவர்களது பார்வையை நேருக்கு நேர் எதிர்கொள்வது என்னால் முடியுமா என்று சோதனை செய்துகூடப் பார்த்திருக்கிறேன்; ஆனால் அந்தச் சமயங்களிலெல்லாம் கண்களை முதலில் தாழ்த்திக்கொள்வது நானாகத்தான் இருப்பேன். இந்தக் கவலை என்னை நிலைதடுமாற வைத்துக்கொண்டிருந்தது. மற்றவர்களுக்கு முன்னால் கேலிப் பொருளாகிவிடுவோமோ என்ற அச்சம் நோயைப் போல என்னைத் தொற்றிக்கொண்டிருந்தது; அதனா லேயே சமூகத்தின் வழக்கமான சம்பிரதாயங்களை அடிமைத் தனமாகக் கடைப்பிடிப்பதில் நான் பெருத்த மோகம் கொண்டிருந் தேன். இயல்பாக எல்லோரும் செல்லும் தேய்ந்து போன பாதை யிலேயே நானும் சங்கமித்துவிட வேண்டுமென ஆவல் கொண்டேன். நான் மட்டும் வித்தியாசமானவனாக ஏறுக்கு மாறாக இருந்துவிடக்கூடாதே என்ற அச்சம் என் நெஞ்சை ஆட்டிப் படைத்துக்கொண்டிருந்தது. ஆனால் என்னால் எப்படி அதைக் கடைப்பிடிக்க முடியும்? அப்படி ஒரு வாழ்க்கையை என்னால் எப்படி நடத்த முடியும்? எங்களது காலகட்டத்தில் வாழும் ஒரு மனிதன் எப்படி இருக்க வேண்டுமோ, அப்படிப்பட்ட நுண்ணுணர்வு என்னிடம் மிகுதியாகவே இருந்தது; ஆனால் அவர் கள் எல்லோரும் முட்டாள்களாக ஒரு மந்தையில் இருக்கும் ஆடுகளைப்போல ஒரே மாதிரி இருந்தார்கள்.

அந்த அலுவலகத்தில் இருந்தவர்களிலேயே நான் ஒருவன் மட்டும்தான் கோழை என்றும் அடிமை என்றும் என்னைப் பற்றி நானே கற்பனை செய்து வைத்திருந்தேன். அவ்வாறு நான் நினைத்ததன் காரணம், மனதளவில் நான் மிகவும் முதிர்ச்சியோடு இருந்ததுதான். மேலும், அது என்னுடைய கற்பனை மட்டுமல்ல; உண்மையும் அதுதான். நான் கோழையாகவும் அடிமையாகவும் மட்டுமே இருந்தேன். கொஞ்சம்கூட தர்மசங்கடமில்லாமல் இதை நான் சொல்கிறேன். நம் காலத்தைச் சேர்ந்த எந்த நாகரிகமான மனிதனுமே கோழையாகவும் அடிமையாகவுமே இருந்தாக வேண்டும். அதுதான் அவனது இயல்பான நிலைப்பாடாக இருக்கும் என்பதை நான் உறுதியாக நம்புகிறேன். அவன் அப்படித் தான் படைக்கப்பட்டிருக்கிறான்; அதற்காகவே உருவாக்கப் பட்டிருக்கிறான். இது ஏதோ சில தற்செயலான சூழ்நிலைகளால் இப்போது மட்டும் நேர்வதில்லை. எப்போதும், எல்லா சந்தர்ப்பங்களிலுமே நாகரிகமான ஒரு மனிதன் கோழையாகவும் அடிமையாகவும் இருக்குமாறு மட்டுமே விதிக்கப்பட்டிருக்கிறான்.

இந்த உலகம் முழுவதிலும் இருக்கும் கண்ணியமான மனிதர்கள் எல்லோருக்குமே பொருந்தக்கூடிய இயற்கையின் விதி இதுதான். அவர்களில் யாராவது ஒருவன் ஏதாவது ஒன்றில் திறமைசாலியாக இருந்தால் அதைக்கொண்டு மட்டுமே அவன் பெருமை கொள்ளவோ, ஆறுதல் அடையவோ முடியாது. வேறொரு விஷயத்தில் அவன் தோற்றுப்போய் முட்டாளாக்கப் படுவான் என்பது நிச்சயம். தவிர்க்கவே முடியாததாய், எப்போதுமே இப்படித்தான் இது நிகழ்ந்துவருகிறது. கழுதைகளும் கோவேறு கழுதைகளும் மட்டும்தான் ஆற்றலோடு இருந்துவருகின்றன; அதுவும் ஒரு எல்லை வரைதான். அவற்றுக்கு எந்த விதமான முக்கியத்துவமும் இல்லையென்பதால் அவற்றின் மீது கவனம் செலுத்துவதில் எந்தப் பயனும் இல்லை.

அந்த நாட்களில் என்னைக் கவலைக்குள்ளாக்கிய மற்றொரு விஷயமும் இருந்தது. என்னைப் போல வேறு எவருமே இல்லை, நானும் வேறு எவரைப்போலவும் இல்லை என்பதுதான் அது. நான் மட்டுமே தனித்துப்போனவன், மற்றவர்களெல்லாம் ஒரே மாதிரியானவர்கள் என்று எண்ணியபடி நான் குழம்பிப்போயிருந் தேன். நான் இன்னும்கூட ஒரு முதிராத இளைஞனாகத்தான் இருந்தேன் என்பதற்கு இதுவே சாட்சி.

சில சமயம் மேலே சொன்னதற்கு நேர்மாறானதும் நடப்பதுண்டு. அலுவலகத்துக்குப் போவதும்கூட சில வேளைகளில் எனக்கு வெறுப்பூட்டுவதாகிவிடும். நிலைமை மிகவும் மோசமாகிப் போய்விட்ட ஒரு கட்டத்தில் நான் வீடு திரும்பும் போதெல்லாம் பெரும்பாலும் நோயுற்றவனாகவே இருந்தேன். ஆனால், திடீரென்று சம்மந்தமே இல்லாமல் எதைக் கண்டாலும் சந்தேகம் கொள்வதும், விட்டேற்றியாக இருப்பதுமான பாவம் குடிகொண்டுவிடும். (இவை எல்லாமே அவ்வப்போதுள்ள மனநிலைகளைச் சார்ந்து என்னில் நிகழ்ந்துகொண்டிருந்தன). அப்போது என்னுடைய பொறுமையின்மையையும், எதிலும் எளிதில் திருப்தியுறாத என் மனோபாவத்தையும் நானே பரிகசித்தபடி சிரித்துக்கொள்வேன். இந்த அளவுக்கு ஒரு கற்பனாவாதத்தில் சஞ்சரிப்பதற்காக என்னை நானே கடிந்துகொள்ளவும் செய்வேன்.

ஒரு நேரம், எவரோடும் பேச விருப்பமில்லாமல் இருப்பேன்; இன்னொரு சமயத்திலோ மற்றவர்களோடு பேசிக்கொண்டிருப்பது மட்டுமல்லாமல் அவர்களை என் நண்பர்களாக்கிக்கொண்டு விடலாமா என எண்ணும் அளவு சென்றுவிடுவேன். அப்போது எதிலும் நிறைவுறாத என் சுபாவம், எந்தக் காரணமும் இல்லாமல் சட்டென்று மறைந்துவிடும். அந்த சுபாவம் உண்மையிலேயே

எனக்கு இருந்ததா அல்லது புத்தகங்களைப் படித்த பாதிப்பினால் எனக்கு நானே வருவித்துக்கொண்டதா என்பதெல்லாம் யாருக்குத் தெரியும்? அந்தக் கேள்விக்கு இப்போது வரை என்னால் பதில் கண்டுபிடிக்கமுடியவில்லை. பிறரோடு நட்பாகப் பழக ஆரம்பித்த பிறகு அவர்களது வீடுகளுக்குச் செல்வேன். 'ப்ரிபரென்ஸ்' எனப்படும் ஒருவகையான சீட்டு விளையாட்டை அவர்களோடு விளையாடுவேன்; வோட்கா குடிப்பேன்; பதவி உயர்வு பற்றி யெல்லாம் பேசுவேன்.

அதிருக்கட்டும் கொஞ்சம் இந்த வகையான பேச்சுகளிலிருந்து விலகிக்கொண்டு வேறு பக்கம் போகிறேன்.

பொதுவாகச் சொல்லப்போனால் ரஷ்யர்களாகிய நமக்கு, ஜெர்மானியர்களைப் போலவோ அல்லது குறிப்பாக பிரெஞ்சுக் காரர்களைப் போலவோ முட்டாள்தனமான மிதமிஞ்சிய கற்பனாவாதம் எப்போதுமே இருந்ததில்லை. அந்தக் குணம் இருப்பதாலேயே எந்த ஒரு விஷயமும் அவர்களிடம் ஒரு விளைவை யும் ஏற்படுத்துவதில்லை. ஏதாவது ஒரு பூகம்பம் ஏற்பட்டு பிரான்ஸ் தேசம் முழுவதும் – அதன் எல்லைக்கோடு உட்பட – அழிந்து போனாலும்கூட அவர்கள் கொஞ்சமும் அசையாமல்தான் இருப்பார்கள். பிறர் ஏதாவது நினைத்துவிடுவார்களே என்று ஒப்புக்காகக்கூட நாகரிகமாக நடந்துகொள்ளாமல் இறக்கப் போகிற கடைசிமணி நேரம் வரை மிகைக்கற்பனாவாதம் கொண்ட தங்கள் பாடல்களைப் பாடியபடி இருப்பார்கள். அதற்குக் காரணம் அவர்கள் முட்டாள்கள் என்பதுதான்.

நம்முடைய ரஷ்யாவைப் பொறுத்தவரை அப்படிப்பட்ட முட்டாள்கள் இல்லை என்பது தெரிந்ததுதான். பிற நாடுகளிலிருந்து நம் நாட்டை வேறுபடுத்துவதும் அதுதான். மிதமிஞ்சிய ஆழ்மனக் கற்பனைகள், அவற்றுக்கே உரிய தூய்மையான வடிவத்தில் நம்மிடம் இல்லை. அதற்குக் காரணமாக இருந்தவர்கள் அந்தக் காலகட்டத்தைச் சேர்ந்த யதார்த்தவாதப் பத்திரிகையாளர்களும், திறனாய்வாளர்களும். அவர்கள் எப்போதுமே கோகோல், கோன்சரோவ் போன்றோரால் முன்னிறுத்தப்பட்ட இலட்சிய நிலக்கிழார்களையே (கோஸ்டன் ஸோக்ளோஸ், பியோதர் இவானிட்சி) இலட்சிய இலக்குகள் என்று தவறுதலாகக் காட்டி நம்மை ஏற்க வைப்பதில் முட்டாள்தனமான ஆர்வம் காட்டி வந்தார்கள். பிரான்ஸ், ஜெர்மனி ஆகிய நாடுகளில் இருப்பதைப் போல நம்முடைய கற்பனாவாதமும்கூட ஆழ்மனவகையைச் சார்ந்ததே என்று எண்ணிய அவர்கள், அதைச் சிதைத்துச் சின்னா பின்னமாக்கிவிட்டார்கள். ஆனால், உண்மை அதற்கு நேர்மாறானது. ஐரோப்பிய ஆழ்மனக்கற்பனாவாதக்

கூறுகளின் இயல்புகளிலிருந்து நமது கற்பனாவாத இயல்புகள் முற்றிலும் வேறானவை; முழுக்க முழுக்க மாறுபட்டவை. எந்த ஐரோப்பிய அளவு கோலையும் அவற்றோடு பொருத்திப்பார்க்க முடியாது. (மிகவும் பழமையானதும், மதிப்பு மிக்கதும் அதிகம் பயன்படுத்தப்பட்டதும், எல்லோருக்கும் பரிச்சயமானதுமான கற்பனாவாதம் என்ற சொல்லையே நானும் கையாள அனுமதியுங்கள்)

நம்முடைய கற்பனாவாதம் என்பது எல்லாவற்றையும் புரிந்துகொள்வது; ஒவ்வொன்றையும் தெளிவாகப் பார்ப்பது; அதிலும் யதார்த்தவாதிகளின் பார்வையைவிடப் பலமடங்கு தெளிவாகப் பார்ப்பது. எதையும், எவரையும் போகிற போக்கில் ஏற்றுக்கொள்ள மறுப்பது; அதே நேரத்தில் எதனையும் வெறுக்கா மலும் இருப்பது; கொள்கை அடிப்படையில் கிடைக்கும் பயன் களை ஏற்றுக்கொள்ள உடன்படுவது. உலகியல் வாழ்வில் பயன் படக்கூடிய எதையும் தப்பவிட்டுவிடாமல் அதன்மீது ஒரு கண் பதித்திருப்பது (உதாரணமாக அரசாங்கச் செலவில் வழங்கப்படும் இலவச இருப்பிடங்கள், ஓய்வூதியச் சலுகைகள், பட்டம், பதவி, விருது முதலிய கௌரவங்கள்). அவற்றைப் பற்றி உற்சாகமாகவும், ஏராளமாகவும் பாடப்படும் வசனகவிதைகளின் வழி அவற்றைப் பற்றிக் கட்டமைக்கப்படும் கருத்துகளைக் கண்காணித்துக் கொண்டிருப்பது; அதே வேளையில் கற்பனாவாதத்தில் பொதிந்து கிடக்கும் உன்னதம், எழில் ஆகியவற்றை இறப்பின் கணம் வரை பத்திரமாகப் பாதுகாப்பது; அதிலும் சொல்லப்போனால் ஒரு பஞ்சுப்பொதியில் பாதுகாப்பாகச் சுற்றி வைக்கப்பட்டிருக்கும் விலையுயர்ந்த ஆபரணத்தைப் போல அந்த உன்னதத்தையும் எழிலையும் அவற்றின் நலனுக்காகவே பாதுகாப்பது.

நம் தேசத்தைச் சேர்ந்த கற்பனாவாத மனிதனின் பார்வை விசாலமானது; ஆனால் அதே நேரம் போக்கிரிகளில் மிகப் பெரிய போக்கிரி அவன். இதை நான் உறுதியாகச் சொல்வேன். உண்மையில் என் அனுபவத்தின் அடிப்படையில் இதை என்னால் நிச்சயமாகச் சொல்ல முடியும். ஆனால் ஒன்று. அவன் புத்திசாலி யாக இருந்தால்தான் இவ்வளவும் சாத்தியம். சே! நான் என்ன சொல்லிக்கொண்டிருக்கிறேன்? கற்பனாவாதி என்பவன் எப்போதுமே புத்திசாலிதான். ஒரு வேளை சில முட்டாள் கற்பனாவாதிகள் நம்மிடையே இருந்தால் அவர்களைக் கணக்கி லெடுத்துக் கொள்ளக்கூடாது என்றே நான் சொல்ல விரும்பினேன். அவர்கள் அப்படி இருப்பதற்கான காரணம், தாங்கள் இளமைப் பருவத்தின் தொடக்கத்திலேயே அவர்கள் இங்கிருந்து ஜெர்மனிக்குப் பெயர்ந்து போய்விட்டதும், விலைமதிப்பற்ற

ஆபரணம் போன்ற தங்கள் தூய்மையைப் பாதுகாத்துக்கொள் வதற்காக வீமர் அல்லது பிளாக் ஃபாரஸ்ட் போன்ற தொலைதூர இடங்களில் குடியமர்ந்துவிட்டதும்தான்.

சரி என்னையே எடுத்துக்கொள்ளுங்களேன்! நான் பார்க்கும் அரசாங்க வேலையை உண்மையிலேயே நான் வெறுக்கிறேன். ஆனால், வெளிப்படையாக அதைப் பழிக்காமலிருப்பதற்குக் காரணம், நான் இன்னும் அந்த வேலையில்தான் இருக்கிறேன் என்பதும், அதற்கான ஊதியத்தைப் பெற்றுவருகிறேன் என்பதும் தான். ஆனால், இதை மட்டும் கொஞ்சம் குறித்துக் கொள்ளுங்கள். எந்தச் சந்தர்ப்பத்திலும் நான் அதை வெளிப்படையாகப் பழித்ததில்லை. நம்முடைய கற்பனாவாதி இருக்கிறானே அவன், மனப் பிறழ்ச்சிக்கு ஆளாகிப் பைத்தியமானாலும் ஆவானே ஒழிய (அது எங்கோ அபூர்வமாக மட்டுமே நடக்கக் கூடியது) கைவசம் வேறு வேலை எதுவும் இல்லாத நிலையில், தான் பார்க்கும் வேலையை வெளிப்படையாகப் பழிக்க மாட்டான்; அதனாலேயே தன் வேலையிலிருந்து வெளியேற்றப்படவும் மாட்டான். ஒரு வேளை அவனுக்கு அளவுக்கு அதிகமாகப் பைத்தியம் பிடித்து அவன் பிதற்ற ஆரம்பித்தால் அதிகபட்சமாக 'ஸ்பெயினுக்கு அரசன்'* எனப் பட்டம் சூட்டப்பட்டு அவன் ஒரு பைத்தியக்கார விடுதிக்கு அழைத்துச் செல்லப்படலாம். ஆனால், ரஷியாவைப் பொறுத்தவரை மெலிவாகவும் வெளிறிப்போயும் இருப்பவர்கள் தான் புத்தி பேதலித்துப் போகிறார்கள். நிறைய கற்பனாவாதிகள், தங்கள் வாழ்வின் பிற்பகுதியில், தாங்கள் பார்க்கும் பணியில் குறிப்பிடத்தக்க தகுதிகளை அடைந்தவர்களாகவே இருக்கிறார்கள். அவர்களது பன்முக ஆற்றல் அபாரமானது. முற்றிலும் முரணான உணர்வுகளைக்கூடப் புரிந்துகொள்ளும் அறிவுத்திறன் அவர் களுடையது. அந்தக் காலத்திலும் இந்த எண்ணமே என்னை அமைதியடையச் செய்தது. இப்போதும்கூட அதே அபிப் பிராயத்தைத்தான் நான் கொண்டிருக்கிறேன். அதனாலேதான் விசாலமான பரந்த மனப்பான்மை கொண்ட நிறைய பேர் நம்மிடம் இருக்கிறார்கள்; பேரழிவின் விளிம்பில் நின்றுகொண்டிருக்கும் தருணத்தில்கூட ஒருபோதும் தங்கள் இலட்சியத்தைக் கைநழுவ விடாதவர்கள் அவர்கள். அந்த இலட்சியத்திற்காக ஒரு சுண்டு விரலைக்கூட உயர்த்தாதவர்களாக அவர்கள் இருக்கலாம்; பெயர் போன திருடர்களாகவோ அயோக்கியர்களாகவோகூட அவர்கள் இருக்கலாம்; ஆனாலும் தாங்கள் முதன்மையாகக் கருதும் இலட்சியத்துக்குக் கண்ணீர் மல்க மதிப்புத் தருபவர்களாகவும், மனதளவில் அதற்கு மிக மிக உண்மையானவர்களாகவும் அவர்கள்

---

* (கோகலின் சிறுகதையில் வரும் குறிப்பை ஒட்டியது)

இருப்பார்கள். ஆமாம்! மிகமிகக் கேவலமான ஓர் அயோக்கியனும் கூட தன் அயோக்கியத்தனத்தை சற்றும் விட்டுக்கொடுக்காமலும் அதே வேளையில் தன் மனதுக்கு முழுக்க முழுக்க உண்மையாகவும் நடந்துகொள்வது நம்மிடையேதான் காணப்படுகிறது. மீண்டும் சொல்கிறேன். நாளாக நாளாக நம்முடைய கற்பனாவாதிகள், காரியவாதி 'ராஸ்கல்'களாக வளர்ந்துவருவதையும்கூட ('ராஸ்கல்கள்' என்ற சொல்லை இங்கே செல்லமாகத்தான் பயன் படுத்தியிருக்கிறேன்) நான் பார்க்கிறேன்; யதார்த்தத்தை மிக அற்புத மாக அதிவிரைவில் விளங்கிக் கொள்வதோடு நடப்பியல் உலகத் துக்குத் தேவைப்படும் நடைமுறை அறிவையும் அவர்கள் வெளிக் காட்டத் தொடங்கிவிடுகிறார்கள். அதைக்கண்டு அவர்களது உயர் அரசாங்க அதிகாரிகளும், பிற பொதுமக்களும் வியப்பில் வாயைப் பிளப்பது ஒன்றே செய்யக்கூடியது.

அவர்களது பன்முக இயல்பு உண்மையாகவே வியப்பூட்டக் கூடியது; போகப் போக அது எப்படி மாறப்போகிறது, வளரப் போகிறது, வருங்காலத்தில் நமக்காகக் காத்திருப்பது என்ன என்பதெல்லாம் கடவுளுக்குத்தான் தெரியும். ஆனால், அது அற்ப மானதாக மட்டும் இருக்காது.

மூடத்தனமான தேசபக்தியினாலோ, ஜம்பமாகப் பீற்றிக் கொள்ளும் நாட்டுப்பற்றினாலோ நான் இதைச் சொல்லவில்லை. ஆனால் நான் ஏதோ வேடிக்கையாகப் பேசிக்கொண்டிருப்பதாகத் தான் நீங்கள் மறுபடியும் நினைப்பீர்கள். அது எனக்கு உறுதியாகத் தெரியும். இல்லாவிட்டால் ஒரு வேளை அதற்கு நேர்மாறாகவும் நீங்கள் நினைத்திருக்கலாம் அதாவது என்னுடைய உண்மையான அபிப்பிராயம் அது என நீங்கள் முடிவு கட்டிக்கொண்டிருக்கலாம். அந்த இரண்டு வகையான பார்வைகளையுமே எனக்களிக்கப்பட்ட கௌரவமாகவும், எனக்கு நிறைவைத் தரும் விஷயமாகவும் கருதி நான் வரவேற்கிறேன்.

நல்லது! கதையை விட்டுவிட்டு வேறெங்கோ சென்று விட்டதற்காக என்னை மன்னியுங்கள்.

என்னோடு வேலை பார்க்கும் சகாக்களோடு நட்பாய்த் தொடர என்னால் முடியவில்லை. வெகு சீக்கிரத்திலேயே அவர் களோடு கருத்து வேறுபாடு கொள்ளத் தொடங்கினேன். வாலிப வயதும், அனுபவக் குறைவும் ஒன்று சேர, அவர்களோடான தொடர்பையே துண்டித்துவிட்டது போல அவர்களுக்கு வணக்கம் செலுத்தும் வழக்கத்தையும்கூட நான் விட்டுவிட்டேன். ஒரே ஒரு முறை, எனக்கும் கூட அது சம்பவித்தது. பொதுவாகவே நான் எப்போதும் தனியாகத்தான் இருந்தேன்.

முதலில் சொல்லப்போனால் வீட்டிலிருக்கும் பெரும்பாலான நேரத்தைப் படிப்பதிலேயே செலவழித்தேன். என்னுள் இடைவிடாமல் குமுறிக்கொண்டிருக்கும் எல்லாவற்றையும் புற உலகின் பாதிப்புகளைக் கொண்டு அடக்கி, அணைத்துவிட நான் முயன்று கொண்டிருந்தேன். அதற்கு உதவியாக வெளி உலகிலிருந்து எனக்குக் கிடைத்த சுலபமான ஒரே வழி வாசிப்பு மட்டும்தான். புத்தகம் படிப்பதென்பது உண்மையிலேயே எனக்குப் பேருதவியாகத்தான் இருந்தது; அது எனக்குக் கிளர்ச்சியூட்டியது; வலியையும் மகிழ்ச்சியையும் ஒரு சேர அளித்தது. ஆனாலும் பலநேரங்களில் அது பயங்கரமாக சலிப்பூட்டவும் செய்தது. எல்லாவற்றுக்கும் மேல் எங்காவது வெளியே செல்ல வேண்டு மென்ற ஏக்கமும் எழுந்தது; இரகசியமும் ஒளிவு மறைவு நிறைந்ததும் அருவருக்கத்தகுந்த அற்பத்தனமானதுமான தீய நடத்தைகளை உடனே கைக்கொள்ளத் தொடங்கிவிட்டேன் நான். எனது கேவலமான இச்சைகள், அளவுக்கு அதிகமாகவும், என்னைத் தகித்துக்கொண்டும் இருந்தன; நோயுற்றது போன்ற தொடர்ச்சியான எரிச்சலே அதற்கான காரணம். எனது புற வெளிப்பாடுகள், மனநிலை பிறழ்ந்தது போலக் கண்ணீரோடும் வலிப்புகளோடும் இருந்தன.

புத்தகம் வாசிப்பதைத் தவிர எனக்கு வேறு புகலே இல்லாமல் இருந்தது; என்னைச் சுற்றி இருந்தவற்றில் நான் மதித்து ஆர்வம் காட்டக்கூடிய அளவுக்கோ, என்னைக் கவரக்கூடிய வகையிலோ எதுவுமே இல்லை. மனச்சோர்வும்கூட என்னை ஆக்கிரமித்திருந்தது. ஒன்றோடொன்று ஒவ்வாத விஷயங்கள், எதிர்மறையான செயல்பாடுகள் ஆகியவற்றில் எனக்குக் கிறுக்குத்தனமான ஆசை இருந்தது. அதனால் மிகமிகக் கேவலமான இழிந்த ஒரு வாழ்க்கைக் குள் என்னை நான் மூழ்கடித்துக்கொண்டேன். ஏதோ என்னை நியாயப்படுத்திக் கொள்வதற்காக இதையெல்லாம் நான் சொல்ல வில்லை. இல்லை இல்லை நான் பொய் சொல்கிறேன். நான் என்னை நியாயப்படுத்திக்கொள்ளத்தான் ஆசைப்படுகிறேன். கனவான்களே அது எனக்காக வேண்டி, எனக்குள் சொல்லிக் கொண்டது மட்டும்தான். நான் பொய் சொல்ல விரும்பவில்லை. பொய் சொல்லக்கூடாதென்று நான் சபதம் செய்திருக்கிறேன்.

தனித்திருக்கும் இரவு நேரங்களில் அவ்வாறாக ஒரு கோழையைப் போலவும், அச்சத்தோடும், அற்பத்தனமான தீய செயல்களில் ஈடுபட்டுக்கொண்டிருந்தேன் நான். ஆனால், அதோடு எனக்கொரு கூச்ச உணர்வும் இருந்துகொண்டுதான் இருந்தது; அது, ஒருபோதும் என்னைக் கைவிட்டதே இல்லை. மிகவும் அருவருக்கத் தக்க தருணங்களிலும்கூட அது என்னுடனேயே இருந்திருக்கிறது.

அப்படிப்பட்ட சந்தர்ப்பங்களில், என்னை சபித்துக்கொண்டே அது என்னுடன் இருந்திருக்கிறது. அந்த நாட்களிலும்கூட என் அந்தராத்மாவுக்குள் இருள் மண்டிய நிலவறை உலகைச் சுமந்தபடிதான் அலைந்துகொண்டு இருந்தேன் நான். என்னை யாரேனும் பார்த்து விடுவார்களோ, தெரிந்தவர்கள் எவரேனும் என்னை எதிர்ப்பட்டு விடுவார்களோ, என்னை அடையாளம் கண்டுகொண்டுவிடுவார்களோ என்றெல்லாம் நான் பயங்கரமாக பயந்துகொண்டிருந்தேன். தீய நடத்தைகளுக்கு வாய்ப்பளிக்கும் ஒளிவுமறைவான பல இடங்களுக்கு அடிக்கடி சென்றபடி அங்கே இரை தேடி அலைந்து கொண்டிருந்தேன் நான்.

ஒரு நாள் இரவு நேரத்தில் சிறிய சாராயக்கடை ஒன்றைக் கடந்து சென்றுகொண்டிருந்தபோது, அங்கே வெளிச்சமாக இருந்த ஜன்னல் வழியே பில்லியர்ட் கட்டைகளை வைத்துக் கொண்டு சில மனிதர்கள் சண்டை போட்டுக்கொண்டிருந்த காட்சியைக் கண்டேன். அவர்களில் ஒருவன் ஜன்னலுக்கு வெளியே தூக்கி எறியப்பட்டதையும் பார்த்தேன். அதுவே வேறு சமயமாக இருந்திருந்தால் நான் அதைக்கண்டு மிகவும் வெறுப்படைந்திருப்பேன். ஆனால் அப்போது நான் இருந்த மனநிலையில், ஜன்னல் வழியே தூக்கி எறியப்பட்ட மனிதனைக் கண்டு பொறாமைப்பட்டேன். அந்தச் சாராயக்கடைக்குள் சென்று, அங்கே இருந்த பில்லியர்ட் விளையாடும் அறை வரை செல்லும் அளவுக்கு அந்தப் பொறாமை என்னைப் பீடித்திருந்தது. 'ஒருவேளை நானும்கூட சண்டை போட்டால் என்னையும் ஜன்னல் வழியாக அவர்கள் தூக்கி எறியக்கூடும்' என்று நான் எண்ணிக்கொண்டேன்.

நான் அப்போது குடித்திருக்கவில்லை. ஆனால், மனச்சோர்வும் அழுத்தமும் என்னைப் பைத்தியக்கார நிலையை நோக்கி விரட்டிக் கொண்டிருந்தபோது என்னால் என்னதான் செய்ய முடியும்? ஆனால், எதுவுமே நடக்கவில்லை. ஜன்னல் வழியே தூக்கி வீசப்படும் அளவுக்குக்கூட நான் சமமானவன் இல்லை என்று தோன்றிவிட, நான் சண்டை போடாமலே வெளியேறினேன்.

சாராயக் கடைக்குள் நான் நுழைந்த முதல் கணத்திலேயே என்னுடைய இடம் என்ன என்பதை உணர்த்தி அதற்குள் என்னை நிறுத்தி வைக்க முன்வந்தார் ஓர் அதிகாரி.

பில்லியர்ட் மேசைக்குப் பக்கத்தில் என் அறியாமையால் வழியை மறித்தபடி நின்றுகொண்டிருந்தேன் நான். அவர் என்னைத் தாண்டிச் செல்ல வேண்டியிருந்தது. என்னிடம் ஒரு வார்த்தைகூடப் பேசாமல் ஒரு சின்ன எச்சரிக்கையோ விளக்கமோகூடத் தராமல் என் தோள்களைப் பிடித்து நான் நின்று கொண்டிருந்த

இடத்திலிருந்து வேறு இடத்துக்கு என்னை நகர்த்தித் தள்ளிவிட்டுப் பிறகு என்னையே பாராதது போன்ற பாவனையுடன் என்னைக் கடந்து சென்றார். எனக்கு அடி கொடுத்திருந்தால்கூட நான் மன்னித்திருப்பேன்; ஆனால் உயிரற்ற ஒரு பொருளைப் போல ஏறெடுத்தும் பார்க்காமல் அவர் என்னை நகர்த்தியதை என்னால் மன்னிக்கவே முடியவில்லை. ஒழுங்கு முறைகளுக்கு உட்பட்ட உண்மையான, கண்ணியமான – இன்னும் சொல்லப்போனால் நாகரிகமான ஒரு சண்டைக்காக அந்தக் கணத்தில் எதை வேண்டுமானாலும் கொடுக்க நான் ஆயத்தமாக இருந்தேன். ஆனால் நானோ ஓர் ஈயைப்போல நடத்தப்பட்டிருந்தேன். அந்த அதிகாரி ஆறடி உயரமானவர்; நானோ குள்ளமானவன், மெலிந்தவன், சிறிய உருவம் கொண்டவன். ஆனாலும் சண்டை போடுவது என்னவோ என் கைகளில்தான் இருந்தது; நான் எதிர்ப்புக்காட்ட வேண்டியதுதான் பாக்கி உடனே நிச்சயமாக நான் ஜன்னலிலிருந்து தூக்கி எறியப்பட்டிருப்பேன். ஆனால், நான் என் மனதை மாற்றிக்கொண்டேன்; மனக்கசப்போடு பின் வாங்க முடிவு செய்தேன்.

குழப்பத்தோடும் மனவேதனையோடும் கடையிலிருந்து நேராக வீட்டுக்குச் சென்றேன். மறுநாளும் அதே போன்ற ஒழுக்கக் கேடான செயல்களில் என்னை ஈடுபடுத்திக்கொள்வதற்காக வெளியே சென்றேன்; முன் தினங்களைக் காட்டிலும் மிகுந்த திருட்டுத்தனத்தோடும், கீழ்த்தரமாகவும், மோசமாகவும் அவற்றில் என்னை ஆழ்த்திக்கொண்டேன். ஒரு புறம் என் கண்கள் நீரால் நிறைந்திருந்தாலும்கூட நான் மறுபடியும் வெளியே போகத்தான் செய்தேன். முதல் நாள் நான் அந்த அதிகாரியிடமிருந்து தப்பித்து நழுவி வந்துவிட்டதற்கு என் கோழைத்தனமே காரணம் என்று எண்ணிவிடாதீர்கள். செயலில் கோழையாக இருந்தாலும் மனதளவில் நான் கோழை இல்லை. அதற்குள் என்னைப் பரிகசித்துச் சிரிக்க அவசரப்படாதீர்கள். உங்களுக்கு எல்லா வற்றையும் விளக்கமாகச் சொல்வேன் என்று உறுதியளிக்கிறேன்.

ஐயோ! அந்த அதிகாரி மட்டும் நேருக்கு நேர் ஒண்டிக்கு ஒண்டியாய் நின்று சண்டை செய்வதை ஏற்றுக்கொள்ளும் ஒருவராக இருந்திருக்கக் கூடாதா? ஆனால் அவரோ வேறு மாதிரியான ஒரு மனிதராக (பலகாலம் முன்பே இல்லாமலாகிப்போன.) பில்லியர்ட் கழிகளால் சண்டை போடுபவராகவோ, கோகலின் தளபதியான பிரகோவைப் போலக் காவல் துறையில் புகார் கொடுப்பவ ராகவோதான் இருந்தார். அப்படிப்பட்ட மனிதர்கள் ஒண்டிக்கு ஒண்டியாய் சண்டை போடுவதில்லை; அதிலும் இராணுவத்தைச் சேராத என்னைப் போன்ற ஒருவனோடு அந்த முறையில் சண்டை

போடுவது முறையில்லாதது என்றும் அவர்கள் நினைத்திருக்கலாம். அவ்வாறான ஒரு சண்டை சுதந்திரச் சிந்தனையாளர்களுக்கும் பிரெஞ்சுக்காரர்களுக்குமே உரியது என்றும் தங்களைப் பொறுத்த வரை அது தகுதிக் குறைவானது, சாத்தியமற்றது என்றும் அவர்கள் அதைப் புறந்தள்ளியிருக்கலாம். ஆனால், தங்கள் ஆறடி உயரத்தை வைத்து மற்றவர்களை ஏளனம் செய்யவும் இழிவுபடுத்தவும் அவர்கள் தயாராகவே இருந்தார்கள்.

நான் என் கோழைத்தனத்தால் ஒதுங்கி அகலவில்லை; எல்லைகடந்த என் பெருமித உணர்வினால் மட்டுமே அவ்வாறு செய்தேன். அவரது ஆறடி உயரமோ நான் வாங்கப்போகும் பலத்த அடியோ ஜன்னலிலிருந்து தூக்கி வீசப்படப்போவதோ என்னை அச்சுறுத்தவே இல்லை; என்னிடம் போதிய அளவுக்கு உடல் வலிமை இருந்தது. அதை என்னால் உறுதியாகச் சொல்ல முடியும். ஆனால் என்னிடம் அதற்கான தார்மீக பலம் இல்லை. அங்கே, பில்லியர்ட் விளையாட்டுக்கு எடுபிடியாக இருக்கும் பணியாள் தொடங்கி, முகமெல்லாம் பருக்களும், எண்ணெய்ப் பிசுக்கேறிய காலருமாய் முடைநாற்றமடித்துக்கொண்டிருக்கும் கடைக்கோடி குமாஸ்தாவரை எல்லோரும் நான் காட்டும் எதிர்ப்பையும், உடனே இலக்கிய மொழியில் நான் பேச ஆரம்பித்து விடுவதையும் பார்த்து கேலி செய்வார்களே என்றுதான் நான் பயப்படுகிறேன். ஒருவரது கௌரவம் சார்ந்த ஒன்றைப்பற்றிப் பேசும்போது (கௌரவத்துக்காக அல்ல, கௌரவத்தைப் பாதிப்பது பற்றிய ஒன்று) இலக்கிய மொழியில் அல்லாமல் நமக்குள் பேசிக்கொள்ள முடியாது. கௌரவத்தைப் பாதிக்கும் ஒரு விஷயத்தைப் பற்றிப் பொதுவான மொழியில் குறிப்பாகக்கூட சொல்லிவிட முடியாது. நான் எதிர்ப்புக் காட்டும்போது அங்கிருக்கும் எல்லோரும் குலுங்கிக் குலுங்கிச் சிரிப்பார்கள் என்பதையும், அந்த அதிகாரி வெறுமனே ஒரு அடி தந்து என்னை இழிவுபடுத்திவிடுவதோடு நிறுத்திக் கொள்ளாமல், தன் கால்களால் என் முதுகில் எட்டி உதைத்துக் கொண்டே பில்லியர்ட் மேசையைச் சுற்றிச் சுற்றி வருவார் என்பதையும் அதன் பிறகு ஏதோ என்னிடம் பரிதாபப்படுவதைப் போல என்னை ஜன்னல் வழியே வெளியே தூக்கிப் போடுவார் என்பதையும் இவை எல்லாவற்றையுமே நான் தெளிவாக (என்னுடைய கற்பனாவாதத்தையும் மீறி எதார்த்தம் இதுதான் என்பதை) அறிந்து வைத்திருக்கிறேன். நிச்சயமாக இப்படிப்பட்ட அற்பத்தனமான செயலோடு நான் சார்ந்த இந்த நிகழ்ச்சி முடிவுக்கு வந்துவிடக் கூடாது என்பதே என் எண்ணமாக இருந்தது.

அதன் பிறகு அந்த அதிகாரியைப் பலமுறை தெருவில் பார்த்தேன்; மிகவும் கவனமாக அவரை அவதானிக்கத் தொடங்கினேன்.

அவருக்கு என்னை அடையாளம் கண்டுகொள்ளமுடிந்ததா என்பது எனக்கு சரியாகத் தெரியவில்லை; ஒரு சில அறிகுறிகளை வைத்துப் பார்த்தபோது அவர் என்னைத் தெரிந்துகொள்ளவில்லை என்ற முடிவுக்கே வந்தேன். ஆனால், நான் அவரை வெறுப்போடும், வன்மத்தோடுமே முறைத்துப் பார்த்துக் கொண்டிருந்தேன். இது, பல ஆண்டுக்காலமாகத் தொடர்ந்து கொண்டிருந்தது. ஆண்டுகள் செல்லச் செல்ல என் ஆங்காரம் மேன்மேலும் பெருகிக்கொண்டே சென்றது. அந்த அதிகாரியைப் பற்றி முதலில் ஒளிவுமறைவாகத் தகவல் சேகரிக்கத் தொடங்கினேன். எனக்கு யாரையும் தெரியாதென்பதால் அது மிகவும் கடினமாகத்தான் இருந்தது.

ஒரு நாள், சிறிது தூரத்தில் அவரை நான் பின்தொடர்ந்து கொண்டிருந்தபோது தெருவில் யாரோ அவரைப் பெயர் (குடும்பப்பெயர்) சொல்லி அழைத்தது என் காதில் கேட்டது. அவருக்கும் எனக்கும் ஏதோ ஒரு பிணைப்பு இருப்பதைப் போலவும், அதனாலேயே அவரது பெயரை என்னால் அறிந்துகொள்ள முடிந்தது போலவும் இருந்தது. இன்னொரு முறை அவரது குடியிருப்பு வரை அவரைப் பின்தொடர்ந்து சென்ற நான், அங்கிருந்த வாயிற்காவலனிடம் பத்து கோபேக்குகள் தந்து, அவரது வீடு எங்கே எந்தத் தளத்தில் இருக்கிறது என்பதையும், அவர் தனியாக வசிக்கிறாரா, எவரேனும் கூட இருக்கிறார்களா என்பதையும் அறிந்துகொண்டேன்; ஒரு வாயிற்காவலனிடமிருந்து எத்தனை தகவல்கள் கிரகித்துக்கொள்ளமுடியுமோ அந்த அளவு கிரகித்துக் கொண்டேன்.

ஒரு நாள் காலையில் எழுதுவதற்குப் பேனாவை எடுக்காமல் இருக்கும்போதே அந்த அதிகாரியைப் பற்றி அங்கதமாக ஒரு நாவல் எழுதி அந்த வில்லனின் முகமூடியைக் கிழித்தால் என்ன என்று திடீரென்று எனக்குத் தோன்றியது. மிகுந்த ரசனையோடு அந்த நாவலை எழுதினேன். அவரது வில்லத்தனத்தை சற்று மிகையாகவே தோலுரித்திருந்தேன் நான். முதலில் அவரது பெயரை (குடும்பப்பெயரை) எளிதாகக் கண்டுபிடிக்கக் கூடிய வகையில் மிக இலேசாகவே மாற்றியிருந்தேன்; பிறகு யோசனை செய்து பார்த்து அதை மாற்றியமைத்துவிட்டு 'சுதேசக் குறிப்புக்கள்' (Homeland Notes) என்ற இதழுக்கு அந்தக் கதையை அனுப்பி வைத்தேன். ஆனால், அந்தச் சமயத்தில், தனிமனிதர்களைத் தாக்கி எழுதப்படும் கதைகள் ஒரு குறிப்பிட்ட பாணியாகப் பிரபலமாகவில்லை; அதனால் என் கதையும் வெளியாகவில்லை; அது எனக்கு மிகவும் எரிச்சலைத் தந்தது. சில சமயங்களில் அதிகபட்ச ஆத்திரத்தால் மூச்சுத் திணறுவதைப்போலக் குமுறிக்கொண்டிருந்தேன். இறுதியாக என் எதிரியை நேருக்கு நேர் போட்டிக்கழைத்து

ஃபியோதர் தஸ்தயெவ்ஸ்கி ♦ 79

சவால்விட முடிவு செய்தேன். மிகமிக அழகான, அருமையான கடிதம் ஒன்றை எழுதினேன். என்னை மன்னிக்குமாறு அதில் அவரிடம் வேண்டியிருந்தேன்; அதை அவர் மறுக்கும் பட்சத்தில் என்னோடு ஒண்டிக்கு ஒண்டியாக சண்டை போட நேரலாமென் பதை வெளிப்படையாகவே குறிப்பிட்டும் இருந்தேன். அந்தக் கடி தம் அத்தனை அற்புதமாகவும் நேர்த்தியாகவும் வடிவமைக்கப்பட் டிருந்தது. உன்னதம், அழகு ஆகியவை பற்றிய புரிதல் மட்டும் அந்த அதிகாரிக்கு இருந்திருந்தால் அவர் ஓடிவந்து என் கழுத்தை இறுக்கிக் கட்டிப் பிடித்துக்கொண்டு எனது நண்பராகி இருப்பார். அது மட்டும் நடந்திருந்தால் எவ்வளவு நன்றாக இருந்திருக்கும்? நாங்கள் இருவரும் எப்படி இணைந்து ஒத்துப் போயிருப்போம்? 'அவர் தனது உயர்ந்த பதவியால் எனக்குக் கவசம் போல இருந்திருப்பார்; நான் என்னிடமிருக்கும் பண்பாட்டால் என் எண்ணங்களால் அவரது மனதை மேம்படுத்தியிருப்பேன். இப்படி எத்தனையோ விஷயங்கள் நடந்திருக்கும்"

அவர் என்னைக் கேவலப்படுத்தி அப்போது இரண்டு வருடங்கள் ஆகியிருந்தன. அந்த நிலையில் இப்படி சவால் விடுவ தென்பது பரிகாசத்துக்குரிய ஒரு காலவழுதான். என் கடிதத்தில் என்னதான் ஒரு புத்தி சாதுரியத்துடன் காலம் கடந்துபோனதை மூடி மறைத்து விளக்கம் கொடுக்கப்பார்த்தாலும் கால முரணை எதுவும் செய்யமுடியாதுதான். ஆனால், கடவுளுக்கு நன்றி! (இன்று இந்த நிமிடம் வரை நான் கண்ணீரோடு கடவுளுக்கு நன்றி செலுத்திக்கொண்டிருக்கிறேன்.) நான் அந்தக் கடிதத்தை அவருக்கு அனுப்பவே இல்லை. நான் மட்டும் அதை அனுப்பியிருந்தால் என்ன ஆகியிருக்கும் என்பதை எண்ணும்போதே என் முதுகுத் தண்டு சிலிர்த்துப்போகிறது.

ஆனால், அதற்காக உடனடியாக நானே என்னைத் தண்டித்துக் கொண்டேன். மிகவும் எளிமையாக வினோதமான புத்திசாலித் தனத்துடன். சட்டென்று எனக்கொரு அற்புதமான எண்ணம் உதித்தது. விடுமுறை நாட்களில் சில சமயம், நெவ்ஸ்கி ப்ராஸ்பெக்டின் வெளிச்சமான பகுதியில் மாலை நான்கு மணியைப்போல நான் உலாவச் செல்வதுண்டு. உண்மையில் சொல்லப்போனால் நான் அங்கே உலவப் போனேன் என்பதை விடவும் அடுக்கடுக்கான பல துன்பங்களையும் அவமானங் களையும் மனக்கசப்புக்களையும் அனுபவித்து வந்தேன் என்பதே பொருத்தமானது. ஆனால் எனக்கு அதுதான் தேவையாக இருந் தது. கொஞ்சம்கூட நாகரிகமற்ற முறையில், ஒரு மீனைப் போல வளைந்து நெளிந்தபடி பாதையில் செல்லும் ஜெனரல்களுக்கும், படைப்பிரிவுக்குப் பொறுப்பான அதிகாரிகளுக்கும், பெண்களுக்கும்

தொடர்ச்சியாக வழி ஏற்படுத்திக் கொடுத்துக்கொண்டே இருப்பேன் நான். அப்படிப்பட்ட நிமிடங்களில் கூர்மையான வலியின் வேதனை என் இதயத்தைப் பிழிந்தெடுக்கும்; நான் அணிந்திருக்கும் மிகக் கேவலமான உடையையும், கீழ்த்தரமாகக் காட்சி தரும் என் குள்ளமான உருவத்தையும் எண்ணும்போது என் முதுகுப் புறம் சூடேறுவதுபோல இருக்கும். அது, வழக்கமாக எனக்கு நிகழும் ஆத்மஹத்தி. மிகுந்த அறிவாளியாக முற்போக் காளனாக, உணர்வுகளைப் பொறுத்தவரை நிச்சயம் வேறு எவரை யும்விட மிகவும் பண்பட்டவனாக இப்படியெல்லாம் இருந் தாலும்கூட உலகத்தின் கண்களில் நான் ஓர் ஈயைப் போன்றவன் தான். எல்லோராலும் அவமானப்படுத்தப்பட்டுப் புண்படுத்தப் படும் ஓர் ஈ. எல்லோரும் போவதற்குத் தொடர்ச்சியாக வழிவிட்டு விலகிக்கொள்ளும் ஓர் ஈ. இப்படிப்பட்ட எண்ணம் என்னுள் எழுந்த அளவில், சகிக்க முடியாத அவமான உணர்வு தொடர்ச்சியாக என்னைத் துன்புறுத்தும். இப்படிப்பட்ட சித்திரவதையை என்மீது நானே ஏன் சுமத்திக்கொண்டேன், ஏன் நெவ்ஸ்கியை நாடிச் சென்றேன் என்பதெல்லாம் எனக்குத் தெரியாது. ஆனால் சமயம் கிடைக்கும்போதெல்லாம் அங்கே போக வேண்டுமென்ற தூண்டுதல் எனக்கு ஏற்பட்டுக்கொண்டுதான் இருந்தது.

நாவலின் முதல்பகுதியில் நான் குறிப்பிட்ட மகிழ்ச்சியின் கிளர்ச்சியை அதற்குள்ளாகவே நான் அனுபவிக்கத் தொடங்கி யிருந்தேன். ஆனாலும் அந்த இராணுவ அதிகாரியோடு நேர்ந்த நிகழ்ச்சிக்குப் பின்பு, முன்னரைவிட அதிகமாக அங்கே செல்லத் தூண்டப்பட்டேன். நெவ்ஸ்கியில்தான் அவரை நான் அதிகமாக வும், அடிக்கடியும் சந்தித்தேன்; அவரை அங்கே பார்ப்பதில் எனக்கு விருப்பமும் ஏற்பட்டுவிட்டது. பெரும்பாலும் விடுமுறை நாட்களிலேதான் அவரும் அங்கே வருவார். இராணுவ ஜெனரல் களுக்கும், உயர் பதவி வகிக்கும் பெரிய மனிதர்களுக்கும் அவரும் கூட வழி விட்டு ஒதுங்கிக்கொள்வார். அப்படிப்பட்ட மனிதர்களி டையே அவருமேகூட ஒரு மீனைப்போல வளைந்து நெளிந்து விலகுவார். ஆனால் என்னைப் போன்றவர்களோ என்னைவிடச் சற்று நன்றாக உடையுடுத்தி இருப்பவர்களோ எதிரே வந்தால், அவர் அவர்களை எளிதாகக் கடந்து செல்வார்; தனக்கு முன்னால் இருப்பது ஒரு வெற்றிடம்தான் என்பது போன்ற பாவனையில் அவர் நேராக அவர்களைத் தாண்டிச் சென்றுவிடுவாரே அன்றி, எந்தச் சூழ்நிலையிலும் அவர்களுக்காக விலகி ஒதுங்கமாட்டார். நான் விஷமத்தனமான திருப்தியோடு அவர் செய்வதையெல்லாம் பார்த்து வந்தேன்; அவர் எதிர்ப்படும்போது ஆத்திரத்தோடு வழிவிட்டுவிலகிப் போகவும் செய்தேன். தெருவில்கூட என்னால்

அவருக்கு சமமானவனாக இருக்கமுடியவில்லையே என்ற எண்ணம் எனக்கு எரிச்சலூட்டியது. "முதலில் ஒதுங்கி வழிவிடுபவனாக எப்போதும் நீயே ஏன் இருக்கவேண்டும்?" பைத்தியக்காரத் தனமான ஆத்திரத்தோடு இந்தக் கேள்வியை மீண்டும் மீண்டும் எனக்குள்ளேயே கேட்டுக்கொண்டிருந்தேன் நான்; சில சமயங் களில் அதிகாலை மூன்று மணிக்கு விழித்துக்கொண்டும்கூட எனக்குள் அதையே கேட்பேன். "நீயே ஏன் அப்படிச் செய்து கொண்டிருக்க வேண்டும்? அவர் செய்யக் கூடாதா?" அப்படி யெல்லாம் எந்த விதியும் இல்லை; நாகரிகமான மனிதர்கள் ஒரு வரை ஒருவர் எதிர்ப்படும்போது இருவருமே பாதிப்பாதி விலகி வழி விடுவதைப்போல நீங்களும் செய்தாலென்ன? நீ பாதி, அவர் பாதி என்று ஒதுங்கி வழிவிட்டால் பரஸ்பர மரியாதையோடு இருவரும் ஒருவரை ஒருவர் கடந்து செல்லலாமே" ஆனால், அப்படி ஒன்று ஒருபோதும் நடக்கவே இல்லை. எல்லா நேரங்களிலும் நான்தான் ஒதுங்கிப் போய்க்கொண்டிருந்தேன்; அவரோ நான் அப்படி வழிவிட்டு விலகுவதைக்கூடக் கருத்தில் கொள்ளாமல் போய்க்கொண்டிருந்தார். அந்த நேரத்தில் அடேயப்பா மிகப் பிரமாதமான ஒரு சிந்தனை எனக்கு உதித்தது. "அவரை நேருக்கு நேராக எதிர்ப்படும் போது நான் ஒரு பக்கமாக ஒதுங்கிக் கொள்ளாமல் இருந்துவிட்டாலென்ன? வேண்டுமென்றே அப்படி நகராமல் இருந்துவிட்டு அவர்மீது மோதிக்கொண்டால்தான் என்ன? அது எப்படி இருக்கும்?" துடுக்குத்தனமான அப்படி ஓர் எண்ணம் என்னை ஆக்கிரமித்துக்கொண்டதில் நான் சற்று அமைதி இழந்தேன். அதைப் பற்றியே பயங்கரமாக, தொடர்ச்சி யாக யோசித்துக்கொண்டிருக்கத் தொடங்கினேன். அதைச் செயலாக்கும்போது நான் எப்படியெல்லாம் நடந்துகொண்டால் சரியாக இருக்கும் என்பதை மிகத் தெளிவாக வரையறுத்துக் கொள்வதற்காக அடிக்கடி நெவ்ஸ்கிக்குச் சென்றேன். நான் மிகுந்த உற்சாகமடைந்திருந்தேன். அந்தத் திட்டம் நடைமுறைக்கு மிகவும் ஒத்ததாகவும், சாத்தியமானதாகவும் எனக்குத் தோன்றியது. "உண்மையில் நான் ஒன்றும் அவரைத் தள்ளிவிடப் போவதில்லை" மகிழ்ச்சி ஒரு பக்கம் இருந்தாலும், அவர் மீதான பரிவும் என்னிடம் இருந்ததால் இப்படி எண்ணிக்கொண்டேன். "அவருக்காக வழி விட்டு ஒதுங்க மாட்டேன் அவ்வளவுதான். அவரை இடித்துக் கொண்டு முன்னேறுவேன், ஆனால் அதிகமாகத் தாக்கமாட்டேன். நாகரிகத்தின் எல்லைக்கு உட்பட்டுத் தோளோடு தோள் மோதிக்கொள்வேன். அவர் எந்த அளவுக்கு என்னை இடித்துத் தள்ளுகிறாரோ அந்த அளவுக்கு நானும் அவரை முட்டி மோதிக் கொண்டு போவேன்". இவ்வாறு இறுதியில் ஒரு வழியாக என் மனதை ஆயத்தப்படுத்திக்கொண்டேன். ஆனால், அதற்கான

தயாரிப்புகள்தான் அதிக நேரத்தை எடுத்துக்கொண்டுவிட்டன. முதலாவதாக என் திட்டத்தை அமல்படுத்தும்போது நான் இன்னும் சற்று நாகரிகமாகக் காட்சியளிக்க வேண்டுமென நினைத்ததால் என் தோற்றத்தைப் பற்றிக் கொஞ்சம் யோசிக்க வேண்டியிருந்தது. "ஏதாவது ஒரு நெருக்கடி ஏற்பட்டு வதந்தி ஏதேனும் பரவுமென்றால் (அங்கே உலாவ வருபவர்கள் சாதாரணமான மக்களல்ல; இளவரசி அங்கே நடக்க வருகிறார்; இளவரசர் 'டி'யும் அங்கே நடக்கிறார்; இலக்கிய உலகம் முழுவதுமே அங்கேதான் இருக்கிறது) நான் நன்றாக உடையணிந்திருக்க வேண்டும்; அதுதான் எனக்கு மரியாதை. சமுதாயத்தின் கண்களில் அதுதான் என்னைப் பிறரோடு சமமாகவும் வைக்கும்" இந்த நோக்கத்தோடு என் சம்பளப் பணத்தில் கொஞ்சத்தை முன் பணமாகப் பெற்றுக்கொண்டு சர்கினின் கடையில் ஒரு ஜோடி கறுப்புக் கையுறைகளையும், நல்லதாக ஒரு தொப்பியையும் வாங்கிக்கொண்டேன். முதலில் நான் தேர்ந்தெடுத்த எலுமிச்சை வண்ணக் கையுறைகளைவிட கறுப்புக் கையுறைகளே கௌரவ மாகவும், நாகரிகமாகவும் இருந்தன. "அந்த நிறம் மிகவும் வெறிக்கிறது; என்னைப் பகட்டாகக் காட்டிக்கொள்ள முயல்வது போலிருக்கும்" என்று எண்ணியபடி அந்த எலுமிச்சை நிறக் கையுறைகளை ஒதுக்கிவிட்டேன் நான். வெள்ளெலும்புகளைக் கொண்டு செய்யப்பட்ட பொத்தான்களால் ஆன மிக நல்ல சட்டை ஒன்றை வெகு நாட்களுக்கு முன்பே நான் தயார் செய்து வைத்துவிட்டேன். என் திட்டத்தைத் தாமதப்படுத்திக் கொண்டு வந்த ஒரே ஒரு விஷயம் என்னுடைய மேல் கோட் மட்டும்தான். மேல் கோட் என்னவோ மிக நன்றாகக் குளிரைத் தாங்கும் வகையிலேதான் இருந்தது. ஆனால் பஞ்சு போன்றவை திணிக்கப்பட்டிருந்ததால் அது உப்பிப்போய்க்கிடந்தது; மேலும் அதிலிருந்த ராகூன் தோலால் செய்யப்பட்ட காலர், உச்சபட்ச அருவருப்பை ஏற்படுத்துவதாக இருந்தது. எப்படியாவது நான் அந்தக் காலரை மாற்றியாக வேண்டும்; அதிகாரிகளிடம் இருப் பதைப் போன்ற ரோமத்தாலான காலர் எனக்கும் வேண்டும். அதற்காக நான் கோஸ்தினி ட்வோர் கடைக்குப் பலமுறை சென்றேன்; பல தடவை முயற்சி செய்த பிறகு விலை மலிவான ஜெர்மன் பீவர்காலர் ஒன்றைப் பொறுக்கி எடுத்தேன். இந்த ஜெர்மன் காலர்களெல்லாம் வெகு சீக்கிரத்தில் நைந்து போய் அசிங்கமாய்க் காட்சி அளிப்பவைதான்; ஆனால், புதிதாக இருக்கும் போது அவை மிகமிக நன்றாக இருக்கும். எனக்கும்கூட ஏதோ ஒரு சந்தர்ப்பத்திற்கு மட்டும்தான் அது தேவைப்பட்டது. விலையை விசாரித்தேன்; மிகமிக அதிகமாகத்தான் இருந்தது. நன்றாக யோசித்துப் பார்த்துவிட்டு என் ராகூன் காலரை விற்று விட முடிவு

செய்தேன். அப்போதும் போதாமல் இருந்த பாக்கிப் பணத்தை (அதுவும் நிறையத்தான் இருந்தது) எனக்கு நேர் மேல் அதிகாரியாக இருந்த ஆண்டன் அண்டோனோவிச் சீடோச்கினிடமிருந்து கடனாகப் பெற்றுக்கொள்ள முடிவெடுத்தேன்; என் மேலதிகாரி சற்றுக் கடுமையானவர், ஆனாலும், நம்பகமானவர். பொதுவாக அவர் யாருக்குமே கடன் தருவதில்லை. ஆனால் எனக்கு இந்த வேலை வாங்கித் தந்த முக்கியமான நபர் ஒருவர், பல ஆண்டுகளுக்கு முன்பே நான் இந்த வேலையில் சேர்ந்ததுமே இவரிடம் அறிமுகப்படுத்தி என்னைப் பற்றித் தனிப்பட்ட முறையில் பரிந்துரையும் செய்திருந்தார். ஆனாலும்கூட அவரிடம் சென்று கடன் வாங்குவது எனக்கு நரக வேதனையாகவே இருந்தது; ஆண்டன் அண்டோனோவிச் சீடோச்கினிடமிருந்து கடன் வாங்குவதைக் கொடுமையாகவும், அவமானகரமாகவும் உணர்ந்தேன். இரண்டு மூன்று இரவுகளாகவே நான் சரியாகத் தூங்கவில்லை. பொதுவாகவே ஒரு சில நாட்களாக நான் தூக்கம் பிடிக்காமல் காய்ச்சல் வந்ததைப் போலத்தான் இருந்தேன். என் இதயம் மிக மெதுவாகத் துடிப்பது போலிருக்கும். திடீரென்று, இருந்தாற்போலப் படபடவென அடித்துக்கொள்ள ஆரம்பித்து விடும். நான் கடன் கேட்டதும் ஆண்டன் அண்டோனோவிச் சீடோச்கின் முதலில் சற்று வியப்படைந்தார்; முகத்தைச் சுளித்தார்; பிறகு ஏதோ யோசித்துப் பார்த்துவிட்டுக் கடன் தர முன்வந்தார். இரண்டு வாரங்களுக்குள் அந்தப் பணத்தைத் திருப்பித் தர நான் தவறினால் என் மாதச் சம்பளத்திலிருந்து அதைக் கழித்துக் கொள்வதாக ஓர் உறுதிப்பத்திரத்தில் கையெழுத்து வாங்கிக் கொண்டு நான் கேட்ட தொகையை அளித்தார். இவ்வாறாக எல்லாமே ஒருமாதிரி தயாராகிவிட்டது. கேவலமான தோற்றத்தைத் தந்துகொண்டிருந்த ராகூன் காலரின் இடத்தை இப்போது அழகான பீவர் காலர் பிடித்துக் கொண்டிருந்தது. நானும் இறுதிக் கட்ட ஏற்பாடுகளைத் திட்டமிடத் தொடங்கினேன். இது அவசரக் கோலத்தில், ஏனோதானோவென்று செய்யும் காரியமில்லை. இந்தத் திட்டத்தை மிகவும் சாதுரியமாக படிப்படியாகத்தான் செயல்படுத்த வேண்டும்.

ஆனால், அந்த முயற்சியைப் பல முறை மேற்கொண்டு பார்த்தபிறகு நான் சோர்ந்துபோனேன் என்பதை நான் ஒத்துக் கொள்ளத்தான் வேண்டும். நாங்கள் ஒருவர்மீது ஒருவர் மோதிக் கொள்ளவே இல்லை. நான் எல்லா ஏற்பாடும் செய்து வைத்திருந் தேன்; மிகமிக உறுதியாகவும் இருந்தேன்; நாங்கள் நேருக்கு நேர் மோதி இடித்துக்கொண்டுவிடப்போகிறோமென்றும் எனக்குத் தோன்றியது; ஆனால் நான் என்ன செய்துகொண்டிருக்கிறேன்

என்பதை உணராமலேயே தன்னிச்சையாக விலகி வழிவிட்டு ஒதுங்கிவிட்டேன், அவரும் என்னைக் கவனிக்காததைப் போலத் தாண்டிச் சென்றுவிட்டார். என்னருகே அவர் நெருங்கியபோது, எனக்குப் போதிய அளவு மனவுறுதியைத் தருமாறு கடவுளிடம் நான் பிரார்த்தனை செய்துகூடப் பார்த்தேன். ஒரு தடவை என் மனதை முழுமையாக ஆயத்தப்படுத்திக்கொண்டு தயாராக இருந்தேன்; ஆனால் கடைசிக்கணத்தில் அவரிடமிருந்து அரை அடி தொலைவில் வரும்போது நான் என் தைரியத்தைக் கைவிட்டு விட்டதால் தட்டுத்தடுமாறி அவரது காலடியிலேயே விழுந்துவிட் டேன். அவர் மிக அமைதியாக என்னைத் தாண்டிக்கொண்டு சென்றுவிட, நான் ஒரு பந்தைப்போல ஒரு பக்கம் உருண்டு கிடந்தேன். அன்று இரவு எனக்குக் காய்ச்சல் வந்து ஜன்னி கண்டது. ஆனால் திடீரென்று எல்லாமே மிகமிகத் திருப்திகரமாக, மகிழ்ச்சியாக முடிந்துவிட்டது. துரதிருஷ்டமான இந்த முயற்சியை இனிமேலும் தொடரக்கூடாதென்றும், அதை அடியோடு மறந்து விடுவதென்றும் முதல்நாள் இரவுதான் முடிவு செய்திருந்தேன். அந்தத் தீர்மானத்தோடு நெவ்ஸ்கி அவென்யூவில் கடைசி முறையாக உலவுவதற்கும், பழைய விஷயங்களுக்கெல்லாம் முழுக்குப் போட்டுவிட்டேனா என்று என்னை நானே சோதித் துக்கொள்ளவும் சென்றேன். என்னுடைய எதிரியிடமிருந்து மூன்று தப்படி தூரத்தில் இருக்கும்போது சட்டென்று எதிர்பாராத விதமாக ஒரு யோசனை தோன்ற, என் கண்களை இறுக மூடிக் கொண்டேன். நாங்கள் பயங்கரமாக ஒருவர்மீது ஒருவர் தோளோடு தோள் முட்டிக் கொண்டோம். நான் ஓர் அங்குலம் கூட நகர்ந்து கொடுக்காமல் அவருக்கு மிகவும் சமமான விதத்தில் அவரைத் தாண்டிச் சென்றேன். அவர் திரும்பிக்கூடப் பார்க்காமல் எதையுமே பார்க்காதது போல பாவனை செய்தார். ஆனால், அவர் அப்படி நடிக்கத்தான் செய்தார் என்பது எனக்கு உறுதியாகத் தெரிந்தது; இன்று வரையிலும்கூட அதில் நான் தெளிவாக இருக்கிறேன். அவர் சற்று பலசாலியாக இருந்ததால் அப்படி மோதிக் கொண்டதில், எனக்குத்தான் மோசமான அடி. ஆனால் அது அவ்வளவு முக்கியமில்லை. எப்படியோ நான் நினைத்ததை சாதித்து, என் கௌரவத்தைக் காப்பாற்றிக்கொண்டு விட்டேனே அதுதான் முக்கியம். அவருக்காக ஓர் அடிகூட நகர்ந்து கொடுக்காமல் ஒரு பொது இடத்தில் அவருக்கு சமமான சமூக அந்தஸ்து உள்ளவனாக என்னை நிலைநிறுத்திக்கொண்டது தான் முக்கியம். எல்லாவற்றுக்கும் முழுமையாகப் பழிதீர்த்துக் கொண்டுவிட்டேன் என்ற நிறைவோடு வீட்டுக்குத் திரும்பி வந்தேன். மிகவும் மகிழ்ச்சியோடும், எட்டமுடியாததை எட்டிப் பிடித்துவிட்ட வெற்றிக்களிப்போடும் இருந்த நான் இத்தாலியக்

குழு இசைப்பாடல்களைக்கூடப் பாடிக்கொண்டிருந்தேன். மூன்று நாட்களுக்குப் பிறகு எனக்கு என்ன நடந்தது என்பதையெல்லாம் இப்போது நான் உங்களிடம் விவரித்துக்கொண்டிருக்கப்போவ தில்லை; இந்த நாவலின் முதல் அத்தியாயத்தைப் படித்திருந்தால் நீங்களே அதை அனுமானித்துக்கொண்டு விடலாம். பிறகு அந்த அதிகாரி வேறெங்கோ மாற்றலாகிப் போய்விட்டார். நான் கடந்த பதினான்கு ஆண்டுகளாக அவரைப் பார்க்கவே இல்லை. அந்த இனிய மனிதர் இப்போது என்ன செய்துகொண்டிருப்பார்? எவரைக் கடந்து சென்று கொண்டிருப்பார்?

2

பொழுதைத் தேவையில்லாமல் போக்கிக்கொண்டிருக்கும் காலகட்டம் ஒரு முடிவுக்கு வந்ததும், அதன் பிறகு எப்போதுமே நான் நோய்வாய்ப்பட்டுவிடுவேன். அதைத் தொடர்ந்து எனக்குள் ஒரு குற்ற உணர்வு ஏற்படும். அதைப் போக்கிக்கொள்ள முயல்வேன்; பிறகு மிக அதிகமாகவே நோயுற்றுவிடுவேன். ஆனாலும் படிப்படியாக அப்படியிருக்கவும்கூட நான் பழக்கப்படுத்திக் கொண்டுவிட்டேன். நான் எல்லாவற்றையுமே ஏற்றுக்கொள்ளத் தொடங்கிவிட்டேன்; அல்லது எல்லாவற்றையும் பொறுத்துக் கொள்ளுமாறு நானே என்னை வலுக்கட்டாயமாகப் பழக்கிக் கொண்டுவிட்டேன். ஆனால் அவற்றையெல்லாம் ஈடுகட்டும் வகையில் தப்பித்துக்கொள்ளும் வழி ஒன்றும் எனக்கு இருந்தது. உன்னதமானதும் அழகானதுமானவற்றில் எனக்கு நானே புகல் தேடிக்கொள்வதுதான் அது; ஆனால் அதுவுமேகூடக் கனவுகளில் மட்டும் சாத்தியப்படுவதுதான். நான், பயங்கரமாகக் கனவு காண்பவன். என்னுடைய மூலையில் முடங்கிக்கொண்டபடி, மூன்று மாதங்கள் வரையிலும்கூட என்னால் கனவு காணமுடியும். அப்படிப்பட்ட சந்தர்ப்பங்களில் கோழிக்குஞ்சைப் போலப் படபடக்கும் உள்ளத்தோடு ஜெர்மன் பீவரைத் தன்னுடைய பிரமாதமான கோட்டின் காலராக்கிக்கொண்ட அந்தக் கனவானுக்கும் எனக்கும் எந்த விதமான ஒற்றுமையும் இருக்காது என்பதை நீங்கள் உறுதியாக நம்பலாம். அப்போது நான் சட்டென்று ஒரு கதாநாயகனாகிவிடுவேன். ஆறடி உயரம் கொண்ட இராணுவத் தளபதி ஒருவன் தானாகவே என்னைப் பார்க்க வந்தாலும்கூட அப்போது நான் அதை அனுமதிக்கமாட்டேன். அந்த நேரத்தில் அவனைப் பற்றிய சித்திரத்தை மனக்கண்முன்பு கொண்டு வருவதுகூட என்னால் முடியாது.

என் கனவுகள் என்ன என்பதையோ, அவற்றால் எவ்வாறு என்னை நிறைவு செய்துகொள்ள முடிந்தது என்பதையோ இப்போது சொல்வது கடினம்; ஆனால் அந்தச் சமயத்தில் என்னவோ, அவற்றால் நான் திருப்தி அடைந்திருந்தேன். ஏன் இப்போதும்கூட ஓரளவுக்கு அவற்றால் திருப்தி அடைந்தவனாகத்தான் நான் இருக்கிறேன். நான் வீணாகச் செலவழித்துக்கொண்டிருக்கும் காலம் கழிந்த பிறகு கனவுகளில் இன்பம் காணத் தொடங்குவேன். அப்போது அவை மிகமிகத் தெளிவாகவும், இனிமையாகவும் இருக்கும். அவை கழிவிரக்கமும் கண்ணீரும் பொதிந்ததாக இருக்கும்; சாபங்களையும் மகிழ்வையும் சுமந்து

வருவதாகவும் இருக்கும். அந்தத் தருணங்கள் மிகமிக மகிழ்ச்சி அளிப்பதாகவும், இனிமையான தீங்கில்லாத போதையை ஊட்டு வதாகவும் இருக்கும்: அதுகுறித்த மிக இலேசான இகழ்ச்சியான எண்ணம்கூட என்னிடம் இருந்ததில்லை என்பதே உண்மை. என்னிடம் இருந்ததெல்லாம் நம்பிக்கை, எதிர்பார்ப்பு, அன்பு ஆகிய இவை மட்டுமே. ஏதோ ஓர் அற்புதத்தால், ஏதோ சில சூழ்நிலை மாற்றங்களால் இப்போது இருக்கும் நிலை திடீரென்று விலகிப்போய் வேறு விசாலமான வழிகள் எனக்காகத் திறக்கக் கூடும் என்றுகூட அப்போது நான் குருட்டுத்தனமாக நம்பிக் கொண்டிருந்தேன். எனக்கு மிகப் பொருத்தமானதும், நன்மையளிப்பதுமான நல்ல பணி ஒன்று திடீரென்று எனக்குக் கிடைப்பது போன்ற மனக்காட்சி ஒன்று சட்டென்று என்னுள் தோன்றும். எல்லாவற்றுக்கும் மேல் எனக்காக முன்கூட்டியே தயார் செய்து வைக்கப்பட்டிருக்கும் உயர்வான பதவி ஒன்று (அது என்ன என்பதெல்லாம் எனக்குத் தெரியாது; ஆனால் அதன் சிறப்பான அம்சம் என்னவென்றால், அது எனக்காகவே தயாராக இருப்பதுதான்) என் முன்னர், எனக்காக எழுந்து வரக் கூடுமென்றும், 'சட்'டென்று உலகத்தின் வெளிச்சத்துக்கு வந்துவிட்ட நான் தலையில் கிரீடம் தரித்தபடி வெள்ளைக் குதிரையில் ஆரோகணிக்கக் கூடுமென்றும் இப்படி யெல்லாம் நம்பிக் கனவு கண்டுகொண்டிருந்தேன் நான்.

மிக மிக உயர்வான ஓர் இடத்தில் நான் இருக்கவேண்டும் என்ற யோசனை ஒன்றைத் தவிர வேறு எதையும் நான் நினைத்துக் கூடப் பார்க்கவில்லை; அந்தக் காரணத்தினாலேயே யதார்த்த வாழ்வைப் பொறுத்தவரை மிகக் கீழான இடத்தில் மிகவும் திருப்தியோடு இருந்துகொண்டிருந்தேன். ஒன்று சாகச நாயகனாக இருக்க வேண்டும்; இல்லையென்றால் மண்ணோடு மண்ணாக உழன்றுகொண்டிருக்க வேண்டும்; இரண்டுக்கும் இடைப்பட்ட எந்தப் பாதையுமே எனக்கு வேண்டாம். என் அழிவுக்குக் காரணமே அதுதான். மண்ணில் புரண்டுகொண்டிருக்கும் சமயங் களிலெல்லாம் வேறு நேரங்களில் கதாநாயகனாக இருப்பதான நினைப்பில் என்னை நானே ஆறுதல்படுத்திக்கொள்வேன்; அப்போது கதாநாயகன் என்ற கவசம் அந்த மண்ணை மூடிவிடும். சாதாரணமான ஒரு மனிதனுக்கு வேண்டுமானால் இப்படி சகதியில் புரள்வதெல்லாம் அவனை இழிவுபடுத்துவதாக இருக்கலாம்; ஆனால், ஒரு வீர நாயகனாக இருப்பவனோ அப்படி சேற்றில் புரள்வதையெல்லாம் தன்னைப் பரவசப்படுத்துவதாகவும், மேன்மேலும் உயர்த்துவதாகவும், பெருமைப்படுத்துவதாகவும் மட்டுமே நினைப்பான். 'உன்னதமும் அழகும்' பற்றிய இத்தகைய தாக்கங்கள், என் பொழுதையும் சக்தியையும் நான் வீணாகக்

கழித்துக்கொண்டிருந்த தருணங்களில்கூட எனக்கு நேர்ந்து கொண்டிருந்தன என்பதை இங்கே குறிப்பாகச் சொல்லியாக வேண்டும்; அதிலும், குறிப்பாக மிகக் கீழான பாதாளத்தை நான் தொட்டுக்கொண்டிருந்தபோதுகூட அவை எனக்கு நேரிட்டன. சற்றும் எதிர்பாராத தருணங்களில் எனக்குத் தம்மை நினைவூட்டும் வகையில் அவ்வப்போது தனித்தனித் துணுக்குகளாக அந்த எண்ணங்கள் என்னுள் பீய்ச்சியடிக்கும்; ஆனாலும் அவற்றின் வருகை, என் மோசமான நடத்தைகளை ஒருபோதும் அழித்தொழித்ததில்லை. அதற்கு நேர்மாறாக அவற்றின் முரணான தன்மை, என் நடத்தைக்கு மேலும் சுவை கூட்டுவதாகவே இருந்திருக்கிறது; பசியைத் தூண்டும் ருசியான உணவைப்போல என் இழிவான நடவடிக்கைகளுக்குப் போதுமான தூண்டுகோலாக அவை இருந்தன. முரண்பாடுகள், தவிப்போடு கூடிய துன்பங்கள், சுய பரிசோதனைகள் ஆகியவை நிறைந்த இந்த வலிகளும், சித்திரவதைகளும் நான் நடத்தி வந்த இழிவான வாழ்க்கைக்குச் சற்று விறுவிறுப்பளித்துக்கொண்டிருந்தன. இலக்கற்று வீணாகிக் கொண்டிருந்த என் வாழ்க்கைக்கு ஏதோ ஒரு பொருளைச் சேர்த்துக் கொண்டிருந்தன. சொல்லப்போனால் பசியைத் தூண்டும் தன்மை கொண்ட ஒரு 'ரசம்' (சூப்) என்ன செய்ய வேண்டுமோ அப்படிப் பட்ட ஒரு நோக்கத்தை மிகத் துல்லியமாக அவை நிறைவேற்றிக் கொண்டிருந்தன. இவற்றினூடே ஆழமான குறிப்பான உட்பொருள் ஒன்றும் பொதிந்திருந்தது. இப்படிப்பட்ட மிக மட்டமான கேவலமான கீழ்த்தரமான நடவடிக்கைகளில் ஈடுபடும் எளிமை யான ஒரு குமாஸ்தாவாக வாழ்க்கை நடத்துவதும் அதன் ஆபாசங் களை சகித்துக்கொள்வதும் நிச்சயமாக எனக்கு நிறைவளிப்பதாக இல்லை. அப்படியென்றால் இரவு நேரங்களில் வீதிக்குச் செல்லு மாறு என்னைக் கவர்ந்து இழுத்தது தான் என்ன? இல்லை கனவான்களே! அதையெல்லாம் பொருட்படுத்தாமல் இருக்க, அதிலிருந்து வெளியே வர எனக்கு உன்னதமான வேறொரு வழியும் இருந்தது.

நான் காணும் கனவுகளின் போது நான் உணரும் 'அந்த நேசத்தின் இனிமை!' கடவுளே! அந்த 'நேசத்தின் இனிமை'யை நான் உணரும் கணங்கள்தான் எவ்வளவு நன்றாக இருக்கும். "உன்னதமும் அழகும் கொண்டவற்றினூடே பறக்கும்போது" உணரும் அந்தக் கணங்கள். அந்த நேசம் மிகமிக அற்புதமானது தான். ஆனால் நடைமுறை மனித வாழ்க்கையில் ஒருபோதும், எதன்மீதும் வைக்க இயலாத நேசம் அது. அளவு கடந்த, அதீதமான இப்படிப்பட்ட ஓர் அன்பைக் கனவில் உணரமுடிந்தாலும் அதன் பிறகு மெய்யான வாழ்க்கை என்று வரும்போது அவ்வாறான ஓர்

அன்பை எங்காவது செலுத்தும் எழுச்சிகூட எவருக்கும் ஏற்படுவதில்லை; காரணம் அது மிகையானதாக அபரிமிதமானதாக இருப்பதுதான்.

பிறகு கிளர்ச்சியூட்டும் கலை வடிவங்களுக்குத் தாவிச்சென்று வாழ்க்கையின் அழகுகளை ரசித்தபடி திருப்தியாகவும் சோம்பேறித்தனமாகவும் பொழுது கழியும். வாழ்வின் எந்தச் சூழ்நிலைக்கும் தேவைக்கும் பொருந்தக்கூடிய வகையில் நாவலாசிரியர்களும் கவிஞர்களும் எழுதி வைத்துவிட்டும் போனவைதாம் முன்பே தயாராக இருக்கின்றனவே. அவற்றிலிருந்து செய்திகளை நகலெடுத்து அசைபோட்டபடி பொழுது நகரும்.

உதாரணத்துக்கு, நான் உலகிலுள்ள ஒவ்வொருவரையும் வெற்றிகொண்டுவிடுவேன் என்றும், என்னைத் தவிர மற்ற எல்லோரும் என் காலடியிலுள்ள புழுதியில் கிடப்பதாகவும் ஒரு கற்பனை தோன்றும்; அவர்களுக்கு என் தலைமையைக் கட்டாயமாக ஏற்றுக்கொள்வதைத் தவிர வேறு எந்த வழியும் இல்லை; நானும் அவர்களை மன்னித்து ஏற்றுக்கொண்டுவிடுவேன்.

பிறகு என்னை ஒரு கவிஞனாகவும், மிகப்பெரிய கனவானாகவும், காதல் வயப்பட்டிருப்பவனாகவும் எண்ணிக்கொள்வேன். நான் கோடிக்கணக்கான சொத்துக்குச் சொந்தக்காரனாவேன்; அவற்றை உடனடியாக மனித இனத்தின் நன்மைக்காகவே வழங்கிவிடுவேன். அதே வேளையில் எல்லா மக்களுக்கும் முன்னிலையில் என் வெட்கக்கேடான செயல்களையும் ஒத்துக்கொண்டுவிடுவேன்; அவை வெறும் வெட்கக்கேடானவை மட்டுமல்ல; 'மேன்ஃபிரெட்'டின் பாணியில்* உன்னதமும் அழகும் அவற்றில் இருப்பதை உணர்த்துவேன். ஒவ்வொருவரும் வந்து என்னை முத்தமிடுவார்கள்; கண்ணீர்வடிப்பார்கள். (அப்படிக் கண்ணீர் வடிக்காதவர்கள் முட்டாள்களாகத்தான் இருக்கமுடியும்.) பிறகு வெறுங்காலோடும் பசியோடும் நடந்தபடி பழமைவாதிகளுக்கு எதிரான புதிய சிந்தனைகளைப் பிரச்சாரம் செய்தபடி வெற்றிகரமான 'ஆஸ்டர்லிட்ஸ்'* போன்ற யுத்தத்துக்கு மக்களைத் தூண்டுவேன். பிறகு பாண்டுவாத்திய முழக்கத்தோடான பேரணியில் பாதிக்கப்பட்ட அனைவருக்கும் பொது மன்னிப்பு பிரகடனப்படுத்தப்படும். ரோமிலிருந்து பிரேசிலுக்குப் பெயர்ந்து சென்று

---

* 1816 – 1817 இல் லார்ட் பைரன் எழுதிய இயற்கை சார்ந்த நாடக பாணி கவிதை.

* ஆஸ்டர்லிட்ஸ் யுத்தம் என்றும், மூன்று பேரரசர்களுக்கிடையிலான போர் என்றும் சொல்லப்படும் இந்தச் சண்டை நெப்போலியனின் போர் வாழ்வில் குறிப்பிடத்தகுந்த ஒன்று.

விட போப் சம்மதம் தருவார்; கோமா ஏரிக்கரையில் வில்லா போர்கீஸ் * பூங்காவில் இத்தாலியில் வசிக்கும் அனைவருக்கும் ஒரு 'பால்' நடனம் ஏற்பாடு செய்யப்படும். இந்த நோக்கத்துக்காகவே ரோமுக்கு அருகில் இருக்குமாறு (இத்தாலியில் இருக்கும்) கோமா ஏரி மாற்றி அமைக்கப்படும் *. அதற்குப் பிறகு அங்குள்ள புதர்களில் இன்னும் என்னவெல்லாமோ நடக்கும். அதெல்லாம் உங்களுக்குத் தெரியாதா என்ன?

இவ்வளவு நேரமும் உணர்ச்சி வசப்பட்டுக் கண்ணீர் வடித்த பிறகு எல்லாவற்றையும் நானே ஒப்புக்கொண்ட பிறகு இப்படி யெல்லாம் கூரை மீதேறிக் கூப்பாடு போடுவது அருவருப்பாகவும் வெறுப்பூட்டுவதாகவும் இல்லையா என்று நீங்கள் கேட்கக்கூடும். ஆனால், ஏன் அதை அப்படி வெறுக்கவேண்டும்.. நான் இதற்காக எல்லாம் வெட்கப்படுகிறேன் என்றும் உங்கள் வாழ்க்கையில் நடந்திருக்கக்கூடிய முட்டாள்தனமான காரியங்களையெல்லாம் விட படுமுட்டாள்தனமானது இது என்றும் நீங்கள் நினைத்துக் கொண்டிருக்கிறீர்களா கனவான்களே! நான் செய்த சில கற்பனைகள் ஒன்றும் அத்தனை மோசமானவை இல்லை என்று என்னால் உறுதியாகச் சொல்ல முடியும். சரி இருக்கட்டும். கோமா ஏரிக்கரையில் இவையெல்லாம் நிகழவில்லை என்பதென்னவோ உண்மைதான்.

இன்னொரு வகையில் பார்க்கப்போனால் நீங்கள் சொல்வதும் சரிதான். இவையெல்லாம் உண்மையிலேயே கேவலமாகவும், வெறுப்பூட்டுவதாகவும்தான் இருக்கிறது. அதையும்விட அருவருப்பானது அதைப்பற்றி உங்களிடம் நியாயப்படுத்திப்பேச நான் முயன்றுகொண்டிருப்பதுதான்... போதும் போதும். எல்லாமே போதும். இல்லாவிட்டால் இதற்கு ஒரு முடிவே இருக்காது. இப்படி சொல்லிக்கொண்டே போனால் ஒவ்வொன்றும், முந்தையதைவிட வெறுக்கத்தக்கதாகத்தான் ஆகிக்கொண்டிருக்கும்.

ஒரு சமயத்தில், மூன்று மாதங்களுக்கு மேலாக அப்படிக் கனவுலகத்தில் மட்டுமே தொடர்ச்சியாக சஞ்சரித்துக் கொண்டிருப்பது என்னால் இயலாது; சமூகத்திற்குள் குதித்துவிட வேண்டுமென்ற கட்டுப்படுத்தமுடியாத ஆவல் எனக்குள்

---

* வில்லா போர்கீஸ் என்பது ரோம் நகரத்திலிருக்கும் ஆங்கிலேய பாணியில் அமைந்த இயற்கை அழகு செறிந்த மிகப்பெரிய ஒரு தோட்டம்/பூங்கா.

* போப் பயஸ் VI (Pius) (1719–1799) நெப்போலியனால் நாடு கடத்தப் பட்டதையும், போப் அர்பன் (URBAN) 1095, கோமா ஏரியில் நடனமாடி யதையும் சுட்டுகிறது!

ஏற்பட்டுவிடும். சமூகத்தில் குதிப்பதென்றால் அதற்குப் பொருள், அலுவலகத்தில் எனக்கு மூத்தவராக இருப்பவரைச் சென்று பார்ப்பதென்பதுதான். என் வாழ்க்கையில் நான் நிரந்தரமாகத் தொடர்பு வைத்திருந்தது அவரோடு மட்டும்தான் என்பதை இப்போது எண்ணிப் பார்க்கும்போது எனக்கு வியப்பாகத்தான் இருக்கிறது. ஆனால், அப்படிப்பட்ட ஓர் உணர்வெழுச்சி என்னுள் ஏற்படும்போது என் கனவுகளெல்லாம் ஒரு பரவச நிலையின் உச்சத்தை எட்டி, சக மனிதர்களையும், மனித குலம் முழுவதையும் உடனடியாக அரவணைத்துக்கொண்டாக வேண்டிய அவசியம் எனக்கு நேரும்போது குறைந்தபட்சம் ஒரு மனிதராவது அந்த நோக்கத்தை நிறைவேற்றிக்கொள்வதற்காக எனக்குத் தேவைப்பட்டது. அதற்காகவே செவ்வாய்க் கிழமைகளில் நான் ஆண்டன் அண்டோனோ விச்சை நாடிச் செல்வேன்; அன்றுதான் அவருக்கு விடுமுறைநாள். அதனால் மனித குலத்தைத் தழுவிக் கொள்ள என்னுள் பொங்கித் ததும்பும் ஆவேசமான விருப்பத்தை நிறைவேற்றிக்கொள்வதற்கு உகந்த நாளாக செவ்வாய்க்கிழமை இருக்குமாறு நான் அமைத்துக்கொள்ள வேண்டியிருந்தது.

'ஐந்துமூலை' என்று அழைக்கப்படும் பகுதியில், நான்காவது மாடியிலுள்ள குடியிருப்பு ஒன்றில் ஆண்டன் அண்டோனோவிச் வசித்து வந்தார்; தாழ்வான மேற்கூரை கொண்ட நான்கு அறைகள் அவரது வீட்டில் இருந்தன. அவை நான்கும் ஒன்றைவிட ஒன்று சிறியவை; இடநெருக்கடி கொண்டவையாய் அழுக்குப்படிந்த தோற்றம் கொண்டிருப்பவை. அவரது நான்கு பெண்களும் அவர் களது அத்தையும் அங்கே இருந்தார்கள். அந்த அத்தைதான் எல் லோருக்கும் தேநீர் தயாரித்து அளிப்பவர். அந்தப் பெண்களில் ஒருத்திக்குப் பதின்மூன்று வயது; மற்றொருத்தி பதினான்கு வயது நிரம்பியவள். அவர்கள் இருவருமே ரோஜாமலரைக்கூட எள்ளக் கூடிய நிறம் கொண்டவர்களாயிருந்தனர். அவர்கள் இருவரும் எப்போதும் தங்களுக்குள் ஏதாவது கிசுகிசுப்பாகப் பேசிக்கொண் டும் கிளுகிளுத்துச் சிரித்துக்கொண்டும் இருந்ததால் நான் அவர் களிடம் பயங்கரமான கூச்சம் கொண்டிருந்தேன். அந்த வீட்டுத் தலைவர், தன் படிப்பறையில் மேசைக்கு முன் இருக்கும் தோலுறை போர்த்திய நாற்காலியில்தான் வழக்கமாக உட்கார்ந்திருப்பார்; அவரோடு கூடவே தலை நரைத்த சில பெரிய மனிதர்களும் இருப்பார்கள். அவர்கள் பெரும்பாலும் எங்கள் அலுவலக சகாக் களாகவோ, அதே அலுவலகத்தில் வேறு துறையில் பணியாற்றுபவர் களாகவோதான் இருப்பார்கள். இரண்டு, மூன்று மனிதர்களுக்கு மேல் அங்கே யாரும் வருவதை நான் பார்த்ததில்லை; அவர்களும் கூட எப்போதும் அங்கே வரும் நபர்களாகத்தான் இருப்பார்கள்.

கலால் வரியைப் பற்றியோ, 'செனட்'டில் நடக்கும் விஷயங்கள் குறித்தோ, ஊதியம் மற்றும் பதவி உயர்வு சார்ந்தோ அவர்கள் உரையாடிக்கொண்டிருப்பார்கள். மாண்புமிக்க அலுவலக மேலாளர் பற்றியும், அவரைத் திருப்திப்படுத்த மிகச் சிறந்த வழி என்ன என்பதைப் பற்றியும் இப்படிப் பலவற்றைப் பற்றியும் அவர்கள் பேசிக்கொண்டிருப்பார்கள். நான் கிட்டத்தட்ட நான்கு மணிநேரம் அவர்களருகே ஒரு முட்டாளைப்போலப் பொறுமையாக உட்கார்ந்திருப்பேன். அவர்கள் பேசுவது என் காதில் விழுமே தவிர, அவர்களிடம் என்ன பேசுவது என்று எனக்குத் தெரியாது; ஒரு வார்த்தை பேசக்கூடத் துணிச்சலும் இருக்காது. அப்படியே பிரமித்துப் போய் வியர்த்துக்கொட்டியபடி உட்கார்ந்திருப்பேன். சில வேளைகளில் கை-கால்கள் இழுத்துக்கொண்டுவிடுவது போலக்கூடத் தோன்றும். ஆனால் அது எனக்கு ஒரு நல்ல இனிமையான விஷயமாகத்தான் அமைந்தது; காரணம் அங்கிருந்து வீடு திரும்பிய உடனேயே மனித குலம் முழுவதையும் தழுவிக் கொள்ள வேண்டுமென எழும் இச்சையைச் சில காலத்துக்கு ஒத்தி வைத்துவிடுவேன்.

எனக்குப் பழக்கமான இன்னொருவனும்கூட இருந்தான். அவன்தான் என் பள்ளித் தோழனான சிமோனோவ். பீட்டர்ஸ் பர்கில் என் பள்ளித் தோழர்கள் நிறைய பேர் இருந்தார்கள்; ஆனால், நான் அவர்களோடு தொடர்பு வைத்துக்கொள்ளவில்லை; தெருவில் பார்த்தால் தலையசைத்து வணக்கம் சொல்வதைக்கூட விட்டுவிட்டேன். அலுவலகத்தின் வேறு துறைக்கு நான் மாறிக் கொண்டதற்கான காரணம்கூட அவர்களோடு இருப்பதைத் தவிர்ப்பதற்கும் நான் வெறுக்கும் என் குழந்தைப் பருவத் தொடர்பு களைத் துண்டித்துக்கொள்வதற்கும்தான் என்று நினைக்கிறேன். நாசமாய்ப்போன அந்தப் பள்ளிக்கூடம். கொத்தடிமை போல அங்கே கழித்த கொடுமையான ஆண்டுகள்.

சுருக்கமாகச் சொல்லப்போனால் நான் இந்த உலகத்துக்குள் நுழைந்ததும் என் பள்ளி சகாக்களிடமிருந்தும் பிரிந்துவிட்டேன். தெருவில் பார்த்தால் தலையசைத்து வணக்கம் சொல்ல இரண்டு மூன்று பேர் மட்டுமே எஞ்சியிருந்தார்கள். அவர்களில் ஒருவன் தான் சிமோனோவ். பள்ளியில் படித்துக்கொண்டிருந்தபோது அவன் ஒன்றும் அவ்வளவு பிரமாதமான ஒரு மாணவன் இல்லை தான். ஆனால், அமைதியானவன்; ஓரளவு ஒத்த இயல்பு கொண் டவன். அவனிடம் சுயேச்சையான ஏதோ ஓர் ஆளுமையும் நேர்மையும் இருப்பதை நான் கண்டுகொண்டிருந்தேன். அவனை ஒரு மந்த புத்திக்காரன் என்று நான் நினைத்ததே இல்லை. அவன்

அப்படி ஒரு முட்டாளும் இல்லை. ஒரு காலகட்டத்தில் ஆத்மார்த்தமான பல கணங்களை அவனுடன் நான் கழித்ததுண்டு. ஆனால் அது வெகுகாலம் நீடிக்காமல் திடீரென்று ஏனோ அதன் மீது ஒரு மேகமூட்டம் படர்ந்துவிட்டது. பழைய நினைவுகளைப் பற்றிப் பேசுவதை அவன் விரும்பவில்லை; அது அவனுக்கு அசௌகரியமாக இருந்தது என்பது, வெளிப்படையாகப் புலப்பட்டது; நான் மீண்டும் அதைப்பற்றியே பேசிவிடுவேனோ என்று அவன் பயந்ததும் தெரிந்தது. அவனுக்கு என்னிடத்தில் ஏதோ ஒரு வெறுப்புணர்ச்சி ஏற்பட்டிருக்குமோ என்று நான் ஐயப்பட்டேன்; ஆனாலும் அது உறுதியாகத் தெரியாததால் நான் தொடர்ந்து அவனைப் போய்ப் பார்த்துக்கொண்டுதான் இருந்தேன். அதனால் ஒரு வியாழக்கிழமை, அன்று ஆண்டன் அண்டோனோவிச்சும் இருக்கமாட்டார் என்பதாலும், அதற்கு மேலும் என் தனிமை உணர்வைப் பொறுத்துக்கொள்ள முடியாமலும் சிமோனோவைச் சென்று பார்க்கலாமா என்று நினைத்தேன். நான்காவது தளம் வரை ஏறிவிட்டபிறகு என்னை விரும்பாத ஒரு மனிதனைச் சென்று பார்ப்பது தவறு என்று எனக்குத் தோன்றியது. ஆனால், இப்படிப்பட்ட எண்ணங்கள் என்னைக் கட்டாயப்படுத்தித் தவறான ஓர் இடத்தில் நிறுத்திவிடுவது எப்போதுமே நிகழ்வதுதான். நான் உள்ளே சென்றேன். சிமோனோவை நான் சந்தித்துக் கிட்டத்தட்ட ஒரு வருடமாகியிருந்தது.

3

அவனோடு கூடவே (சிமோனோவ்) என் பழைய பள்ளி சகாக்கள் இரண்டு பேர் இருப்பதையும் பார்த்தேன். அவர்கள் எல்லோரும் ஏதோ ஒரு முக்கியமான விஷயத்தைக் குறித்து விவாதித்துக்கொண்டிருந்ததாகத் தோன்றியது. நான் உள்ளே வந்ததை அவர்களில் எவருமே ஒரு பொருட்டாகக் கருதவில்லை என்பது எனக்கு வினோதமாகப்பட்டது; பல ஆண்டுகளாக அவர்களை நான் பார்க்கவே இல்லை. இப்போதுதான் நீண்ட காலம் கழித்து சந்திக்கிறேன். ஆனால், அவர்கள் என்னைப் பார்த்த பார்வை ஏதோ சாதாரணமான ஓர் ஈயைப் பார்ப்பது போலவே இருந்தது. பள்ளி நாட்களிலும்கூட அவர்கள் என்னை வெறுத்ததுண்டு என்றாலும் இந்த அளவுக்கு மோசமாக நடத்திய தில்லை. அவர்கள் இப்போது என்னை வெறுப்பதற்கான கார ணத்தை நான் புரிந்துகொண்டேன்.

நான் செய்து வரும் வேலையில் எந்த ஒரு வெற்றியையும் நான் அடைந்ததில்லை. மிக மிகக் கீழ்த்தரமான நிலைக்குத்தான் தாழ்ந்துபோய்விட்டேன். மேலும் மிகவும் கேவலமாக உடையணிந்து கொண்டு அங்கே போயிருந்தேன். எந்தத் திறமையும் இல்லாதவன், பொருட்படுத்த வேண்டிய தேவையற்றவன் என்று என்னைப் பற்றி எடைபோட அவர்களுக்கு இவை எல்லாம் காரணங்களாக இருக்கலாம். ஆனால் இப்படிப்பட்ட வெறுப்புணர்ச்சியை நான் சற்றும் எதிர்பார்த்திருக்கவில்லை. நான் அங்கே வந்தது சிமோனோவுக்குக்கூட வியப்பாகத்தான் இருந்தது. இதற்கு முன்பும் கூட நான் வரும்போதெல்லாம் அவன் ஆச்சரியப்படுவதை நான் கண்டதுண்டு. இவை எல்லாம் சேர்ந்து எனக்குக் குழப்பத்தை ஏற்படுத்த, நான் சற்று சோர்வான மனநிலையுடன் அங்கே அமர்ந்த படி அவர்கள் பேசிக்கொண்டிருப்பதைக் கேட்கத் தொடங்கினேன்.

ஸ்வெர்கோவ் என்ற அவர்களது சகா ஒருவனுக்கு, நாளை அவர்கள் ஏற்பாடு செய்யவிருந்த பிரிவுபசார விருந்து குறித்துத் தீவிரமான ஆர்வத்தோடு அவர்கள் உரையாடிக்கொண்டிருந்தார் கள். இராணுவ அதிகாரியான ஸ்வெர்கோவ் வேறு ஏதோ ஒரு தொலைதூர மாகாணத்துக்கு மாற்றலாகிச் செல்ல இருந்தான். அவனும்கூட என்னோடு ஒரே பள்ளியில் ஒன்றாக இருந்தவன் தான். குறிப்பாக மேல் வகுப்புகளில் படிக்கும் காலகட்டத்தில் நான் அவனை வெறுக்கத் தொடங்கியிருந்தேன். ஆரம்பகாலப் பள்ளி நாட்களில் அவன் பார்ப்பதற்கு மிக அழகாக சுறுசுறுப்பான ஒரு விளையாட்டுப் பையனாக இருப்பான். அவனை

எல்லோருக்குமே பிடித்திருந்தது. அப்படிப் பார்ப்பதற்கு இனியவனாகவும், விளையாட்டுப் பிள்ளையாகவும் அவன் இருந்ததனாலேயே தொடக்கநிலை வகுப்புகளில் இருக்கும் போதும்கூட எனக்கு அவன் மீது வெறுப்பு இருந்தது. படிப்பில் எப்போதுமே மோசமானவனாக இருந்த அவன் நாளாக ஆக மிகவும் மோசமாகிவிட்டான்; ஆனால் அவன் கொண்டிருந்த செல்வாக்கான தொடர்புகளால் நல்ல சான்றிதழோடுதான் பள்ளியை விட்டுச் சென்றான்: பள்ளியில் கடைசி வருடம் படித்துக்கொண்டிருந்த போது, பரம்பரைச் சொத்தாகக் கிடைத்த இருநூறு அடிமைகள் கொண்ட மிகப் பெரிய பண்ணைக்கு அவன் சொந்தக்காரனானான். எங்களில் பலரும் ஏழைகள் என்பதால், எங்களிடம் ஜம்பமான தொனியில் பேசுவதையே அவன் வழக்கமாக்கிக்கொண்டான். அவன் மிகமிக அநாகரிகமாக நடந்து கொண்டாலும்கூட நல்லியல்புகள் கொண்ட மனிதனாகவும் இருந்தான்; தற்பெருமை பேசினாலும்கூட அவன் நல்லவனாகத் தான் இருந்தான்.

இப்படிப்பட்ட கௌரவங்களையும், சமூகத் தகுதிகளையும் குறித்து மேம்போக்காகத்தான் நாங்கள் தெரிந்து வைத்திருந்தோம்; அந்தப் பள்ளிப்பருவத்தில் அது எங்களால் நம்ப முடியாததாகவும் முட்டாள்தனமாகவும்கூட இருந்தது; ஆனாலும்கூட எங்களில் மிகச் சிலர் ஸ்வெர்கோவுக்கு முன்னால் பணிவோடு கூழைக் கும்பிடு போட்டு மண்டியிட்டபடிதான் இருந்தார்கள். அது அதிகமாக அதிகமாக அவன் தன்னைப் பற்றிப் பெருமை பீற்றிக் கொள்வதும்கூட அதிகரித்துக்கொண்டே சென்றது. அவர்கள் அவனிடம் பணிந்து போனது தங்களது சுயதேவைப் பூர்த்திகளுக் காக அல்ல; இயற்கையின் அருட்கொடைகளால் அவன் ஆசீர்வதிக்கப்பட்டிருக்கிறான் என்பதனாலேயே அவர்கள் அவனிடம் அப்படி நடந்துகொண்டார்கள். மேலும் சாமர்த்தியமான செயல்கள் நன்னடத்தைகள் ஆகியவற்றுக்கு மொத்தக் குத்தகை எடுத்திருப்பவன் தான் மட்டுமே என்பதைப் போல நடந்து கொள்வதில் ஸ்வெர்கோவ் வல்லவன். என்னை அதிகமாக எரிச்சல் கொள்ள வைத்தது, இந்தக் கடைசி விஷயம்தான். அவனது பேச்சின் தொனியில் வெளிப்படும் தன்னம்பிக்கையான தோரணையை நான் வெறுத்தேன்; வேடிக்கையாகப் பேசுவதாக நினைத்துக் கொண்டு படுமுட்டாள்தனமாகத் தான் பேசும் பேச்சுக்களையெல்லாம் அவனே ரசித்துக்கொள்வான்; ஆனால் மிகுந்த துணிச்சலோடு சில வார்த்தைப் பிரயோகங்களை அவன் கையாள்வதும் உண்டு. அவனுடைய அழகான ஆனால் முட்டாள் தனமான முகத்தை (அதற்குப் பதிலாகப் புத்திசாலித்தனமான என் முகத்தை அவனுக்கு நான் மகிழ்ச்சியோடு மாற்றிக்

கொடுத்திருப்பேன்) நான் வெறுத்தேன்; நாற்பது வயது நிரம்பிய இராணுவக்காரர்களிடம் காணப்படும் இலகுவான சுதந்திரமான நாகரிகப் பாணி அவனிடமும் வெளிப்படுவதை நான் வெறுத்தேன். எதிர்காலத்தில் பெண்களை எப்படியெல்லாம் கவர்ந்து தான் வெற்றிகொள்ளப் போகிறேன் என்று அவன் பேசுவது எனக்கு வெறுப்பூட்டும். (ஆனால் இராணுவச் சீருடையின் தோள்பட்டையில் சிறந்த பதவிக்கான அடையாளங்கள் கிடைக்கும் வரை பெண்கள் மீதான அத்தகைய தாக்குதலுக்கு அவன் முயலவில்லை. ஆனால் அவை எப்போது கிடைக்கப்போகிறது என்று அவன் பொறுமையின்றிக் காத்திருந்தான்). தொடர்ந்து தான் நிகழ்த்தப் போகும் ஒண்டிக்கு ஒண்டி சண்டைகளைப் பற்றி அவன் பெருமையடித்துக் கொள்வதும் எனக்குப் பிடிக்காது.

ஒரு நாள், ஓய்வாக இருக்கும் தருணம் ஒன்றில், இனி வரப் போகும் காலத்தில் பெண்களோடு தான் கொள்ளப்போகும் உறவுகள் பற்றிப் பள்ளித்தோழர்களோடு அவன் பேசிக்கொண்டிருந்தான். நேரம் செல்லச் செல்ல சூரிய ஒளியைக் கண்டு துள்ளிக் குதிக்கும் நாய்க்குட்டியைப் போல அவனது விளையாட்டுத்தனமும் கூடிக்கொண்டே சென்றது.

திடீரென்று இப்படி ஒரு பிரகடனத்தைச் செய்தான். பண்ணைக்கூலியாட்களின் பெண்களோடு உறவு கொள்வது தனது தனியுரிமை* என்பதால், தன் பண்ணையிலிருக்கும் எந்தப் பெண்ணையும் தான் விட்டுவைக்கப்போவதில்லை என்று கூறிய அவன், ஒருகால் அதற்கு எதிராக அந்த விவசாயிகள் கிளர்ச்சி செய்தார்களென்றால் தாடிவைத்த அந்த ராஸ்கல்களை சாட்டையால் அடித்து அவர்கள் தரவேண்டிய வரியை இரு மடங்காக்கி விடுவேன் என்றும் தொடர்ந்து முழங்கினான். பொதுவாக எதுவும் பேசாமல் அமைதியாக இருக்கும் நான் இதைக் கேட்டதும் ஸ்வெர்கோவ் மீது சீறிப் பாய்ந்துவிட்டேன். அவனுக்கு வாலாட்டும் அடிமைக் கும்பல், அவன் பேச்சைக் கேட்டு ஆரவாரம் செய்து கைதட்ட, நானோ அவனை மூர்க்கமாகத் தாக்கினேன். குறிப்பிட்ட அந்தப் பெண்களுக்கோ, அவர்களது தந்தைமார்களுக்கோ பரிந்துகொண்டு அதை நான் செய்யவில்லை. இப்படி ஒரு கேவலமான விஷக்கிருமிக்குப் போய்க் கைதட்டிக்கொண்டிருக்கிறார்களே என்றுதான் அப்படிச் செய்தேன். அந்த சந்தர்ப்பத்தில் அவனுக்கு நான் நன்றாகக் கொடுத்தேன்; ஆனால் முட்டாளாக இருந்தாலும்கூட ஸ்வெர்கோவ் உல்லாசமான

---

*droit du seigneur ; நிலவுடைமையின் இடைக்காலகட்டத்தில் பண்ணை அடிமைகள் மணந்துகொள்ளும் பெண்ணை, மணநாள் இரவன்று தங்களுக்கு உடைமையாக்கிக் கொண்டிருந்த நிலக்கிழார்கள், அது, தங்கள் பிரத்தியேக உரிமை என்றே எண்ணியிருந்தனர்.

உற்சாகமான மனநிலையில் இருப்பவன்; அகம்பாவம் பிடித்தவனும் கூட. அதனால் என் செயலுக்கு எதிர்வினை ஆற்றாமல் தன் சிரிப்பால் அதைப் புறந்தள்ளிவிட்டான். அவன் அதை வேடிக்கை யாக, இலேசாக எடுத்துக்கொண்டு சிரித்துவிட்டதால் என் வெற்றி முழுமையாகாமல் போய்விட்டது. அதற்குப் பிறகும்கூடப் பல சந்தர்ப்பங்களில் நான் அவனிடம் கடுமையாக நடந்துகொண்டிருக் கிறேன்; ஆனால் எந்த வன்மமும் காட்டாமல் இயல்பாக, வேடிக்கை யாகவே அவன் அவற்றை எடுத்துக்கொண்டான். நான் கோபமும் வெறுப்பும் பொங்கி வர அவனுக்கு எந்த பதிலும் தராமல் அமைதியாகிவிடுவேன்.

நாங்கள் பள்ளியை விட்டு வெளியேறிய சமயத்தில் என்னிடம் நட்போடு இருப்பதில் அவன் ஆர்வம் காட்டினான். அதில் நெகிழ்ந்துபோன நானும் அதை நிராகரிக்காமல் ஏற்றுக்கொண் டேன். ஆனால், சீக்கிரத்திலேயே நாங்கள் பிரிந்துவிட்டோம். அதுவும் முற்றிலும் இயல்பான ஒன்றாகத்தான் இருந்தது. அதன் பிறகு 'இராணுவப் படுக்கை அறை'களில் லெஃப்டினண்டாக அவன் அடைந்து வரும் வெற்றிகளைப் பற்றியும், விறுவிறுப்பான வேகம் நிறைந்த அவனது வாழ்க்கை பற்றியும் நான் கேள்விப் பட்டுக்கொண்டிருந்தேன். அதைத் தொடர்ந்து இராணுவ சேவை யில் அவன் பெற்ற வெற்றிகளைக் குறித்த தகவல்களும் பரவிக் கொண்டிருந்தன. அதற்குச் சற்று முன்னதாகவே தெருவில் என்னைப் பார்க்க நேர்ந்தாலும் தவிர்க்கத் தொடங்கியிருந்தான் அவன். என்னைப் போன்ற உருப்படியில்லாத ஒரு மனிதனுக்கு வணக்கம் கூறித் தன்னைத் தாழ்த்திக்கொள்ள அவன் அஞ்சு கிறான் என்று நான் சந்தேகப்பட்டேன். ஒரு முறை நாடக அரங்கின் மூன்றாவது அடுக்கில் அவன் அமர்ந்துகொண்டிருந்த போது நான் பார்த்தேன். அப்போது அவன் இராணுவச் சீருடையில் தோள் பட்டைச் சின்னங்களையும் அணிந்திருந்தான். யாரோ ஒரு மூத்த ஜெனரலின் பெண்களோடு கொஞ்சிக் குலவ முயன்றபடி அவர் களிடம் வளைந்து நெளிந்து குழைந்துகொண்டிருந்தான் அவன்.

கடந்துபோன சில ஆண்டுகளில் அவனது தோற்றம் அடி யோடு மாறிப் போயிருந்தாலும் இன்னும் கூட அவன் அழகாகவும், சாதுரியமானவனாகவுமே தெரிந்தான். அப்போது முப்பது வயதை எட்டியிருந்த அவன், சற்றுப் பருமனாக இருந்தான். இந்த ஸ்வெர்கோவுக்குத்தான் என் பள்ளி நண்பர்கள் பிரிவுபசார விருந்தளிப்பதாக இருந்தார்கள். அவர்களெல்லாம் தொடர்ந்து மூன்றாண்டுகளாக அவனோடு பேசிப் பழகிக் கொண்டே இருப்பவர்கள்; இருந்தாலும்கூட அவர்களது அந்தரங்கத்தில் அவனோடு ஒத்த அந்தஸ்து படைத்தவர்களாகத் தங்களை அவர்கள் நினைத்துக்கொண்டிருக்க மாட்டார்கள் என்பது உறுதி.

என்னால் அதை நிச்சயமாகச் சொல்ல முடியும்.

சிமோனோவின் இரண்டு விருந்தாளிகளில் ஒருவன் ஃபெர்ஃபிட்ச்கின்; அவன் ஜெர்மனியைப் பூர்வீகமாகக் கொண்டு ரஷ்யாவில் வசித்துவருபவன். சிறிய உருவமும், குரங்கைப் போன்ற முகத் தோற்றமும் கொண்ட ஒரு மடையன் அவன்; எப்போது பார்த்தாலும் எல்லோரையும் ஏளனம் செய்து கொண்டே இருக்கும் அவன், தொடக்கநிலை வகுப்புக்களிலிருந்தே எனக்குக் கசப்பூட்டும் ஓர் எதிரியாகவே இருந்தான். அகம்பாவம் பிடித்தவன்; தற்பெருமை பேசுபவனும் மோசமான குணம் கொண்டவனுமான அவன், பிறரது தனிப்பட்ட சுய கௌரவத்தைப் புண்படுத்தி அவர்களது மெல்லுணர்ச்சிகளைக் காயப்படுத்துபவன்; ஆனால் இத்தனை மோசமான இந்த மனிதன், மனதளவில் சற்று பயந்தாங்கொள்ளி யாகத்தான் இருந்தான். ஸ்வெர்கோவின் ரசிகர்களில் அவனும் ஒருவன்; சுயநலமான காரணங்கள் அதன் பின்னணியில் இருந்தன; அவன் அடிக்கடி ஸ்வெர்கோவிடமிருந்து கடன் வாங்கிக் கொண்டிருந்தவன் என்பதும் அவற்றில் ஒன்று.

சிமோனோவின் மற்றொரு விருந்தாளியான ட்ரூடோலியோ போவும்கூட அப்படி ஒன்றும் குறிப்பிடத்தக்கவன் இல்லை. உயர மான இளைஞனான அவன் இராணுவத்தில் வேலை பார்த்து வந்தான். இறுகிய முகத்தோடு காணப்பட்ட அவன், ஓரளவு நேர்மையானவன்தான். ஆனாலும் எந்த வெற்றியென்றாலும் அதை வழிபாட்டுணர்வோடு ரசிப்பவனாகவும், பதவி உயர்வு என்ற ஒன்றைத் தவிர வேறு எதையுமே சிந்திக்கத் தெரியாதவனாகவும் அவன் இருந்தான். ஸ்வெர்கோவுக்கு ஏதோ ஒரு வழியில் தூரத்து உறவினனாக இருந்த அவன் அதனாலேயே எங்களுக்கு நடுவே தனக்கொரு முக்கியத்துவம் இருப்பதாக முட்டாள்தனமாக நினைத்தபடி அப்படியே நடந்தும் கொண்டிருந்தான். என்னை அவன் எப்போதுமே ஒரு பொருட்டாகக் கருதியதில்லை; என்னிடம் அவன் நடந்துகொள்ளும் முறை அவ்வளவு நாகரிகமாக இருக்காதென்றாலும், பொறுத்துக்கொள்ளும்படியாக இருந்தது.

"நல்லது நாம் ஒவ்வொருவரும் ஏழு ரூபிள் தந்தால் மூன்று பேருடையதும் சேர்ந்து இருபத்தோரு ரூபிள் கிடைக்கும். அதை வைத்து நல்ல விருந்தைக் கொடுக்க முடியும். எப்படியும் ஸ்வெர் கோவ் எதுவும் கொடுக்கப்போவதில்லை" என்றான் ட்ரூடோ லியோபோவ்.

"நிச்சயமாக அவன் தரவேண்டாம். நாம்தானே அவனை விருந்துக்கு அழைக்கிறோம்" என்றபடி அதை அங்கீகரித்தான் சிமோனோவ்.

"நீங்களெல்லாம் என்னதான் நினைத்துக் கொண்டிருக்

கிறீர்கள்?" என்றபடி அந்த உரையாடலில் சற்று சூடாகக் குறுக்கிட்டு கர்வத்தோடு பேசத்தொடங்கினான் ஃபெர்ஃபிட்ச்கின். தனக்கு எஜமானனாக இருக்கும் தளபதி ஒருவர் பெற்றிருக்கும் விருது களைப்பற்றிப் பெருமையடித்துக்கொள்வதைப் போல இப்படிச் சொன்னான் அவன்.

"விருந்துக்கு நாம் மட்டும் செலவழிப்பதை ஸ்வெர்கோவ் ஏற்றுக்கொள்வார் என்றா நினைக்கிறீர்கள்? ஒரு வேளை நாகரிகம் கருதி அதை அவர் ஏற்கலாம். ஆனாலும் அவரும்கூட அரை டஜன் ஷாம்பெயின் புட்டிகளை வருவிக்காமல் இருக்கப் போவதில்லை"

"நம் நான்கு பேருக்கும் அரை டஜனா வேண்டும்" என்று அந்த 'அரை டஜன்' விஷயத்தை மட்டுமே கவனித்திருந்த ட்ரூடோ லியோபோவ் கேட்டான்.

"சரி எல்லாம் முடிவாகிவிட்டது. நாம் மூன்று பேர். ஸ்வெர்கோவைச் சேர்த்து நான்கு. மொத்தம் இருபத்தோரு ரூபிள்கள். விருந்து நாளை மாலை ஐந்து மணிக்கு பாரீஸ் ஹோட்ட லில்." ஏற்பாடுகளை ஒருங்கிணைத்துக்கொண்டிருந்த சிமோனோவ், இறுதியாக இவ்வாறு சொல்லி முடித்தான்.

"எப்படி இருபத்தோரு ரூபிள் என்கிறாய்?" என்று கொஞ்சம் பதற்றத்துடனும், புண்பட்டது போலக் காட்டிக்கொண்டபடியும் நான் கேட்டேன்.

அப்படி எதிர்பாராத விதமாக திடீரென்று என்னையும் அவர்களோடு சேர்த்துக்கொள்ள நான் முனைந்தது மதிப்புக்குரிய ஒரு செயலாகக் கொள்ளப்படும் என்றே நான் கருதினேன். அதன் மூலம் அவர்களை உடனடியாக என்னால் வெற்றி கொண்டுவிட முடியும்; அவர்களும் என்னை மரியாதையோடு பார்க்கக் கூடு மென எண்ணியிருந்தேன்.

ஆனால் அதில் துளிக்கூட சந்தோஷப்படாதவனைப் போல "நீயும் இதில் சேர்ந்துகொள்ள விரும்புகிறாயா என்ன?" என்று என்னை ஏறெடுத்துக்கூடப் பார்க்காமல் கேட்டான் சிமோனோவ். அவன் என்னை முழுக்க முழுக்க அறிந்திருப்பவன்.

அவன் என்னைப் பற்றி அப்படி எல்லாவற்றையும் அறிந்து வைத்திருப்பது எனக்குக் கடுமையாக எரிச்சலூட்டியது.

"ஏன், அதிலென்ன தவறு? அவன் எனக்கும் பழைய பள்ளித்தோழன்தானே? நீங்கள் என்னைச் சேர்க்காமல் விட்டு விட்டது என்னைப் புண்படுத்திவிட்டது என்பதை என்னால் சொல்லாமல் இருக்க முடியாது" என்று மீண்டும் கொதித்துக் குமுறினேன்.

“உன்னை நாங்கள் எங்கே போய்த் தேடுவது?” என்று முரட்டுத் தனமாகக் குறுக்கிட்டான் ஃபெர்ஃபிட்ச்கின்.

“ஸ்வெர்கோவுடன் நீ ஒருபோதும் இணக்கமாக இருந்ததே இல்லையே” என்று வெறுப்போடு சொன்னபடி தானும் சேர்ந்து கொண்டான் ட்ரூடோலியோபோவ்.

ஆனால், நான் முடிவு செய்தது செய்ததுதான். அதைக் கைவிட நான் தயாராக இல்லை.

“அப்படியெல்லாம் தானாக ஒரு அபிப்பிராயத்தை உருவாக்கிக் கொள்ள யாருக்குமே உரிமை இல்லை” ஏதோ மிகப் பெரிய ஒரு விஷயம் நடந்துவிட்டதைப் போல நான் உணர்ச்சிவசப்பட்டு நடுங்கும் குரலில் பதிலடி கொடுத்தேன்.

“ஒரு வேளை, நான் அவனோடு ஒருபோதுமே இணக்கமாக இருந்ததில்லை என்பதுகூட, இப்போது உங்களோடு சேர்ந்து கொள்ள ஒரு காரணமாக இருக்கலாமே?”

“சே! இப்படிப்பட்ட இலட்சியவாதப் பேச்சுகளிலிருந்து உன்னை வெளியே கொண்டு வரவே முடியாது” என்று கேலி செய்தான் ட்ரூடோலியோபோவ்

“சரி உன் பெயரையும் சேர்த்துக்கொள்கிறோம்” என்று என்னைப் பார்த்துக்கொண்டே முடிவாகச் சொன்னான் சிமோனோவ்.

“நாளை மாலை ஐந்து மணி பாரீஸ் ஓட்டல்.”

“அதிருக்கட்டும். பணம்?” என்று சிமோனோவிடம் என்னைச் சுட்டிக் காட்டியபடி உள்ளடங்கிய குரலில் பேசத் தொடங்கிய ஃபெர்ஃபிட்ச்கின் அதைப் பாதியிலேயே நிறுத்திக் கொண்டு விட்டான். சிமோனோவும்கூட ஏதோ ஒரு தர்ம சங்கடத்தில் ஆழ்ந்திருந்ததே அதற்குக் காரணம்.

“சரி இதோடு நிறுத்திக்கொள்வோம்” என்றபடியே எழுந்து கொண்டான் ட்ரூடோலியோபோவ்.

“அவனுக்கு வரவேண்டும் என்று அவ்வளவு ஆசை இருந்தால் வந்துவிட்டுப் போகட்டுமே” என்றான்.

“ஆனால், இது நெருங்கிய நண்பர்களுக்கிடையே மட்டும் நடக்கும் ஒரு தனிப்பட்ட விஷயம்” என்று விரோத பாவனை யுடன் கூறிய ஃபெர்ஃபிட்ச்கின் கிளம்புவதற்குத் தயாராகத் தானும் தொப்பியை எடுத்துக்கொண்டான்.

“இது ஒன்றும் அலுவலகம் சார்ந்த விஷயமில்லை. நீ வருவதை நாங்கள் விரும்பாமலும் கூட இருக்கலாமல்லவா?”

அவர்கள் இருவரும் அங்கிருந்து கிளம்பிச் சென்றனர். போகும்போது ஃபெர்பிட்ச்கின் எனக்கு முகமன் கூறாமலேயே வெளியேறினான்; ட்ரூடோலியோபோவ் அரைமனதோடு தலையை மட்டும் இலேசாக அசைத்தான். என்னோடு தனித்து விடப் பட்டிருந்தவன் சிமோனோவ் மட்டும்தான். ஏதோ ஒரு வகையான அலுப்புடனும் குழப்பத்திலும் இருந்த அவன் என்னை வினோதமாகப் பார்த்துக்கொண்டிருந்தான். அவனும் உட்கார வில்லை; என்னையும் உட்காருமாறு கூறவில்லை.

“ஹ்ம் அப்படியானால் நாளை. சரி இப்போது அதற்கான பணத்தைத் தந்துவிடுகிறாயா? நான் சும்மா தெரிந்து கொள்ள மட்டும்தான் கேட்டேன்” என்று தர்மசங்கடத்தோடு முணுமுணுத் தான்.

என் முகம் கூச்சத்தால் சிவந்துபோயிருந்தது; ஏற்கெனவே எத்தனையோ காலத்துக்கு முன்பு சிமோனோவிடம் கடனாக வாங்கியிருந்த பதினைந்து ரூபிள்களை நான் திருப்பித்தர வேண்டி யிருந்தது; அது இப்போது என் நினைவுக்கு வந்தது. அதை நான் எப்போதுமே மறந்ததில்லை. ஆனால், அதை இன்னும் திருப்பித் தரவும் இல்லை.

“சிமோனோவ் நீ என்னைப் புரிந்து கொள்வாயென்று நினைக்கிறேன். இங்கே வரும் வரை இதைப்பற்றி எனக்கு எதுவுமே தெரியாது. அதைப் பற்றிச் சொல்ல மறந்துவிட்டதற்காக உண்மை யிலேயே வருத்தப்படுகிறேன்”

“பரவாயில்லை பரவாயில்லை. அதனால் ஒன்றுமே இல்லை. நாளைக்கு விருந்து முடிந்த பிறகு நீ கொடுத்தால் போதும். நான் சும்மாதான் கேட்டேன். தயவுசெய்து தவறாக” பாதியிலேயே பேச்சை நிறுத்திவிட்ட அவன் அறைக்குள்ளே குறுக்கும் நெடுக்குமாக இருப்புக்கொள்ளாமல் நடக்கத் தொடங்கினான். நேரம் செல்லச் செல்ல அவனது எரிச்சலும் பதற்றமும் கூடிக் கொண்டே போவதாகத் தோன்றியது. நடக்கும்போது குதிகால் களால் தரையை ஓங்கி ஓங்கி மிதிக்கத் தொடங்கியிருந்தான்.

இரண்டு நிமிடங்கள் அமைதியாக இருந்த பிறகு “நான் இங்கே இருப்பது உனக்கு இடைஞ்சலாக இருக்கிறதா? நீ எங்காவது போகவேண்டியிருக்கிறதா?” என்றேன்.

“ஓ அதெல்லாம் ஒன்றுமில்லை” என்று முதலில் சொன்ன வன் பிறகு மன்னிப்புக் கோரும் தொனியில் சற்றுக் கூச்சத்தோடு இப்படிச் சொன்னான்.

“உண்மையைச் சொல்லப்போனால் ஒரு வகையில் நீ சொல் வது சரிதான். ஆமாம், நான் ஒருவரைப் போய்ப் பார்க்க வேண்டி

யிருக்கிறது. ஆனால் இங்கிருந்து அதிக தூரமில்லை".

"அடக்கடவுளே! இதை முன்பே சொல்லியிருக்கலாமில்லையா?" என்று என் தொப்பியை எடுத்துக்கொண்டபடி அந்த விஷயத்தை மிகவும் எளிதாக எடுத்துக் கொள்பவனைப் போலச் சொன்னேன். அப்படி என்னால் நடந்துகொள்ள முடியும் என்று நானேகூட எதிர்பார்த்திருக்கவில்லை.

"அது மிகவும் பக்கத்திலிருக்கும் இடம்தான் இங்கிருந்து இரண்டடி தூரம்தான்" என்று திரும்பத்திரும்பச் சொன்ன சிமோனோவ், அவனுக்குச் சற்றும் பொருந்தாத செயற்கையான பாவனையுடன் என்னோடு முன்வாயில் வரை கூட வந்தான்.

"சரி நாளை மிகச் சரியாக ஐந்து மணி" என்று படிகளில் நான் இறங்கும்போது மேலிருந்து குரல் கொடுத்தான். என்னை அங்கிருந்து விரட்டியடிக்க முடிந்ததில் அவன் மிகவும் மகிழ்ச்சியாக இருந்தான் என்று தோன்றியது.. நானோ மிகுந்த கோபத்துடன் இருந்தேன்.

"சே! அப்படி என்னை என்னதான் ஆட்கொண்டது? அவர்களோடு ஒருவனாக என்னையும் திணித்துக்கொள்ளும்படி என்னை ஆட்டிவைத்ததுதான் எது?" என்று தெருவில் வேகவேகமாகச் சென்றபடியே பல்லைக் கடித்துக்கொண்டு ஆச்சரியப் பட்டுக்கொண்டிருந்தேன் நான்.

"அதிலும் இப்படி ஒரு பன்றிப்பயல், போக்கிரி ராஸ்கல் ஸ்வெர்கோவுக்காக. நிச்சயம் நான் அங்கே போகவே கூடாது. அவர்கள் எக்கேடு கெட்டும் போகட்டும். நான் எந்த வகையிலும் அவர்களுக்குக் கட்டுப்பட்டவன் இல்லை. நாளைக்கு சிமோனோவுக்கு ஒரு கடிதம் எழுதி அஞ்சலில் போட்டுவிட்டால் போகிறது."

ஆனால், என்னை எரிச்சல்கொள்ள வைத்தது என்னவென்றால் 'நான் கட்டாயம் அங்கே போகத்தான் போகிறேன் அப்படிப் போவதில் நான் மிகவும் உறுதியாக இருக்கிறேன்' என்பது எனக்கே தெரிந்திருந்ததுதான். நான் அங்கே செல்வது மிகவும் அபத்தமாகவும், கொஞ்சம்கூடப் பொருத்தமே இல்லாமலும் இருக்கும் என்பது புரியப் புரிய நான் அங்கே கட்டாயம் போவேன் என்பதும் உறுதிப்பட்டுக்கொண்டே வந்தது.

நான் அங்கே செல்வதற்கு வெளிப்படையான முட்டுக்கட்டை ஒன்று இருந்தது; என்னிடம் பணம் இல்லை என்பதுதான் அது. என்னிடம் இருந்ததெல்லாம் ஒன்பது ரூபிள்கள் மட்டும்தான். அதில் ஏழு ரூபிள்களை என்னிடம் வேலைபார்க்கும் அப்போலோனுக்கு நான் நாளை மாதச்சம்பளமாகக் கொடுத்தாக வேண்டும். அவனது

ஜீவனத்திற்கு நான் கொடுத்து வந்தது அவ்வளவுதான். அவன் எப்படிப்பட்டவன் என்பது எனக்கு நன்றாகத் தெரிந்திருந்தும் அதைக் கொடுக்காமல் இருப்பது இயலாத காரியம். அந்த ஆளைப் பற்றி ஒரு தொற்று நோயைப் போல என்னைப் பிடித்து ஆட்டிக் கொண்டிருக்கும் அந்த மனிதனைப் பற்றிப் பிறிதொரு சந்தர்ப்பத்தில் சொல்கிறேன். எப்படியோ நான் நாளை போய்த்தானாக வேண்டும், அதற்கு அவனுடைய சம்பளத்தை நான் கொடுக்காமல் இருந்துவிடவேண்டும் என்பதை நன்றாக உணர்ந்துகொண்டேன்.

அன்றிரவு நான் மிகக் கொடூரமான கனவுகளைக் கண்டேன். அதில் வியப்பதற்கு ஏதுமில்லை. அன்று மாலை முழுவதும் பள்ளி நாட்களின் மிக மோசமான நினைவுகள் மட்டுமே என்னை ஆக்கிரமித்துக்கொண்டிருந்தன; அவற்றிலிருந்து விடுவித்துக்கொள்வது எனக்குச் சாத்தியமாக இல்லை. யாரோ சில தூரத்து உறவினர்களால் பள்ளிக்கு அனுப்பப்பட்டவன் நான்; அப்போது நான் அவர்களைச் சார்ந்திருந்தேன்; ஆனால், அதன் பிறகு இப்போது வரை அவர்களைப்பற்றி எனக்கு எதுவுமே தெரியாது.

அநாதரவான அமைதியான ஒரு சிறுவனை அவர்களது ஏச்சுகளாலும் பேச்சுகளாலும், சந்தேகக் கணைகளாலும் புண்பட்டுப்போய் எந்த ஒன்றையும் சந்தேகக் கண்ணோடு மட்டுமே பார்க்கப் பழகிப்போயிருந்த ஒரு சிறுவனை அந்தப் பள்ளியில் கொண்டுபோய் அடைத்துவிட்டுப் போய்விட்டார்கள் அவர்கள்.

என் பள்ளித்தோழர்கள் என்னை வெறுப்போடும் இரக்கமே இல்லாத ஏளனச் சொற்களோடும்தான் எதிர்கொண்டார்கள்; அவர்களைப்போல நான் இல்லாமலிருந்ததே அதற்குக் காரணம். ஆனால் அவர்களது பரிகாசங்களையெல்லாம் என்னால் கொஞ்சமும் பொறுத்துக்கொள்ள இயலவில்லை. அவர்களைப் போல இழிவாக நடந்துகொள்ள முடியாததால் அவர்கள் ஒருவருக்கொருவர் நண்பர்களானதைப் போல என்னால் அவர்களோடு நட்புக் கொள்ள முடியவில்லை. தொடக்கம் முதலாகவே அவர்களை வெறுத்து வந்த நான், ஒரு கோழையைப் போலவும், புண்பட்டுப்போனதைப் போலவும் அவர்களிடமிருந்து என்னை விலக்கிக்கொண்டேன். அவர்களைவிட நான் உயர்ந்தவன் என்ற அளவுக்கு மீறிய பெருமித உணர்வும் என்னிடம் இருந்தது. பண்படாத அவர்களது முரட்டுத்தனம், அவர்களுக்கெதிராகக் கிளர்ச்சி செய்ய என்னைத் தூண்டியது. என்னுடைய அவலட்சணமான உருவத்தைப் பார்த்து என் முகத்துக்கு நேராகவே கேலி செய்து சிரித்த அவர்களது முகங்கள்தான் உண்மையில் முட்டாள்தனமாக இருந்தன.

எங்களுடைய பள்ளியில் வந்து சேரும் எல்லாப் பையன்களின்

முகங்களுமே ஏதோ ஒரு வகையில் விநோதமாக மாறிக் கொண்டே வந்து இறுதியில் முட்டாள்தனமாக ஆகிவிடும். எத்தனை அழகான சிறுவர்கள் அங்கே வந்தார்கள் தெரியுமா? ஆனால், ஒரு சில ஆண்டுகளிலேயே அந்த முகங்கள் அருவருப்பும் வெறுப்பும் ஊட்டுபவையாக மாறிவிடும். அந்தப் பதினாறு வயதிலேயே நான் அவர்களை வருத்தத்தோடு பார்த்துக்கொண்டிருப்பேன். அவர்களது அற்பத்தனமான எண்ணங்கள், உதவாக்கரையான தேடல்கள், அவர்கள் விளையாடும் விளையாட்டுகள், நிகழ்த்தும் உரையாடல்கள் என இவை எல்லாமே எனக்கு வியப்பூட்டுவதாகத் தான் இருக்கும். வாழ்க்கையின் முதன்மையான விஷயங்கள் குறித்த புரிதலோ தீவிரமான விஷயங்களில் ஆர்வமோ அவர்களுக்குக் கொஞ்சமும் இல்லை; என்னை விடக் கீழானவர்கள் அவர்கள் என்று என்னை எண்ண வைத்தது அதுதான். என்னை அவ்வாறு செலுத்தியது புண்பட்ட தன்னகங்காரம் இல்லை. தயவு செய்து முன்பு நான் சொன்ன பழைய விஷயங்களையெல்லாம் இப்போது நினைவுபடுத்திக்கொண்டு உங்கள் தேய்ந்துபோன வார்த்தைகளால், 'நான் கனவில் மிதப்பவன்' என்றும் அவர்களுக்கு வாழ்க்கையைப் பற்றிய புரிதல் இருக்கிறது என்றும் சொல்லாதீர்கள். கடவுளுக்குப் பொதுவாகக் கேட்கிறேன், அப்படி மட்டும் சொல்லிவிடாதீர்கள்.

அவர்களுக்கு எதைப் பற்றிய புரிதலும் இல்லை. உண்மை யான வாழ்க்கை எது என்பது குறித்த சிந்தனையும் இல்லை. அவர்கள்மீது மிகுந்த வெறுப்புக் கொள்ளுமாறு என்னைத் தூண்டியது அதுதான். அவர்கள் முற்றிலும் நேர்மாறானவர்களாக இருந்தார்கள். அற்பமான மிகமிகச் சாதாரணமான விஷயங்களை மட்டுமே அவர்கள் ஏற்றுக்கொண்டார்கள்; அவற்றையே அற்புத மாகக் கொண்டாடினார்கள். அந்தக் காலகட்டத்திலேயே அத் தனை இளம் வயதிலேயே வெற்றியின் மீது அவர்களுக்கு ஒரு மாயக்கவர்ச்சி இருந்தது. ஒடுக்கப்பட்டதாகவும், கீழாகக் கருதப் படுவதுமானவற்றில் நியாயம் என்ற ஒன்று இருந்தாலும்கூட அவர் கள், அதைப் பார்த்து இதயமின்றி, வெட்கமின்றிச் சிரிப்பார்கள்.

அறிவுக்கு அளவுகோலாக அவர்கள் கொண்டிருந்தது பதவியை மட்டுமே. பதினாறு வயதாகும் அந்தக் காலத்திலேயே சௌகரியமான வசதியான பதவிகளில் எப்படி அமர்வது என்பது பற்றி அவர்கள் பேசத்தொடங்கிவிட்டார்கள். இதற்கு முதன்மை யான காரணங்கள் இரண்டு; ஒன்று, அவர்களது முட்டாள்தனம்; மற்றொன்று அவர்களது பாலிய காலத்திலும் சிறார்ப்பருவத்தில் அப்படிப்பட்ட மோசமான உதாரண புருஷர்களே அவர்களைச் சுற்றிலும் நிறைந்திருந்தார்கள்.

அவர்கள் மிக மோசமாகச் சீரழிந்து போய்க்கிடந்தார்கள்.

ஆனால், அந்தச் சீரழிவுமேகூடப் பெரும்பாலும் மேம்போக்கானது தான். ஏதோ ஒரு வெறுப்புணர்வால் அவர்கள் தங்களை அப் படிக் காட்டிக்கொண்டார்கள். அப்படிப்பட்ட இழிவான நிலையிலும்கூட, இளமையும் அதன் புத்துணர்ச்சியும் அவர்களிடம் இலேசாக வெளிப்பட்டுக்கொண்டுதான் இருந்தன. ஆனால் அந்த இளமை, கவர்ச்சிகரமாகத் தோற்றமளிக்காமல் முரட்டுத்தனமான தீமைகளோடு தன்னைக் காட்டிக்கொண்டது.

நான் அவர்களைவிட மோசமானவனாக இருந்தாலும், அவர் களையெல்லாம் மிகக் கடுமையாக வெறுத்தேன். அவர்களும் அதே வெறுப்புணர்வை எனக்குத் திருப்பி அளித்தார்கள்; என்மீது கொண்டிருக்கும் கசப்பை மறைக்க அவர்கள் சிறிதும் முயல வில்லை. அவர்கள் என்னிடம் பிரியமாக இருக்க வேண்டும் என்ற எதிர்பார்ப்பு, என்னிடமிருந்தும்கூடத் தொலைந்து போயிருந்தது; மாறாக, அவர்கள் என்னை இழிவுபடுத்த வேண்டுமென்றே தொடர்ந்து நான் ஏங்கிக்கொண்டிருந்தேன். அவர்களது பரிகாசத் திலிருந்து தப்பித்துக்கொள்வதற்காக வேண்டுமென்றே மிகக் கடுமையாக உழைத்தபடி என் படிப்பில் மிகச் சிறப்பான முன்னேற்றத்தைப் பெற்றுக்கொண்டிருந்தேன் நான். அதன் உச்சத் தைக் கூட என்னால் தொடமுடிந்துவிட்டது. இது, அவர்களிடம் சிறியதொரு பாதிப்பை ஏற்படுத்தியது. அவர்கள் ஒருவராலும் வாசிக்கமுடியாத அவர்களால் புரிந்துகொள்ளவே முடியாத (பள்ளிப் பாடத்திட்டத்தில் இல்லாதவை) அவர்கள் கேள்வியே பட்டிராத பல புத்தகங்களை நான் எப்போதோ படித்து முடித் திருந்தேன் என்பதை அவர்கள் படிப்படியாகப் புரிந்துகொள்ளத் தொடங்கியிருந்தார்கள். அதையும்கூடக் காட்டுமிராண்டித்தனமான கேலியான கண்ணோட்டத்துடனேயே அவர்கள் பார்த்தாலும், தார்மீக அடிப்படையில் அவர்கள் அதை அங்கீகரித்தாக வேண்டியிருந்தது; வாசிப்பையும், கல்வித் திறனையும் அடிப்படை யாக வைத்து ஆசிரியர்கள் என்னை கவனிக்கத் தொடங்கியிருந் ததே அதற்கான காரணம்.

கேலிப்பேச்சுகள் குறைந்தாலும் அவர்கள் என்மீது கொண்ட பகைமை அப்படியேதான் இருந்தது. எங்களுக்கிடையிலிருந்த தொடர்புகள் மிக இறுக்கமாகவும், இணக்கமில்லாமலும் ஆகிப் போயிருந்தன. அதுவே என்றென்றைக்குமாய் நிலைத்தும் போயிற்று, இறுதியில் ஒரு கட்டத்தில் அதை என்னால் சகித்துக் கொள்ள முடியாமல் போயிற்று. சமூகத்தோடும் நண்பர்களோடும் கூடி வாழ வேண்டும் என்ற தாகமும் ஏக்கமும் ஆண்டுக்கணக்காக என்னுள் வளர்ந்துகொண்டே வந்தன. என் பள்ளி நண்பர்கள் சிலரோடு நட்போடு பழக நான் முயற்சி செய்தேன்; ஆனால்

என்ன காரணத்தாலோ நட்பில் விரிசல் ஏற்பட்டுக்கொண்டே வந்து விரைவில் தானாகவே அது ஒரு முடிவுக்கும் வந்துவிட்டது.

ஒரு முறை எனக்கும்கூட ஒரு நண்பன் கிடைத்தான். ஆனால் நானோ மனதளவில் ஓர் அரக்கனாகத்தான் இருந்தேன்; அளவு கடந்த ஆதிக்கத்தை அவன்மீது செலுத்த விரும்பினேன். தன்னுடைய சுற்றுப்புறத்தின்மீது அவனுக்கு வெறுப்புணர்வை ஊட்ட நான் முயன்றேன். தன்னைச் சுற்றியிருப்பவைகளின்பால் கடுமையான கசப்புக் கொண்டு அவற்றிலிருந்து தன்னை அவன் முழுமையாகத் துண்டித்துக்கொண்டுவிட வேண்டுமென்பதே என் விருப்பமாக இருந்தது. அதையே அவனிடமிருந்து நான் எதிர்பார்த்தேன். உணர்ச்சிகரமான ஆவேசமான என் பிரியத்தில் திக்குமுக்காடச் செய்தபடி அவனை நான் அச்சுறுத்தினேன். அவனைக் கண்ணீர் பெருக்கவும், மன நோயாளி போலப் பிதற்ற வும் வைத்தேன். அவன், மிகவும் எளிமையானவன்; என்னிடம் பக்தி விசுவாசம் கொண்ட ஓர் ஆத்மா அவன். ஆனால் அவன் என்னிடம் முழுமையாக சரணடைந்துவிட்ட பிறகு உடனேயே நான் அவனை வெறுக்கத் தொடங்கிவிட்டேன். நான் விரும்பிய தெல்லாம் அவனை வெற்றிகொள்வதும், என்னிடம் அவனை அடிபணிய வைப்பதும் தவிர வேறெதுவும் இல்லை என்பது போல அவனை என்னிடமிருந்து விலக்கி ஒதுக்கினேன். ஆனால், அவனை மண்டியிட வைத்ததைப்போல மற்றவர்களைப் பணியவைக்க என்னால் முடியவில்லை; என்னுடைய அந்த நண்பன் துளிக்கூட அவர்களைப் போன்றவனாக இல்லை; அவன் ஓர் அபூர்வமான விதிவிலக்கு என்றே சொல்லலாம்.

பள்ளியை விட்டு வெளியே வந்ததும் நான் செய்த முதல் காரியம் எப்படிப்பட்ட ஒரு சிறப்பான வேலைக்காக நான் பயிற்சி யளிக்கப்பட்டிருந்தேனோ அதை உதறியதுதான். அப்படிச் செய் வதன் மூலம் அதோடு தொடர்புடைய எல்லா பந்தங்களையும் சபிக்கப்பட்ட என் இறந்த காலத்தையும் காலிலிருந்து புழுதியை உதறுவதுபோல உதறிக்கொண்டுவிட்டதாக நான் நினைத்தேன்.

இத்தனைக்கும் பிறகு இப்படி நானாக இழுத்துக் கட்டிக் கொண்டு சிமோனோவை நாடி ஏன்தான் போனேனோ. அது கடவுளுக்குத்தான் தெரியும்.

மறுநாள் அதிகாலையிலேயே நான் விழித்துக்கொண்டு விட்டேன். ஏதோ எல்லாமே அப்போதே நடக்கப்போவது போன்ற கிளர்ச்சியான மனநிலையுடன் படுக்கையிலிருந்து துள்ளி எழுந்து கொண்டேன். என் வாழ்க்கையில் மிகமுக்கியமான ஒரு மாற்றம் வரவிருப்பது போலவும் கட்டாயமாக அன்றைக்கே அது வந்துவிடு மென்றும் நான் நினைத்துக்கொண்டேன்; அவ்வாறே நம்பவும்

செய்தேன். ஒரு வேளை, வெளியே நிகழும் சம்பவங்கள் என்பவை என் வாழ்வில் மிக அரிதாகவே இருப்பதால், அவை எவ்வளவு சாதாரணமானவையாக இருந்தாலும் என் வாழ்வில் அவை ஏதோ ஒரு மாற்றத்தைக் கொண்டுவரப் போகின்றன என்று எப்போதுமே எனக்குத் தோன்றுவதுண்டு.

வழக்கம்போலவே அலுவலகத்துக்குச் சென்ற நான், விருந்துக்கு ஆயத்தமாவதற்காக இரண்டுமணிநேரம் முன்பாகவே அங்கிருந்து நழுவி வீட்டுக்கு வந்துவிட்டேன். விருந்துக்கு முதலில் போவது நானாக இருக்கக்கூடாது என்பதே முக்கியம் என்று நினைத்தேன்; அப்படிப்போனால் அங்கே செல்வதில் எனக்கு எக்கச்சக்கமான மகிழ்ச்சி இருப்பதாக அவர்கள் நினைத்துக்கொள்வார்கள். ஆனால், அப்படி நான் நினைத்துப் பார்க்க அதைப்போல் ஆயிரக் கணக்கான முக்கியமான விஷயங்கள் இருந்தன. அவை என்னைத் துன்புறுத்தி அலைக்கழித்தன. என் பூட்ஸுகளை என் கையாலேயே இரண்டாம் முறையாக அன்று 'பாலிஷ்' செய்தேன்; இரண்டு முறை ஷூ பாலிஷ் செய்வதென்பது தன்னுடைய வழக்கமான வேலையை விட அதிகமானது என்று அப்போலோன் நினைப்பதால் அந்த வேலையை அவனைக் கொண்டு நிச்சயம் என்னால் செய்ய வைக்க முடியாது. பாலிஷ் செய்வதற்கான பிரஷ்ஷை நடைபாதை யிலிருந்து அவன் கண்ணில் படாமல் எடுத்துவந்தேன்; நான் அப்படிச் செய்வது அவனுக்கு வெறுப்பூட்டக் கூடுமென்ற பயத்திலேயே அப்படிச் செய்தேன். அதன் பிறகு நான் அணிந்து செல்ல வேண்டிய ஆடைகளை நுணுக்கமாக ஒரு முறை பார்வையிட்டேன்; எல்லாமே மிகவும் பழையதாய் இற்றுப்போய்க் கறைபடிந்து காணப்பட்டன. என் தோற்றத்தில் சற்றும் அக்கறை கொள்ளாதவனாக மிகவும் சோம்பேறியாக இத்தனை காலமும் இருந்திருக்கிறேன் நான். நான் அலுவலகத்துக்கு அணியும் சீருடை சுத்தமாக இருந்தது; ஆனால் ஒரு விருந்துக்குப் போகும்போது சீருடையோடு செல்லமுடியாது. எல்லாவற்றையும்விட மிகவும் கேவலமாக இருந்தது இதுதான். என் கால் சராயின் முழங்கால் பகுதியில் மிகப்பெரிதான மஞ்சள் நிறக் கறை ஒன்று படிந்திருந்தது. என்னுடைய சுயகௌரவத்தில் பத்தில் ஒன்பது பகுதியை அந்தக் கறை ஒன்றே பாழாக்கிவிடும் என்ற உள்ளுணர்வு என்னுள் ஏற்பட்டது. ஆனால், அப்படியெல்லாம் நினைத்துக்கொள்வது என் தகுதிக்குப் பொருத்தமில்லாதது என்பதையும் நான் அறிந்திருந்தேன்.

'ஆனால், இப்போது எதைப் பற்றியும் யோசிக்க நேரமில்லை. உண்மையை நான் எதிர்கொண்டாக வேண்டும்' என்று நினைத்த மாத்திரத்தில் என் இதயம் சோர்ந்துபோய்ச் சுருண்டுகொண்டது. ஆனால் அப்போதும்கூட அந்த நிலையிலும் கூட, நான் தேவை யில்லாமல் விஷயங்களை பூதாகரமாக்கிக் கொண்டிருக்கிறேன்

என்பதை மிகத்தெளிவாகவே உணர்ந்திருந்தேன். ஆனால், என்னால் என்னதான் செய்யமுடியும்? என்னைக் கட்டுப்படுத்திக் கொள்ள முடியாமல் காய்ச்சல் வந்தவனைப் போல நடுங்கிக் கொண்டிருந்தேன் நான்.

எவ்வளவு இறுக்கத்தோடும், திமிரோடும் அந்த ராஸ்கல் ஸ்வெர்கோவ் என்னை எதிர்கொள்வானென்றும் எப்படிப்பட்ட முட்டாள்தனத்தோடும் அளவிடமுடியாத வெறுப்போடும் அந்த மடையன் ட்ரூடோலியோபோவ் என்னைப் பார்ப்பானென்றும் துடுக்குத்தனமும் முரட்டுத்தனமும் ஒருசேர இணைந்தபடி ஓர் அற்பப் பூச்சியைப் போலிருக்கும் ஃபெர்ஃபிட்ச்கின் என்னைப் பார்த்துப் பரிகசித்துச் சிரிக்கப்போவது எப்படி என்றும் எனக் குள் துன்பகரமான ஒரு மனக்காட்சி விரிந்தது. ஸ்வெர்கோவின் தயவைப் பெறுவதற்காகத்தான் அவர்கள் இதையெல்லாம் செய்வார்கள். கடைசியாக இதையெல்லாம் முழுமையாக உள்வாங்கிக்கொண்ட சிமோனோவ் எனது கீழ்த்தரமான அகம் பாவ உணர்வுக்காகவும், ஊக்கமிழந்திருக்கும் என் மனப்போக்குக் காகவும் என்னை எப்படியெல்லாம் வெறுப்பான் என்ற எண்ண மும் எனக்குள் தோன்றியது. எல்லாற்றையும்விட மிகவும் மோச மானது என்னவென்றால் மிகமிக அற்பமான அறிவில் பண்படாத சராசரியான ஒரு கூடுகையாகவும், விருந்தாகவும் அது இருக்கப் போகிறது என்பதுதான்.

அங்கே போகாமலிருக்க முடிந்தால், மிகவும் நல்லதுதான். ஆனால் அதற்கு சாத்தியமே இல்லை. கட்டாயமாக ஒன்றைச் செய்தே ஆகவேண்டும் என்று எனக்குத் தோன்றிவிட்டால் நான் அதை மாற்றிக்கொள்ளவே மாட்டேன்; அதிலேயே குறியாகி விடுவேன். ஏனென்றால் அதன் பிறகு, “நீ பயந்துபோய் விட்டா யல்லவா. ஆமாம் நீ பயந்துதான் விட்டாய். நீ ஒரு பயந்தாங் கொள்ளி” என்று வாழ்நாள் முழுவதும் என் மனச்சாட்சியே என்னை எள்ளி நகையாடிக்கொண்டிருக்கும். அதற்குப் பதிலாக வெளிப்பார்வைக்குத் தெரிவது போல நான் ஒன்றும் அப்படி உணர்ச்சியில்லாத ஒரு ஜீவன் இல்லை என்பதை ஒழுங்கீனமான அந்தக் கும்பலுக்குக் காட்டியே ஆக வேண்டும் என்று நான் ஆவலோடு ஏங்கிக்கொண்டிருந்தேன். இன்னும் சொல்லப் போனால் எனக்கு ஏற்படும் தீவிரமான பிதற்றல்களோடு கூடிய கோழைத்தனமான காய்ச்சல் நேரங்களில் கூட, அவர்களைவிட நானே மேலானவனாக இருப்பதாகவும், அவர்களை ஆதிக்கம் செலுத்தி வருவதாகவும், தரையில் போட்டு அவர்களைத் தேய்ப்பதாகவும் என்னைப் பார்த்து வியப்படையவும், என்மீது அன்பு காட்டவும் அவர்களை வற்புறுத்துவதாகவும் நான் கனவு கண்டுகொண்டிருந்தேன். என்னை நானே ஊக்கப்படுத்திக்

கொள்வதற்காகவும், ஐயத்துக்கிடமில்லாத அறிவாளி என்பதை எனக்கு நானே நிறுவிக்கொள்வதற்காகவும் கூட அப்படிப்பட்ட கற்பனைகளை நான் செய்திருக்கலாம். என் கனவுகளின்படி ஸ்வெர்கோவை அவர்களெல்லாம் கைவிட்டுவிடுவார்கள்; அவன் மட்டும் தனியே ஒரு பக்கத்தில் கூச்சப்பட்டுக்கொண்டு அமைதியாக உட்கார்ந்திருப்பான்; அப்போது நான் அவனை நசுக்கிக் கொண்டிருப்பேன். பிறகு நாங்கள் எல்லோருமே ஒரு வகையில் சமாதானமாகிவிடுவோம்; எங்கள் நட்பு என்றென்றைக்கும் நிலைக்க வேண்டுமென எண்ணியபடி எல்லோரும் சேர்ந்து மது அருந்துவோம்.

எதார்த்தத்தில் மேலே சொன்ன எதைச் செய்யவும் நான் விரும்பவில்லை, உண்மையில் எவரையும் நசுக்கவோ, பணிய வைக்கவோ, கவரவோ இவை எவற்றிலுமே எனக்கு நாட்டமில்லை என்பதை நானே முழுமையாக அறிந்துவைத்திருந்தேன். அதுவே எனக்குக் கசப்பூட்டுவதாகவும் என்னை நானே இழிவுபடுத்திக் கொள்வதாகவும் இருந்தது. அப்படி ஏதாவது மேலே கூறியது போல நடந்தாலும்கூட நான் எதையாவது அடைய நேரிட்டாலும் கூட அதை நான் துரும்புக்கு நிகராக மட்டுமே கருதியிருந்தேன்.

ஐயோ! இந்த நாள் சீக்கிரமாக ஓடிப்போய்விடக்கூடாதா என்று நான்தான் எப்படி வேண்டிக்கொண்டிருந்தேன்? வார்த்தைகளால் விவரிக்க முடியாத ஒரு பதைப்போடு ஜன்னலருகே சென்று, அதன் கதவைத் திறந்தபடி, அடர்த்தியாகப் பெய்து கொண்டிருக்கும் பனியின் ஊடே படர்ந்து பரவி வரும் சஞ்சல மூட்டும் இருட்டைப் பார்த்துக்கொண்டிருந்தேன்.

இறுதியில் பாழாய்ப்போன என் சிறிய கடிகாரம், மாலை மணி ஐந்து என்று முனகியது. நான் என் தொப்பியை எடுத்துக் கொண்டு அப்போலோனைத் திரும்பிக்கூடப் பார்க்காமல் வெளியேறினேன். மாதச் சம்பளத்தை எதிர்பார்த்து முழுநாளும் காத்துக் கொண்டிருந்தாலும் அதைப் பற்றி முதலில் பேச்செடுக்க முடியாமல் அவனது முட்டாள்தனம் அவனைத் தடுத்துவிட்டது. அவனைத் தாண்டிக்கொண்டு கதவு வழியே நழுவிச் சென்ற நான் உயர்தரமான ஒரு பனிச்சறுக்கு வண்டியில் ஏறிக்கொண்டேன். என்னிடம் எஞ்சியிருந்த அரை ரூபிளை வண்டி வாடகையாகத் தந்துவிட்டு பாரீஸ் ஹோட்டலை நோக்கி மிடுக்குடன் விரைந்தேன்.

4

நான்தான் முதல் ஆளாக அங்கு செல்லப்போகிறேன் என்ற ஓர் உறுதியான எண்ணம், முதல் நாளே என்னிடம் தோன்றி யிருந்தது. ஆனால், யார் முதலில் வரப்போகிறார்கள் என்பது ஒரு பிரச்சினையே இல்லை என்பது பிறகுதான் தெரிந்தது. அவர்கள் எவருமே அங்கு இல்லை, அதனால் எங்களுக்கு ஒதுக்கப்பட்டிருந்த அறை எது என்று கண்டுபிடிப்பது எனக்கு சிக்கலாகவே இருந்தது. உணவுமேசைகூட இன்னும் ஆயத்தம் செய்யப்பட்டிருக்கவில்லை. இதற்கெல்லாம் என்ன பொருள்? பரிசாரகர் ஒருவரைப் பலவகையான கேள்விகளால் துளைத்தெடுத்த பிறகு விருந்து ஐந்து மணிக்கு ஏற்பாடு செய்யப்படவில்லை என்பதையும், அது ஆறு மணிக்குத்தான் என்பதையும் நான் தெரிந்துகொண்டேன். உணவு விடுதி மூலமும் அதை உறுதிப்படுத்திக்கொண்டேன். அவர்களை அப்படிக் கேள்விக்கு மேல் கேள்வியாகக் கேட்டுக்கொண்டிருப்பது எனக்கு உண்மையில் கூச்சமாகத்தான் இருந்தது. மணி ஐந்து இருபத்தைந்து ஆகியிருந்தது. விருந்து நிகழும் நேரத்தை அவர்கள் மாற்றியிருந்தால், குறைந்தபட்சம் அதைப்பற்றி என்னிடம் தெரிவித்திருக்கவாவது வேண்டும். செய்தி அனுப்பும் வழக்கம் இந்த மாதிரி விஷயங்களுக்காகத்தானே இருக்கிறது? என்னை நானே கேவலமாக உணருமாறும், அங்கிருக்கும் பரிசாரகர்கள் என்னைக் கேலியாகப் பார்க்கும் வகையிலும் இப்படி ஒரு தர்மசங்கடமான நிலையில் அவர்கள் என்னை நிறுத்தியிருக்க வேண்டாம்.

நான் அமர்ந்துகொண்டேன். பணியாள் உணவு மேசையை ஆயத்தப்படுத்த ஆரம்பித்தான். அவன் அங்கே இருக்கும்போது என்னை இன்னும்கூட இழிவாக உணர்ந்தேன். அந்த அறையில் விளக்குகள் எரிந்துகொண்டிருந்தபோதும் ஆறுமணி அளவில் பணியாளர்கள் மெழுகுவர்த்திகளை எடுத்துவந்தனர் நான் வந்து சேர்ந்த உடனேயே அவற்றை எடுத்து வந்திருக்க வேண்டும் என்பது அவர்களுக்கு ஏனோ தோன்றவில்லை. அடுத்த அறையில், உற்சாகமே இல்லாமல் இரண்டு பேர் தனித்தனி மேசைகளில் உணவருந்திக்கொண்டிருந்தனர்; அவர்களின் பார்வை கோபத்தை வெளிப்படுத்திக்கொண்டிருந்தது. சற்றுத் தள்ளியிருந்த அறை, மிகவும் சத்தமாக, இரைச்சலாக இருந்தது. ஒரு கூட்டம் முழுவ துமே சிரித்துக்கொண்டிருந்ததைக் கேட்க முடிந்தது; இடையிடையே பிரெஞ்சுமொழியில் சகிக்க முடியாமல் எவரோ கிறீச்சிட்டுக் கொண்டிருப்பதும் கேட்டது. அந்த விருந்தில் பல பெண்களும் இருந்தனர்.

சுருங்கச் சொன்னால் என்னைச் சுற்றியிருந்த எல்லாமே எனக்கு எரிச்சலூட்டுபவையாகத்தான் இருந்தன. இப்படிப்பட்ட மிக மோசமான தருணங்களை இதுவரை, அரிதாகத்தான் எதிர்கொண்டிருக்கிறேன் நான்; அதனாலேயே மிகச் சரியாக ஆறு மணிக்கு அவர்களெல்லாம் வந்துசேர்ந்தபோது ஏதோ என்னை இரட்சிக்க வந்த மீட்பர்களைக் கண்டதைப்போலப் பெருமகிழ்ச்சி யடைந்தேன் நான். அப்போது அவர்களிடம் ஆத்திரம் கொள்ள வேண்டியதுதான் நியாயமானது என்பதுகூட எனக்கு மறந்து போயிருந்தது.

எல்லோருக்கும் முன்பாக ஸ்வெர்கோவ்தான் நடந்து வந்தான்; அவர்களையெல்லாம் உற்சாகப்படுத்தும் மையப்புள்ளி அவனே என்பது வெளிப்படையாகத் தெரிந்தது. மற்ற எல்லோரோடும் சேர்ந்து சிரித்துக்கொண்டிருந்தான் அவன். என்னைப் பார்த்ததும் மிக இலேசாகத் திகைப்படைந்த ஸ்வெர்கோவ், என்னை நோக்கி நிதானமாக நடந்துவந்து தனது இடுப்பைச் சிறிதே வளைத்து எனக்கு வணக்கம் செலுத்தினான். என்னோடு நட்பு முறையில் அவன் கை குலுக்கினாலும்கூட அது ஒன்றும் (அளவு கடந்த) நட்பின் வெளிப்பாடாக இல்லை. ஒரு தளபதிக்கே உரிய எச்சரிக்கை உணர்வுடன் மரியாதை நிமித்தமானதாகவே இருந்தது. என்னோடு அவ்வாறு கைகுலுக்குவதன் மூலம் அவன் ஏதோ ஒன்றைத் தவிர்க்கமுயலுவதைப் போலவே இருந்தது. உண்மையில் அதற்கு முற்றிலும் மாறான ஒன்று நிகழப்போவதாகத்தான் நான் கற்பனை செய்து வைத்திருந்தேன். இங்கே வந்த உடனேயே, தனக்கு எப்போதும் பழக்கமான உச்ச ஸ்தாயியில் கிறீச்சிட்டுச் சிரித்தபடி கொஞ்சம்கூட சுவாரசியமே இல்லாத தன் முட்டாள் தனமான 'ஜோக்'குகளை அவன் சொல்ல ஆரம்பித்துவிடுவான் என்று நான் எண்ணியிருந்தேன். அவற்றைக் கேட்பதற்கு நேற்றி லிருந்தே நான் தயாராகிக்கொண்டிருந்தேன். உயர்ந்த அதிகாரத் தோரணைக்கே உரிய மரபார்ந்த வழக்கப்படி ஏதோ மனமிரங்கி இரக்கம் காட்டுவதைப் போன்ற பாவனையுடன் அவன் என்னிடம் நடந்துகொள்வான் என்று நான் எதிர்பார்த்திருக்கவில்லை. அப்படி யென்றால் எல்லா வகையிலும் என்னைவிட மிகமிக உயர்ந்தவன் என்றுதான் தன்னைப்பற்றி அவன் நினைத்துக்கொண்டிருக்கிறான். இப்படிப்பட்ட உயர் அதிகாரத் தோரணையோடு என்னை இழிவுபடுத்த வேண்டுமென்பது அவனது எண்ணம் என்றால் அதைப்பற்றி எனக்கு ஒன்றும் கவலையில்லை. அதற்கு எந்த வழியில் பதிலடி தருவது என்பது எனக்குத் தெரியும் என்று நினைத்துக்கொண்டேன். ஆனால், ஒரு வேளை என்னைப் புண்படுத்த வேண்டும் என்ற நோக்கம் இல்லாமல் அந்த 'ஆட்டு மூளை' முட்டாள் உண்மையாகவே என்னைவிடத் தன்னை

உயர்வானவன் என்றும், நான் அவனால் பாதுகாக்கப்பட வேண்டியவன் என்றும் நினைத்துக்கொண்டிருந்தால் அப்படிப்பட்ட இலேசான அனுமானம்கூட என்னை வெறுப்பால் மூச்சடைக்க வைத்தது.

"எங்களோடு சேர்ந்துகொள்ள நீயும்கூட விருப்பம் தெரிவித்தாய் என்பதை அறிந்தபோது எனக்கு மிகவும் ஆச்சரியமாக இருந்தது" நாக்குளறுவதைப் போல, இழுத்து இழுத்துப் பேசியபடி பேச்சை ஆரம்பித்தான் அவன்; முன்னெப்போதும் இப்படி அவன் பேசியதில்லை என்பதால் எனக்கு அது புதியதாக இருந்தது.

"நானும் நீயும் சந்தித்துப் பலகாலமாகிவிட்டது. நம் இருவருக்கும் இடையே இப்போதைக்கு எதுவுமே இல்லை. ஆனால், நீதான் எங்களோடு பழகக்கூச்சப்படுகிறாய். நீ அப்படி இருக்கத் தேவையில்லை. நீ எண்ணுவது போல நாங்கள் ஒன்றும் அத்தனை பயங்கரமான மனிதர்கள் இல்லை. சரி எப்படியோ நம்மிடையே இருந்த தொடர்பு மீண்டும் புதுப்பிக்கப்பட்டதில் எனக்கு மகிழ்ச்சிதான்."

இவ்வாறு பேசிக்கொண்டே அருகிலிருந்த ஜன்னல்மீது தன் தொப்பியை வைப்பதற்காக இயல்பான அலட்சிய பாவத்துடன் திரும்பினான் அவன்.

"நீ வெகுநேரம் காத்திருந்தாயா" என்று விசாரித்தான் ட்ரூடோலியோபோவ்.

"நேற்று நீங்கள் சொல்லியிருந்தபடி ஐந்து மணிக்கெல்லாம் நான் வந்துவிட்டேன்" என்று உரத்த குரலில் பதிலளித்தேன். என் குரலிலிருந்த எரிச்சல் ஏதோ ஒன்று வெடிக்கப்போகிறதென்று எச்சரிக்கும் முறையில் இருந்தது.

"நாம் நேரத்தை மாற்றிவிட்டோம் என்பதை நீ அவனுக்குத் தெரிவிக்கவில்லையா?" என்று சிமோனோவைக் கேட்டான் ட்ரூடோலியோபோவ்.

"இல்லை எனக்கு மறந்துபோய்விட்டது" என்று குற்ற உணர்வின் சிறியதொரு சாயல்கூட இல்லாமல் பதிலளித்தான் சிமோனோவ். என்னிடம் அதுபற்றி வருத்தம்கூடத் தெரிவிக்காமல் ஆர்டெவ்ஸ்* பரிமாறச்சொல்வதற்காகச் சென்றுவிட்டான் அவன்.

"அப்படியென்றால் ஒரு மணி நேரமாகவா இங்கே காத்துக் கொண்டிருக்கிறாய்? சே! பாவம்தான் நீ" சற்றுக் குத்தலான தொனியுடன் இவ்வாறு கூச்சலிட்டான் ஸ்வெர்கோவ்.

(*ஆர்டெவ்ஸ் (horsd'oeuvses) விருந்துக்கு முதன்மையான உணவுக்கு முன்னதாக பரிமாறப்படும் சிறுசிறு உணவு வகைகள்)

அவனைப் பொறுத்தவரை இந்த விஷயங்களெல்லாம் வெறுமனே வேடிக்கைக்குரியவை மட்டும்தான். அந்த ராஸ்கல் ஃபெர்ஃபிட்ச்கின்னும்கூட நாய்க்குட்டி ஒன்று குரைப்பதைப் போலப் பரிகாசமாகக் கிளுகிளுத்துச் சிரித்தான். என்னுடைய நிலை அவனுக்கும்கூடக் கேலிக்குரியதாகவும் இழிவானதாகவும் ஆகியிருந்தது.

"இதில் இப்படிச் சிரிப்பதற்கு என்ன இருக்கிறது" என்று ஃபெர்ஃபிட்ச்கின்னைப் பார்த்து உரத்தகுரலில் சத்தம் போட்டேன் நான். என் எரிச்சல் படிப்படியாகக் கூடிக்கொண்டே சென்றது.

"இதில் என் தவறு எதுவுமே இல்லை. மற்றவர்கள்தான் குற்றவாளிகள். அவர்கள் எனக்குத் தெரிவிக்காமல் என்னைப் புறக்கணித்துவிட்டார்கள். சுத்த முட்டாள்தனம்."

"இதில் முட்டாள்தனம் மட்டுமில்லை, வேறொன்றும்கூட இருக்கிறது" என்று முணுமுணுத்தபடி அப்பாவித்தனமாக எனக்குத் துணை வந்தான் ட்ரூடோலியோபோவ்.

"நீ என்னவோ இதை இலேசாக எடுத்துக்கொண்டிருக்கிறாய் அத்தனை கடுமை காட்டாமலும் இருக்கிறாய். சொல்லப் போனால் நிச்சயம் இது ஒரு அவமதிப்புத்தான். ஆனால் யாரும் இதை வேண்டுமென்றே செய்யவில்லை என்பது மட்டும் நிச்சயம். சிமோனோவால் அப்படிச் செய்யமுடியுமா."

"என்னிடம் மட்டும் எவராவது இப்படித் தந்திரமாக விளையாடியிருந்தால் நான் என்ன செய்திருப்பேன் தெரியுமா?" என்றான் ஃபெர்ஃபிட்ச்கின்.

"உனக்கு ஏதாவது ஒரு உணவை வரவழைத்துக்கொண்டிருக்கலாமே நீ" என்றபடி குறுக்கிட்டான் ஸ்வெர்கோவ்.

"இல்லையென்றால் எங்களுக்காகக் காத்திருக்காமல் விருந்துக்கான உணவுகளைக்கூடக் கொண்டுவரச் சொல்லியிருக்கலாமே?"

"அவ்வாறு செய்ய வேண்டுமென்று நான் நினைத்திருந்தால் அதற்கு உங்கள் அனுமதி ஒன்றும் எனக்குத் தேவையில்லை" என்று வெடித்தேன் நான்.

"நான் காத்திருந்தேன் என்றால் அதற்குக் காரணம்"

அதற்குள், "எல்லோரும் விருந்துக்கு அமரலாம் நண்பர்களே." என்று சொன்னபடியே உள்ளே வந்தான் சிமோனாவ்.

"எல்லாமே தயாராக இருக்கிறது. ஷாம்பெயின் அளவுக்கு மீறிய சில்லிப்புடன் இருக்கிறது" என்று சொல்லிக்கொண்டு சென்றவன், என் பக்கமாகத் திரும்பியபடி "என்னை மன்னித்துக் கொள்" என்றான். ஆனால், உடனே என்னைப் பார்ப்பதைத்

தவிர்த்தபடி வேறுபக்கம் திரும்பிக்கொண்டான்.

“என்ன செய்வது? என்னிடம் உன் முகவரி இல்லை; அப்படி யிருக்கும்போது உன்னைக் கண்டுபிடிப்பது எப்படி, எங்கே என்று தேடுவது உன்னை?” என்றான்.

எனக்கு எதிரான ஏதோ ஒன்று அவனுடைய உள்ளத்தில் இருக்கிறது; ஒரு வேளை நேற்று மாலை அவன் வீட்டுக்கு நான் சென்று வந்த பிறகுகூட அந்த மாற்றம் நிகழ்ந்திருக்கலாம்.

எல்லோரும் அமர்ந்தார்கள் நானும் கூடத்தான். அது ஒரு வட்டமான மேசை. ட்ரூடோலியோபோவ் என் இடதுபுறத்திலும், சிமோனோவ் என் வலது பக்கத்திலும், ஸ்வர்கோவ் நேர் எதிராகவும் உட்கார்ந்திருந்தார்கள். ஃபெர்ஃபிட்ச்கின் ஸ்வெர்கோவுக்கும் ட்ரூடோலியோபோவுக்கும் நடுவில் அமர்ந்திருந்தான்.

“ம்... சரி இப்போது சொல். நீ ஏதாவது அரசாங்க அலுவலகத்தில் வேலை பார்க்கிறாயா?” ஸ்வெர்கோவ் என்னிடம் பேசுவதிலேயே கவனம் செலுத்தியபடி இருந்தான். நான் இருக்கும் தர்மசங்கடமான நிலையில் என்னிடம் நட்பாகவும் இனிமையாகவும் பேசியபடி என்னை உற்சாகப்படுத்தவேண்டுமென்பதில் தீவிர முனைப்போடு இருந்தான் அவன்.

‘அங்கே இருக்கும் மதுப்புட்டி எதையாவது எடுத்து அவன் மீது நான் தூக்கி வீச வேண்டும் என்று ஆசைப்படுகிறானா என்ன’ அந்த ஆவேச உணர்வின் பிடியில் எனக்கு அப்படியும் தோன்றியது.

வித்தியாசமான, வினோதமான அந்தச் சூழ்நிலையில் இயல்புக்கு மீறியபடி எதற்கெடுத்தாலும் எரிச்சல்படத் தயாராக இருந்தேன் நான்.

‘என்’ என்ற அலுவலகத்தில் வேலை பார்க்கிறேன்” என்று சட்டென்று சொல்லி முடித்தேன்; அப்போது அவனை ஏறெடுத் தும் பார்க்காமல் என் தட்டைப் பார்த்தபடியே இருந்தேன்.

“அங்கே உனக்கு நல்ல வசதி கிடைக்கிறதா? ஆமாம், நீ உன் பழைய வேலையை விட்டதற்கு என்ன காரணம்?”

“என்ன காரணம் என்றால் அந்த வேலை எனக்குப் பிடிக்க வில்லை. அது எனக்கு அலுப்பூட்டுவதாக இருந்தது. அதனால் அதை விட்டுவிட விரும்பினேன்”. அவன் இழுத்து இழுத்துப் பேசி யதைவிட மிக அதிகமான அளவில் நானும் இழுத்துப் பேசினேன்; என்னைக் கட்டுப்படுத்திக்கொள்வது எனக்கு சாத்தியமாக வில்லை. ஃபெர்ஃபிட்ச்கின் சத்தம் போட்டுச் சிரிக்கத் தொடங்கினான். சிமோனோவ் என்னை வித்தியாசமாக கேலியாகப்

பார்த்தான். ட்ரூடோலியோபோவ், தான் சாப்பிட்டுக்கொண்டிருந்ததைக்கூட நிறுத்திவிட்டு என்னை ஆச்சரியமாகப் பார்த்தான்.

ஸ்வெர்கோவும் சற்று திடுக்கிட்டான்; ஆனால் எதையுமே கவனிக்காதவன் போலிருக்க முயற்சி செய்தான் அவன்.

"ஆமாம் பணம் எவ்வளவு?"

"என்ன பணம்?"

"நான் கேட்பது உன் சம்பளத்தைப் பற்றி"

"என்னை ஏன் இப்படிக் குறுக்கு விசாரணை செய்துகொண்டிருக்கிறாய்?" என்று அவனைக் கேட்டாலும் என் சம்பளம் எவ்வளவு என்பதை உடனே சொல்ல நான் தவறவில்லை. என் முகம் கூச்சத்தால் பயங்கரமாகச் சிவந்துபோயிருந்தது.

"தேவைக்கேற்றபடி இருப்பதாகத் தெரியவில்லையே?" என்று ஸ்வெர்கோவ் சற்று மிடுக்குடன் குறிப்பிட்டான்.

"ஆமாம். இப்படிப்பட்ட உணவகங்களெல்லாம் உனக்குக் கட்டுப்படியாகாது" என்று துடுக்குத்தனமாகக் குறுக்கிட்டான் ஃபெர்ஃபிட்ச்கின்.

"என்னுடைய அபிப்பிராயப்படி சம்பளம் ரொம்பக் குறைவுதான்" என்று ட்ரூடோலியோபோவும் தன் கருத்தை வெளியிட்டான்.

"சே! நீதான் எப்படி மெலிந்துபோய்விட்டாய்? எப்படி மாறிவிட்டாய் நீ?" என்று விஷமத்தனமான தொனியுடன் கேட்டுக்கொண்டே நான் அணிந்திருந்த ஆடைகளைத் தன் பார்வையால் அளந்துகொண்டிருந்தான் ஸ்வெர்கோவ். இரக்கப்படுவது போன்ற பாவனையில் தன் அகம்பாவத்தை அப்படி வெளிப்படுத்திக்கொண்டிருந்தான் அவன்.

"விடுங்கப்பா அவனை. பாவம் ரொம்பத்தான் கூச்சப்படுகிறான்" என்று சிரிப்பை அடக்கிக்கொண்டு கத்தினான் ஃபெர்ஃபிட்ச்கின்.

"என் அருமை நண்பா! என்னைக் கொஞ்சம் பேச விடுகிறாயா? எனக்கு எந்தக் கூச்சமும் இல்லை. தெரிந்துகொள்" என்று இறுதியில் வெடித்தேன் நான்.

"என்ன கேட்கிறதா? நான் இங்கே, இந்த உணவகத்தில் என் சொந்தச் செலவில்தான் சாப்பிடுகிறேனே தவிர வேறு எவர் காசிலும் இல்லை. இதை மனதில் நன்றாகக் குறித்துக்கொள் ஃபெர்ஃபிட்ச்கின்."

"நீ என்ன நினைத்துக்கொண்டு இப்படியெல்லாம் பேசுகிறாய்?

இங்குள்ள எல்லோருமே அவரவர் செலவில்தானே சாப்பிடு கிறோம்? உன்னை?" என்று கத்தியபடி என்மீது பாய்ந்தான் ஃபெர்ஃபிட்ச்கின். ஒரு நண்டைப் போல சிவந்துபோயிருந்த அவன், என்னை வெறித்தனமாக நேருக்கு நேர் பார்த்துக் கொண்டிருந் தான்.

"அது" என்று பதிலளிக்கத் தொடங்கிய நான், வரம்பு மீறிப் பேசிவிட்டேன் என்பதை உணர்ந்தவனாய் "வேறு ஏதாவது புத்திசாலித்தனமான விஷயத்தைப் பற்றி நாம் பேசுவது நன்றாக இருக்குமென்று நினைக்கிறேன்" என்றேன்.

"நீ உன் புத்திசாலித்தனத்தைக் காட்டிக்கொள்ள நினைக்கிறாய் அப்படித்தானே?"

"நீ ஒன்றும் அப்படியெல்லாம் நினைத்துக் கவலைப்பட வேண்டாம். அதற்கேற்ற இடம் இது இல்லை."

"ஏன் இப்படிக் கூச்சல் போடுகிறாய் இனிய நண்பா. உன் அறிவையெல்லாம் உன் அலுவலகத்திலேயே அடகு வைத்துவிட் டாயா என்ன?"

"போதும் கனவான்களே போதும்" என்று அதிகாரத் தொனி யுடன் ஆணையிட்டான் ஸ்வெர்கோவ்.

"சே! இதெல்லாம் எவ்வளவு முட்டாள்தனமானதாக இருக் கிறது?" என்று முணுமுணுத்தான் சிமோனோவ்.

"நிஜமாகவே இது ரொம்பப் பெரிய முட்டாள்தனம்தான். நாம் இங்கே நண்பர்களாகக் கூடியிருப்பது, நம்முடைய சகா ஒரு வருக்குப் பிரிவுபசார விருந்து அளிப்பதற்காக. நீ என்னவென்றால் மேலும் மேலும் ஏதோ வாதம் செய்துகொண்டே போகிறாய்" என்னை மட்டுமே பார்த்தபடி இவ்வாறு கடுமையாகப் பேசினான் ட்ரூடோலியோபோவ்.

"எங்களோடு சேர்ந்துகொள்ள வேண்டுமென்று நீயாகத்தான் முன்வந்தாய். அப்படியிருக்கும்போது இங்கே நிலவும் இணக்கமான ஒற்றுமையான நட்புச் சூழலைக் குலைப்பதற்கு உனக்கு உரிமையில்லை. அப்படிச் செய்துவிடாதே."

"போதும் போதும்" என்று கத்தினான் ஸ்வெர்கோவ்.

"அதையெல்லாம் விட்டுத்தள்ளுங்கள் கனவான்களே! அந்த மாதிரியான பேச்சுகளுக்குரிய இடம், இது இல்லை. சரி போகட்டும் விடுங்கள். இப்போது நான் சொல்வதைக் கேளுங்கள். முந்தா நாளன்று கிட்டத்தட்ட திருமணம் செய்துகொள்ளும் நிலை வரை நான் போய்விட்டேன் அது எப்படி என்று சொல்கிறேன் கேளுங்கள்."

ஒரு கனவானான அவன், இரண்டு நாட்களுக்கு முன்பு திருமணம் வரை போக நேர்ந்தது எப்படி என்பது பற்றி கேலிக் கூத்தான ஒரு வருணனை, அதை அடுத்துத் தொடர்ந்தது. ஆனால் அதில் திருமணத்தைப் பற்றி ஒரு வார்த்தைகூட இல்லை; அந்தக் கதை முழுவதும் இராணுவத் தளபதிகளும், 'கர்னல்'களும், உயர் அதிகாரிகளுமே நிரம்பி இருந்தார்கள்; அவர்களுக்கிடையே முதன்மை இடம் பெற்றவனாக ஸ்வெர்கோவே இருந்தான். அவன் விவரித்த கதை, அங்கிருந்தவர்களால் பலத்த சிரிப்பொலிகளோடு வரவேற்கப்பட்டது. ஃபெர்ஃபிட்ச்கின் தன்னைக் கட்டுப்படுத்த முடியாமல் உருண்டு புரண்டு சிரித்துக்கொண்டிருந்தான்.

என்னை எவருமே கண்டுகொள்ளவில்லை; நான் உடைந்து போனவனாய்ப் புண்பட்ட நிலையில் அமர்ந்திருந்தேன்.

'கடவுளே! இது எனக்கு ஏற்ற ஒரு கூட்டமே இல்லை' என்று எண்ணிக்கொண்டேன். 'சே! அவர்களுக்கு முன்னால் என்னை எப்படிப்பட்ட முட்டாளாக்கிக்கொண்டு விட்டேன் நான்? அதிலும் அந்த ஃபெர்ஃபிட்ச்கினை மிக மோசமாக நடந்துகொள்ள விட்டுவிட்டேன். தங்களோடு சேர்த்து என்னையும் உட்கார வைத்ததால் ஏதோ எனக்குப் பெருமை சேர்த்துவிட்டதாக அந்த மூளைகெட்டவர்கள் நினைத்துக்கொண்டிருக்கிறார்கள். அது அவர்களுக்குத்தான் பெருமையே தவிர எனக்கில்லை என்பது அவர்களுக்குப் புரியவில்லை. நான் மெலிந்துதான் போயிருக்கிறேன். என் உடைகள் மோசமாகத்தான் இருக்கின்றன. சே! என் கால் சட்டைகள்தான் எவ்வளவு கேவலமாக இருக்கின்றன? அதில் முழங்கால் பகுதியில் இருக்கும் கறையை ஸ்வெர்கோவ் உள்ளே நுழைந்ததுமே பார்த்திருப்பான். சரி இப்போது அதைப்பற்றி நினைத்து என்ன பயன்? நான் உடனே இந்த நிமிடமே, என் தொப்பியை எடுத்துக்கொண்டு ஒரு வார்த்தைகூடப் பேசாமல் இங்கிருந்து வெளியேறிவிட வேண்டும். நாளைக்கு அவர்களோடு போட்டி போடுவதற்கான ஓர் அறைகூவலை நான் அவர்களுக்கு அனுப்பி வைக்கவேண்டும். சரியான பொறுக்கிகள். ஏதோ அந்த ஏழு ரூபிள்களுக்காக நான் கவலைப்படுவது போல நினைக்கிறார் கள். சரி, அப்படியே நினைத்துவிட்டுப் போகட்டும். தொலையட் டும். எனக்கு அந்த ஏழு ரூபிள்களைப் பற்றி எந்தக் கவலையும் இல்லை. இதோ இந்த நிமிடமே நான் போகிறேன்'. ஆனால், நான் அங்கேயேதான் இருந்தேன்.

குழப்பமும் தர்மசங்கடமுமான ஒரு நிலையில் இருந்த நான் ஷெரி, லேஃபைட் ஆகிய மதுவகைகளைக் கோப்பை நிறையப் பருகினேன். அதுவரை அவற்றுக்குப் பழகியிராததால் சீக்கிரமே அதனால் பாதிக்கவும் பட்டேன். மதுபோதை தலைக்கேறியதும்

என் எரிச்சலும் அதிகரித்துக்கொண்டு சென்றது. மிகமிக வெளிப் படையான வகையில் அவர்களையெல்லாம் அவமானப்படுத்தி விட்டுப் பிறகு அங்கிருந்து செல்ல நான் ஆசைப்பட்டேன். சரியான தருணத்தை மட்டும் பிடித்துக்கொண்டு, என்னால் என்ன செய்யமுடியும் என்பதைக் காட்டிவிடவேண்டும் 'முட்டாள்தன மானவன் போலத் தோன்றினாலும் அவன் புத்திசாலிதான்' என்று அப்போது அவர்கள் சொல்வார்கள், அப்புறம் அதன் பிறகு சரி எல்லாம் எக்கேடும் கெட்டுப் போய்த் தொலையட்டும்.

மதுபோதையால் செருகிக்கொண்டு வந்த கண்களால் அவர்களை முரட்டுத்தனமாக அளந்துகொண்டிருந்தேன் நான். அவர்கள் உரக்கச் சத்தம் போட்டுக் கூச்சலிட்டுக்கொண்டு களிப் போடு காணப்பட்டனர். வனப்பும் உற்சாகமும் கொண்ட ஒரு பெண்மீது கொண்ட காதலை வெளிப்படையாகத் தெரிவிக்கும் நிலை வரை தான் சென்றது எப்படி என்றும் (அவன் மிகச் சாதாரணமான ஒரு குதிரை வீரனைப் போலப் புளுகிக்கொண் டிருந்தான்) அந்த விஷயத்தில் அவனது உற்ற நண்பனும், குதிரைப் படை அதிகாரியும், மூவாயிரம் அடிமைகளுக்குச் சொந்தக்காரனு மான இளவரசன் கோல்யா எப்படி உதவினான் என்றும் ஸ்வெர் கோவ் அவர்களிடம் சொல்லிக்கொண்டிருந்தான்.

"அப்படியானால் மூவாயிரம் அடிமைகளுக்கு எஜமானனாக இருக்கும் அந்த கோல்யா, உன்னை இன்றிரவு வழியனுப்ப ஏன் இங்கே வரவில்லை?" என்று நான் இடைமறித்துக் கேட்டேன். ஒரு நிமிடம் எல்லோருமே வாயடைத்துப் போய் அமைதியாய் இருந்தனர்.

"உனக்கு போதை ஏறிவிட்டது" என்று நான் இருக்கும் திசையை வெறுப்போடு பார்த்தபடி ஏதோ இரக்கத்தோடு பேசுபவனைப் போலச் சொற்களை உதிர்த்தான் ட்ரூடோலியோபோவ். எதுவும் பேசாமல் ஏதோ புழுப் பூச்சியைப் பார்ப்பதைப் போல என்னைப் பார்வையால் துருவிக்கொண்டிருந்தான் ஸ்வெர்கோவ். நான், என் கண்களைத் தாழ்த்திக்கொண்டேன். சிமோனோவ், கண்ணாடிக் கோப்பைகளை ஷாம்பெயின் மதுவால் விரைவாக நிறைத்தான்.

ட்ரூடோலியோபோவ், அங்கிருந்த எல்லோரையும் போலத் தானும் மதுக் கோப்பையை உயர்த்திக்கொண்டான். நான் மட்டும் எதுவும் செய்யாமல் இருந்தேன்.

"நல்ல உடல்நலமும் நல்லதிருஷ்டமும் உன் பயணத்தில் துணைவரட்டும்" என்று ஸ்வெர்கோவை நோக்கிக் குரல் கொடுத் தான் அவன்.

"நம்முடைய பழைய நாட்களின் நினைவாக. உன் வருங்கால நலனுக்காக ஹுர்ரே"

அவர்கள் அனைவரும் தங்கள் கோப்பைகளை ஒன்றோ டொன்று உரசிக்கொண்டபடி ஸ்வெர்கோவை முத்தமிடுவதற்காக அவனைச் சூழ்ந்துகொண்டார்கள்.

நான் சற்றும் நகரவில்லை; நிரப்பப்பட்டிருந்த மதுக்கோப்பை தொடப்படாமல் என் முன் இருந்தது.

"ஏன் நீ அதைக் குடிக்கப்போவதில்லையா?" என்று கடுமையோடு என்பக்கம் திரும்பியபடி பொறுமையிழந்தவனாய் ஓலமிட்டான் ட்ரூடோலியோபோவ்.

"நான் மட்டுமே தனி ஆளாக இங்கே கொஞ்சம் பேசியாக வேண்டும். அதன் பிறகு இதை நான் குடிப்பேன் ட்ரூடோலியோ போவ்."

"நாகரிகம் தெரியாத மடையன்" என்று முணுமுணுத்தான் சிமோனோவ். நான் என் நாற்காலியில் வசதியாக அமர்ந்தபடி ஜுரவேகத்தோடு மதுக் கோப்பையை எடுத்துக்கொண்டேன்; வித்தியாசமான வினோதமான ஒன்றை நிகழ்த்துவதற்கு நான் ஆயத்தமானபோதும் நான் என்ன பேசப்போகிறேன் என்பதை நானே அறிந்திருக்கவில்லை.

"அமைதி" என்று கத்தினான் ஃபெர்ஃபிட்ச்கின். "உண்மையிலேயே புத்திசாலித்தனமானவற்றைக் கேட்பதற்குரிய நேரம் இது."

அடுத்து வரப்போவதை ஊகிக்கமுடிந்தவனாய் ஸ்வெர்கோவ் தீவிரமாய்க் காத்திருந்தான்.

"லெஃப்டினண்ட் ஸ்வெர்கோவ் அவர்களே" என்று அழைத்தபடி நான் பேசத் தொடங்கினேன்.

"நான் அலங்கார வெற்றுச் சொற்களையும், வெற்றுச் சொல் பேசும் வீணர்களையும், இடுப்பை இறுக்கும் விறைப்பான ஆடை அணிந்திருக்கும் மிடுக்கானவர்களையும் வெறுக்கிறேன் என்பதை முதலில் சொல்லிக்கொள்கிறேன். முதல் விஷயம் அது. அதைத் தொடர்ந்து இரண்டாவதும் ஒன்று உண்டு."

அவர்கள் நான் பேசுவதைக் கேட்டபடி அமைதி இழந்து நெளிந்துகொண்டிருந்தார்கள்.

"இரண்டாவது இதுதான்; ஆபாசமான விஷயங்களையும், அப்படிப்பட்டவற்றைப் பேசுபவர்களையும் நான் வெறுக்கிறேன்.

"மூன்றாவதாக, நான் நியாயம், நேர்மை, உண்மை இவற்றையே விரும்புகிறேன்" என் உடல் பயத்தால் நடுங்கிக்கொண்டிருந்ததால் கிட்டத்தட்ட இயந்திரத்தனமாகத்தான் நான் பேசிக் கொண்டிருந்

தேன். என்னால் இப்படியெல்லாம் எப்படிப் பேச முடிகிறது என்பது எனக்கு விளங்கவே இல்லை.

"நான், சிந்தனை என்பதை உயர்வாகப் போற்றுகிறேன் மெஸ்யே (Monseuir) ஸ்வெர்கோவ். சமநிலையில் இருக்கும் உண்மையான தோழமையை நான் விரும்புகிறேனே தவிர ஹ்ம். நான் விரும்புவது அதுதான். ஆனால் அதைப்பற்றி என்ன வந்தது? அது எக்கேடு கெட்டால் என்ன? நான் உங்களுடைய உடல் நலத்துக்காகவும் குடிக்கிறேன் ஸ்வெர்கோவ். நீங்கள் உங்கள் மனம்போல 'சர்க்காஸிய'ப் பழங்குடிப் பெண்களைக் கவர்ந்து வலை வீசுங்கள். நம் தந்தையர் தேசத்தின் எதிரிகளைச் சுட்டு வீழ்த்துங்கள். சரி உங்கள் நலனுக்காக இப்போது குடிக்கிறேன் மெஸ்யே (Monseuir) ஸ்வெர்கோவ்."

ஸ்வெர்கோவ், தன் இருக்கையை விட்டு எழுந்து என் முன்னர் மண்டியிட்டபடி இவ்வாறு சொன்னான்.

"நான் உங்களுக்கு மிகவும் கடமைப்பட்டிருக்கிறேன்" அவன் பயங்கரமாகப் புண்பட்டுப்போயிருந்தான். முகம் வெளிறிப் போயி ருந்தது.

"தொலைத்துக்கட்டுகிறேன் அந்தப் பயலை" என்று தன் முஷ்டியால் மேசையில் ஓங்கிக் குத்தியபடி கூச்சலிட்டான் ட்ரூ டோலியோபோவ்.

"முகத்தில் ஓங்கி ஒருகுத்துவிட்டால் நல்லது" என்று கிறீச்சிட் டான் ஃபெர்ஃபிட்ச்கின்.

"முதலில் அவனை இங்கிருந்து உதைத்து வெளியே தள்ளு வோம்; வாருங்கள்" என்றான் சிமோனோவ்.

"தயவு செய்து யாரும் ஒரு வார்த்தையும் பேச வேண்டாம் கனவான்களே! இருக்கும் இடத்தை விட்டுச் சிறிது கூட அசைய வேண்டாம்" என்று அங்கு நிலவிய வெறுப்பான சூழ்நிலையை அவதானித்தபடி அமைதியாகச் சொன்னான் ஸ்வெர்கோவ்.

"உங்கள் எல்லோருக்கும் என் நன்றி. ஆனால் அவன் பேசிய வார்த்தைகளை நான் எந்த அளவு பொருட்படுத்துகிறேன் மதிக்கிறேன் என்பதை நானே அவனிடம் வெளிக்காட்ட விரும்பு கிறேன். அதை என்னிடம் விட்டுவிடுங்கள்."

"ஃபெர்ஃபிட்ச்கின் அவர்களே! சற்று முன் நீங்கள் சொன்ன வார்த்தைகளை நாளைக்கு நிறைவேற்றினால்தான் எனக்கு முழுத்திருப்தி உண்டாகும்" என்று பெருமிதமான தோரணையுடன் ஃபெர்ஃபிட்ச்கினிடம் சத்தமாகச் சொன்னேன்.

"என்ன? இரண்டுபேர் மட்டுமே நேருக்கு நேர் மோதும்

ஒற்றையர் சண்டையைத்தானே சொல்கிறாய்? நிச்சயமாக." என்று பதிலளித்தான் அவன். இப்படி ஒரு கேவலமான தோற்றத்தில் இருக்கும் நான் அவனை சவாலுக்கு அழைத்தது எல்லோருக்கும் கேலிக்குரியதாக இருந்திருக்கக்கூடும். ஃபெர்ஃபிட்ச்கின் உட்பட அனைவரும் விழுந்து விழுந்து சிரித்துக்கொண்டிருந்தனர்.

"ஐயோ கடவுளே அவனைத் தனியாக விடுங்களப்பா, அவன் மிகக் கடுமையான போதையில் இருக்கிறான்" கசப்போடு சொன்னான் ட்ரூடோலியோபோவ்.

"சே! நம்மோடு அவனையும் சேர்த்துக்கொள்ள ஒத்துக் கொண்டது நான் செய்த பெரிய மடத்தனம்" என்று மறுபடியும் முணுமுணுத்தான் சிமோனோவ்.

'இந்தப் புட்டிகளையெல்லாம் எடுத்து அவர்கள் தலையில் வீச இதுதான் சரியான நேரம்' என்று எனக்குள் எண்ணிக் கொண்டேன். ஒரு புட்டியைக் கையிலெடுத்து என் கோப்பையை நிரப்பிக்கொண்டேன்.

'வேண்டாம் கடைசி வரை இங்கேயே உட்கார்ந்து ஒருகை பார்த்துவிடுகிறேன். அதான் நல்லது' என்று தொடர்ந்து யோசித்துக் கொண்டே போனேன்.. 'நான் வெளியே போய்விட்டால் அது உங்களுக்கு சந்தோஷமாக இருக்கும் நண்பர்களே. ஆனால், எதைக்கொண்டும் இங்கிருந்து வெளியேறுமாறு என்னைத் தூண்ட முடியாது. நான் இங்கேயே உட்கார்ந்து கொண்டு குடித்துக் கொண்டே இருக்கப்போகிறேன். நீங்கள் யாரும் எனக்குக் கொஞ்சம் கூடப் பொருட்டில்லை என்று காட்டுவதற்காகவே அதற்கு ஒரு அடையாளமாகவே இதைச் செய்யப் போகிறேன். மேலும் இது ஒரு பொது இடம்; இங்கே இருப்பதற்கான தொகையை நானும்தான் செலுத்தியிருக்கிறேன். உங்களையெல்லாம் வெறும் பொம்மைகளாக உயிரற்ற பொம்மைகளாகத்தான் நான் எண்ணு கிறேன் என்பதாலேயே இங்கே உட்கார்ந்து குடிக்கப்போகிறேன். ஆம் இங்கேயே இருப்பேன் குடிப்பேன் நான் விரும்பினால் பாடக்கூட செய்வேன். ஆமாம் பாடுவதற்கான உரிமைகூட எனக்கு இருக்கிறது ஹ்ம்.'

ஆனால், நான் பாடவில்லை. அவர்கள் எவரையும் பார்க்கா மலிருக்க நான் முயற்சி செய்துகொண்டிருந்தேன். எதைப் பற்றியுமே கவலையில்லை என்பது போன்ற பாவனைகளைப் புனைந்து கொண்டு அவர்கள் முதலில் பேசுவதற்காகப் பொறுமையின்றிக் காத்திருந்தேன். அவர்கள் என்னிடம் பேசவே இல்லை. ஐயோ! அந்தக் கணத்தில், அவர்களோடு சமரசமாகிவிட வேண்டுமென்று நான்தான் எப்படி ஆசைப்பட்டேன்? அதற்காக நான் எப்படி ஆசைப்பட்டேன் தெரியுமா? மணி எட்டடித்தது; பிறகு ஒன்பதா

யிற்று. அவர்கள் மேசையிலிருந்து சோஃபாவின் பக்கம் நகர்ந்து சென்றார்கள். ஸ்வெர்கோவ் ஒரு சோஃபாவில் வசதியாகச் சாய்ந்துகொண்டு நடுவிலிருந்த வட்டமான மேசைமீது ஒரு காலை நீட்டிவைத்துக்கொண்டான். ஒயின் கொண்டுவரப்பட்டது. ஸ்வெர்கோவ், தன் பங்குக்கு மூன்று புட்டிகளை வருவித்திருந்தான். என்னைத் தங்களோடு சேர்ந்துகொள்ளுமாறு யாரும் அழைக்கவில்லை. சோஃபாவைச் சுற்றி அவர்களெல்லாம் வட்டமாக அமர்ந்துகொண்டனர். ஸ்வெர்கோவ் பேசுவதை யெல்லாம் மிகுந்த பக்தி சிரத்தையோடு கேட்பது போல அவர்கள் ஆர்வத்தோடு கேட்டுக்கொண்டிருந்தனர். அவன்மீது அவர்கள் வைத்திருந்த பிரியம் வெளிப்படையாகப் புலப்பட்டது. 'ஆனால் அது ஏன் அப்படி? அதில் என்ன அப்படி?' என்று நான் ஆச்சரியமடைந்திருந்தேன். நேரம் செல்லச் செல்ல போதை மயக்கத்தின் எல்லை மீறிய உற்சாகத்துக்குச் சென்றுவிட்டிருந்த அவர்கள், ஒருவரையொருவர் முத்தமிட்டுக்கொண்டிருந்தனர். 'காக்கசஸ்'* பற்றியும். உண்மையான அன்பு பற்றியும், பணியிடத்தில் வசதியான, உயர்ந்த இடத்தை அடைவது குறித்தும், தனிப்பட்ட முறையில் அவர்களில் எவருமே அறிந்திராத போதார்ஸ் வெஸ்கி என்ற குதிரைப் படைத்தலைவர் பெறும் அளவுக்கு மீறிய ஊதியத்தைப் பற்றியும் அவர்கள் பேசிக்கொண்டிருந்தனர்; அளவுக்கு அதிகமான வருமானம் பற்றிய அந்தப்பேச்சு அவர்களைக் கிளர்ச்சியடைய வைத்துக்கொண்டிருந்தது. அவர்கள் எவருமே ஒருபோதுமே பார்த்திராத இளவரசி 'டி'யின் வியக்கத்தக்க அற்புதமான நளினம், அழகு ஆகியவை குறித்தும் அவர்களது பேச்சு சென்றது. இறுதியாக ஷேக்ஸ்பியரின் என்றும் அழியாத நித்தியத்துவத்தில் வந்து நின்றது.

நான் வெறுப்போடு புன்னகை செய்தபடி அறையின் மறு பக்கம் மேலும், கீழுமாக நடக்கத் தொடங்கினேன். சோஃபாவுக்கு எதிர்ப்புறமாக உணவுமேசையிலிருந்து கணப்புக்கும், கணப்பிலிருந்து உணவுமேசைக்குமாக நடந்துகொண்டிருந்தேன். அவர்களின் துணை இல்லாமலே என்னால் அங்கே இருக்கமுடியும் என்று அவர்களுக்குக் காட்டுவதற்காக நான் என்னால் முடிந்த அளவுக்கு முயன்றுகொண்டிருந்தேன். ஆனால் அதே நேரத்தில் என் பூட்ஸ் கால்களால் நிலத்தை ஓங்கி ஓங்கி மிதித்தபடி வேண்டுமென்றே ஒரு சத்தத்தையும் உண்டாக்கிக்கொண்டிருந்தேன். ஆனால், எல்லாமே வீணான முயற்சிதான். அவர்கள் என்னைக்

---

* ('காக்கசஸ்' (Caucasus) ஐரோப்பா, ஆசியா ஆகிய இரண்டு கண்டங்களின் எல்லைப்பகுதியில் உள்ள ஒரு பிரதேசம். கருங்கடலுக்கும் காஸ்பியன் கடலுக்கும் நடுவில் இருப்பது)

கொஞ்சம்கூட கவனிக்கவில்லை. நான் அவர்களுக்கு நேர் எதிரே அதே இடத்தில் இருந்தபடி மேசையிலிருந்து கணப்பை நோக்கிச் செல்வதும், பிறகு அங்கிருந்து திரும்பி வருவதுமாகப் பொறுமை யாக நடந்துகொண்டிருந்தேன். இரவு எட்டு மணியிலிருந்து பதினோரு மணிவரை அவ்வாறு நடந்தேன் நான். நான் என்னுடைய திருப்திக்காகத்தான் முன்னும் பின்னும் மாறிமாறி நடந்து கொண்டிருக்கிறேன்; நான் இப்படிச் செய்வதை எவரும் தடுக்க முடியாது என்று எண்ணிக்கொண்டேன்.

அறைக்குள் அவ்வப்போது வந்துபோய்க்கொண்டிருந்த உணவுபரிமாறுபவன் என்னைப் பார்த்துத் திகைத்துப் போய் விட்டான்; அடிக்கடி என்னைப் பார்த்துக்கொண்டே இருந்தான் அவன். அப்படி ஓயாமல் சுற்றிச் சுற்றி நடந்துகொண்டே இருந்த தில் எனக்கு மயக்கம் வரும்போல இருந்தது. சில சமயங்களில் எனக்கு ஜன்னி கண்டுவிட்டதைப் போலவும் உணர்ந்தேன். அந்த மூன்று மணி நேரத்துக்குள் மூன்று தடவை முழுக்க முழுக்க வியர்வையால் குளித்தும் பின், உலர்ந்தும் இருந்தேன் நான். சில வேளைகளில் ஆழமான கூர்மையான வலி ஒன்று என் இதயத்தைக் குத்துவதைப் போல இருக்கும்; இதற்குப் பின் பத்து இருபது நாற்பது என வருடங்கள் பல கடந்தாலும் அந்த நாற்பது வருடங்களுக்குப் பிறகும் இப்போது என் வாழ்வில் கழிக்கும் இந்த ஆபாசமான பரிகாசத்துக்குரிய மோசமான தருணங்களை வெறுப்போடும், அவமானத்தோடும் நான் நினைவுகூர்வேன் என எண்ணியதால் ஏற்படும் வலி அது. தன்னை இந்த அளவு கீழ்த்தரமாகவும் வெட்கக்கேடாகவும் தாழ்த்திக்கொள்ளும் நிலைவரை எவனுமே செல்ல மாட்டான் என்பதை நான் முழுமையாக உணர்ந்திருந்தேன். ஆனாலும்கூட மேசைக்கும் கணப்புக்கும் இடையே நடந்தபடி அவற்றைக் கால்களால் அளந்து கொண்டிருந்ததைத் தொடர்ந்து கொண்டுதான் இருந்தேன் நான்.

'எப்படிப்பட்ட சிந்தனைகளும் உணர்வுகளும் கொண்ட ஒரு மனிதன் நான் என்பதையும் எவ்வளவு நாகரிகமானவன் நான் என்பதையும் மட்டும் உங்களால் உணரமுடிந்தால்? அதை மட்டும் நீங்கள் தெரிந்துகொண்டால்?' என்று சில சமயம் நினைத்துக் கொள்வேன். எதிரிலுள்ள சோஃபாவில் உட்கார்ந்திருந்த என் எதிரிகளிடமும் மானசீகமாக அதைச் சொல்வேன். ஆனால், நான் ஒருவன் அங்கே இல்லாததைப் போலத்தான் என் எதிரிகள் நடந்து கொண்டார்கள். ஒரு முறை ஒரே ஒரு முறை ஷேக்ஸ்பியரைப் பற்றி ஸ்வெர்கோவ் பேசிக்கொண்டிருந்தபோது மட்டும் என் பக்கம் அவர்கள் திரும்ப நானும் உடனே வெறுப்போடு அவர்களை நோக்கிச் சிரித்தேன். எல்லை மீறிய செயற்கைத்தனத்தோடும்

வெறுப்பூட்டும் வகையிலும் இருந்த என் சிரிப்பு, தங்கள் உரையாடலைப் பாதியோடு நிறுத்திக்கொண்டு, அமைதியாகவும் தீவிரமாகவும் அவர்கள் என்னைப் பார்க்குமாறு செய்தது. நான் அவர்களைச் சற்றும் கவனிக்காமல் மேசைக்கும் கணப்புக்குமாய் மாறிமாறி நடந்துகொண்டிருந்ததைக் கிட்டத்தட்ட இரண்டு நிமிடங்கள் அவர்கள் பார்த்துக்கொண்டிருந்தார்கள். ஆனால் அதற்குப் பிறகு எதுவும் பேசவில்லை; அந்த இரண்டு நிமிடங் களுக்குப் பிறகு என்னை அவர்கள் மீண்டும் கவனிக்கவும் இல்லை.

மணி பதினொன்று அடித்தது.

சோஃபாவிலிருந்து எழுந்தபடி “நண்பர்களே வாருங்கள் இப்போது எல்லோரும் ‘அங்கே’ போகலாம்” என்றான் ஸ்வெர்கோவ்.

“ம்... நிச்சயமாக. அப்படியே செய்வோம்” என்று மற்றவர் களும் அதை ஆமோதித்தனர்.

நான் ‘சட்’டென்று ஸ்வெர்கோவை நோக்கித் திரும்பினேன். மிக மோசமாகப் புண்படுத்தப்பட்டு, மிகவும் களைப்புற்ற நிலையில் இருந்த நான், அந்த விஷயங்களையெல்லாம் எப்படியாவது ஒரு முடிவுக்குக் கொண்டுவர, என் கழுத்தை அறுத்துக்கொள்ளக் கூடத் தயாராக இருந்தேன். எனக்குக் காய்ச்சல் கண்டிருந்தது. வியர்வையால் நனைந்திருந்த என் தலைமுடி என் நெற்றியிலும் புருவங்களின்மீதும் ஒட்டிக்கொண்டிருந்தது.

“ஸ்வெர்கோவ் என்னை மன்னித்துக்கொள்” என்று மட்டும் சுருக்கமாக தீர்மானமாகச் சொன்னேன்.

“ஃபெர்ஃபிட்ச்கின் நீயும் கூடத்தான். எல்லோருமேதான். எல்லோரும் என்னை மன்னித்துவிடுங்கள். நான் உங்களை யெல்லாம் மிகவும் அவமானப்படுத்திவிட்டேன்.”

“ஓ போட்டியை நினைத்து பயந்துபோய்விட்டாயா கிழட்டுப்பயலே” என்று வன்மத்தோடு கிசுகிசுத்தான் ஃபெர் ஃபிட்ச்கின். அது, என் நெஞ்சில் ஓங்கி ஒரு குத்துவிட்டதைப் போலிருந்தது.

“இல்லை, அந்தப் போட்டிக்காக நான் பயப்படவில்லை ஃபெர்ஃபிட்ச்கின். நாம் எல்லோரும் இன்று சமாதானமாய் ஒத்துப் போனபிறகு நாளை சண்டை போட நான் ஆயத்தமாகத்தான் இருக்கிறேன். சொல்லப்போனால், அது நிகழ்ந்தே ஆக வேண்டு மென்றுதான் நான் வற்புறுத்துகிறேன்; நீ அதை மறுக்க முடியாது. நான் ஒன்றும் அந்தப் போட்டிக்கெல்லாம் பயந்தவனில்லை என்பதை உனக்குக் காட்டவே நான் ஆசைப்படுகிறேன். முதலில் நீ சுடலாம். பிறகு நான் வானத்தைப் பார்த்துச் சுடுகிறேன்.”

“அவன் சும்மா தன்னைத்தானே தட்டிக்கொடுத்துக் கொண்டிருக்கிறான்” என்றான் சிமோனோவ்.

“ஏதோ பிதற்றுகிறான் அவ்வளவுதான்” என்றான் ட்ரூடோ லியோபோவ்.

“சரி சரி வாருங்கள் போகலாம்! ஆமாம் நீ ஏன் இப்படி எங்கள் வழியை மறித்துக்கொண்டு நிற்கிறாய்? உனக்கு என்னதான் வேண்டும்?” என்று வெறுப்போடு கேட்டான் ஸ்வெர்கோவ்.

அவர்கள் அனைவரின் கண்களும் சிவந்து ஜொலித்துக் கொண்டிருந்தன. மிக அதிகமாகவே குடித்துவிட்டிருந்தார்கள் அவர்கள்.

“ஸ்வெர்கோவ் நான் உன் நட்பை வேண்டுகிறேன். நான் உன்னை இழிவுபடுத்திவிட்டேன். ஆனாலும்...”

“என்ன... இழிவுபடுத்துவதா? போயும் போயும் நீ என்னை இழிவுபடுத்துவதா? எப்படிப்பட்ட சூழ்நிலையிலும் உன்னால் என்னை அவமானப்படுத்திவிட முடியாது என்பதைப் புரிந்து கொள் நண்பா.”

“ம்... இவ்வளவு போதும் உனக்கு. ம்... இனிமேல் வழியை விட்டு விலகு.” என்று முடித்தான் ட்ரூடோலியோபோவ்.

“இதோ பாருங்கள் நண்பர்களே. ஒலிம்பியாவை மட்டும் எனக்கு விட்டுவிடுங்கள். என்ன அதை ஏற்றுக்கொண்டீர் கள்தானே?” என்று கூச்சலிட்டான் ஸ்வெர்கோவ்.

“சம்மதம் சம்மதம். உன் உரிமையில் நாங்கள் தலையிட மாட்டோமப்பா” என்று மற்றவர்களெல்லாம் சிரித்துக்கொண்டே பதிலளித்தனர்.

என்மீது எவரோ காறி உமிழ்ந்ததைப் போல நான் அப்படியே நின்றேன். அந்தக் கூட்டம், சத்தம் போட்டுக்கொண்டே அறையை விட்டு வெளியேறியது. ட்ரூடோலியோபோவ், ஏதோ முட்டாள் தனமான ஒரு பாட்டைப் பாடிக்கொண்டே சென்றான். உணவு விடுதியிலிருந்த பணியாளர்களுக்கு சன்மானம் தருவதற்காக சிமோனோவ் மட்டும் ஒரு கணம் பின் தங்கி நின்றான். நான் சட்டென்று அவனை நோக்கிச் சென்றேன்.

“சிமோனோவ். எனக்கு ஆறு ரூபிள் வேண்டும்” என்று, கையாலாகாத அந்தச் சூழலிலும் உறுதியாகக் கேட்டேன்.

அவன் பயங்கர ஆச்சரியத்துடன் தன் வெறித்த விழிகளால் என்னை நோக்கினான். அவனும் நல்ல போதையில் இருந்தான்.

“அப்படியென்றால் நீ எங்களோடு வரப்போவதில்லையா என்ன?”

"ஆமாம்."

"என்னிடம் பணம் இல்லை." என்று முகத்தில் அடித்ததைப் போலச் சொன்னபடி வெறுப்பான சிரிப்போடு அறையை விட்டுச் சென்றான் அவன். நான் அவனது மேல்கோட்டைப் பிடித்து இழுத்தேன். அது ஒரு கொடுங்கனவு போல இருந்தது.

"சிமோனோவ், உன்னிடம் பணம் இருப்பதை நான் பார்த் தேன். எனக்குத் தர ஏன் மறுக்கிறாய்? நான் என்ன அப்படி ஒரு போக்கிரியா? எனக்குப் பணம் கொடுக்க மறுக்காதே என்று உன்னை எச்சரிக்க விரும்புகிறேன்; நான் அதை எதற்காகக் கேட்கிறேன் என்பது மட்டும் உனக்குத் தெரிந்தால்... அது மட்டும் உனக்குத் தெரியவந்தால்... என் எதிர்காலம் முழுவதுமே என் எல்லாத் திட்டங்களுமே அதை மட்டும்தான் நம்பியிருக்கிறது."

சிமோனோவ் பணத்தை உருவி எடுத்து கிட்டத்தட்ட என்மீது வீசி எறிந்தான்.

"வெட்கம் மானம் எதுவுமே உனக்கு இல்லையென்றால் அதை எடுத்துக்கொள்" என்று இரக்கமில்லாமல் சொல்லியபடி அவர்களோடு சேர்ந்துகொள்ள ஓடினான்.

சிறிது நேரம் நான் மட்டும் அங்கே தனியாக இருந்தேன். விருந்துணவின் மிச்சங்கள், தரையில் கிடக்கும் உடைந்துபோன ஒரு மதுக்கோப்பை, சிந்தியிருந்த ஒயின், சிகரெட் துண்டுகள், நுரைத்துப் பொங்கிக்கொண்டிருந்த மது ஆகியவற்றோடு அந்த அறை அலங்கோலமாகக் கிடந்தது.

என் தலை சுழன்றுகொண்டிருக்க மிகக் கொடுமையான துன்பத்தை என் இதயம் அனுபவித்துக்கொண்டிருந்தது. இறுதியாக, இங்கே நடந்த எல்லாக் காட்சிகளையும் பார்த்தவனும் இங்கே பேசப்பட்ட எல்லா விஷயங்களையும் கேட்டவனுமான உணவு விடுதியின் பணியாள் என் முகத்தையே ஆர்வத்தோடு பார்த்துக்கொண்டிருந்தான்.

"நான் 'அங்கே' செல்லப்போகிறேன்" என்று கூச்சலிட்டேன்.

"ஒன்று என்னிடம் நட்பு வேண்டி அவர்களெல்லாம் என் முன் மண்டியிடுவார்கள். இல்லையென்றால் அந்த ஸ்வெர்கோவின் முகத்தில் ஓங்கி ஒரு அறைவிடுவேன். இந்த இரண்டில் ஒன்று".

5

'சரி, அப்படியென்றால் இதுதான் வழி. கடைசியாக மிச்சமிருப்பது இது ஒன்றுதான். நிஜ வாழ்க்கையின் யதார்த்தத் தோடு மோதிவிடுவது மட்டும்தான்'. கீழ்த்தளத்தை நோக்கி விரைந்தபடி எனக்குள் இவ்வாறு முணுமுணுத்துக்கொண் டிருந்தேன். 'ஆனால் ரோமை விட்டுவிட்டு பிரேசிலுக்குச் சென் றாரே போப் அந்த நிகழ்வைப் போன்றதோ கோமா ஏரியில் நடந்த 'பால்' நடனத்தைப் போன்றதோ அல்ல இது அவற்றிலிருந் தெல்லாம் இது மிகமிக மாறுபட்டது'.

'இந்த விஷயத்துக்குப் போய் இப்போது சிரித்துக்கொண்டால் நிச்சயம் நீ ஒரு உதவாக்கரை மட்டும்தான்' இப்படி ஓர் எண்ணமும் என் மனதுக்குள் மின்னலடிக்காமலில்லை. "எனக்கு எதைப்பற்றியும் கவலை இல்லை" எனக்குள் நானே ஓல மிட்டபடி பதில் சொல்லிக்கொண்டேன்.

'அதிலும் இப்போது எல்லாம் தொலைந்துபோன பிறகு'

அவர்கள் எவரையும் தெருவில் காணவில்லை; ஆனால் அதைப்பற்றி ஒன்றுமில்லை. அவர்கள் எங்கே போயிருக்கக் கூடும் என்பது எனக்குத் தெரியும்.

உணவு விடுதிக்கு முன்னால் ஒரே ஒரு பனிச்சறுக்கு வண்டி மட்டும் தன்னந்தனியாக நின்றுகொண்டிருந்தது. வண்டி ஓட்டி, ஒரு கிராமத்தானைப் போன்று பாணியில் முரட்டுத் துணியிலான கோட்டை அணிந்திருந்தான். தொடர்ந்து பெய்துகொண்டிருந்த பனித்துகள்களால் அந்த கோட் நனைந்திருந்தது. ஏதோ சூடான பனி போல அதிலிருந்து ஆவி வெளியேறிக்கொண்டிருந்தது. ஒழுங்கற்ற பிடரிமயிரோடு வெள்ளையும் பழுப்பும் கலந்த நிறத்திலிருந்த அந்தக் குதிரையின் மீதும்கூட அடர்த்தியான பனி அப்பிக்கிடந்தது. அது அப்போது செருமிக்கொண்டிருந்தது என்பது கூட என் நினைவில் துல்லியமாய்ப் பதிந்திருக்கிறது. மட்ட ரகமான அந்தக் கட்டை வண்டியை நோக்கி நான் விரைந்தேன். ஒரு காலைக்கூட வண்டிக்குள் எடுத்து வைத்துவிட்டேன் அந்தக் கணத்தில், சிமோனோவ் ஆறு ரூபிள்களை என்னிடம் எப்படித் தந்தான் என்பது 'சட்' டென்று நினைவில் எழ ஒரு மூட்டையைப் போல அதனுள்ளே சுருண்டு விழுந்தேன்.

"இல்லை, இதை விட்டுவிடக்கூடாது. இதையெல்லாம் ஈடுகட்டும் பொருட்டு கட்டாயம் பெரிதாக ஏதாவது செய்தே ஆக வேண்டும்" என்று கத்தினேன். "அதை நான் செய்து

முடிப்பேன்; இல்லையென்றால் இன்றிரவே செத்துவிழுவேன். ம்... வண்டியைக் கிளப்பு'.

வண்டியோட்டி கடிவாளத்தைச் சொடுக்க நாங்கள் கிளம்பினோம். என் தலை, குழப்பங்களோடு சுழன்று கொண்டிருந்தது.

'அவர்கள் ஒன்றும் என் நட்பை வேண்டி என் முன் மண்டி யிடப் போவதில்லை. அது ஒரு கானல்தான். மலிவான ஒரு கானல். நடக்கமுடியாத கொடூரமான அற்புதக் கற்பிதம். கோமா ஏரியின் மற்றொரு 'பால்' நடனம்தான் அது. அதனாலேயே அந்த ஸ்வெர்கோவின் முகத்தில் ஓங்கி ஓர் அறை விட்டாக வேண்டும். அப்படிச் செய்வதே என் கடமை. சரி இப்போது எல்லாம் முடிவாகிவிட்டது. அவன் முகத்தில் அறைவதற்காகவே நான் இப்போது பறந்துசென்றுகொண்டிருக்கிறேன், "ம் வேகமாகப் போ"

கடிவாளத்தை இறுகப்பற்றியபடி வேகத்தை அதிகரித்தான் வண்டியோட்டி.

'உள்ளே சென்ற உடனேயே அவனுக்கு நான் அறை கொடுத்தாக வேண்டும் இல்லாவிட்டால் அவனை அடிப்பதற்கு முன்னால் முன்னுரையைப் போல ஏதாவது சில வார்த்தைகளைப் பேசலாமா? வேண்டாம். அப்படிச் செய்யவேண்டாம் சும்மா உள்ளே போய் அவனுக்குக் கொடுக்கவேண்டியதைக் கொடுத்தால் போதும். அவர்களெல்லாம் வரவேற்பறையில் உட்கார்ந்திருப் பார்கள்; அவன் ஒலிம்பியாவுடன் சோஃபாவில் அமர்ந்திருப்பான். அந்தக் கேடுகெட்ட ஒலிம்பியா. ஒரு தடவை என் தோற்றத்தை ஏறெடுத்துப் பார்த்ததுமே என்னை நிராகரித்துவிட்டவள் அவள். அந்த ஒலிம்பியாவின் முடியைப் பற்றி இழுக்கப் போகிறேன். ஸ்வெர்கோவின் காதைப் பிடித்துத் திருகப்போகிறேன் திருகுவ தோடு மட்டுமல்ல அப்படியே அறையைச் சுற்றி அவனைப் பிடித்து இழுத்துக்கொண்டு செல்லப் போகிறேன். அவர்களெல்லாம் ஒன்று சேர்ந்து என்னை அடிக்கக் கூடத் தொடங்குவார்கள் உதைத்து வெளியே தள்ளுவார்கள். நிச்சயமாக அப்படித்தான் நடக்கும். பரவாயில்லை. எப்படியோ அவனை முதலில் அடிக்கப்போவது நான்தானே. இதை ஆரம்பித்து வைக்கப்போவது நான்தான். எது பெருமை சேர்க்கக்கூடிய விஷயம் என்று பார்க்கும்போது அதுதானே முக்கியம்? காலம் பூராவும் அந்தக் கறையோடு மட்டுமே அவன் இருப்பான். திரும்ப அவன் என்னை எப்படி அடித்தாலும் என்னுடையதை அவனால் துடைத்துப் போட்டுவிட முடியாது. எதனாலும் அது முடியாது. நேருக்கு நேரான ஒற்றையர் போரால் மட்டுமே அது சாத்தியம். அவன் அப்போது கட்டாயம் சண்டை

போட்டுத்தான் ஆக வேண்டும் வேறு வழி இல்லை. இப்போது இவர்கள் என்னை அடித்துவிட்டுப் போகட்டும். நன்றியே இல்லாத அயோக்கியர்களான அவர்கள் என்னை நன்றாக அடிக்கட்டும். ட்ரூடோலியோபோவ்தான் என்னை மிகவும் கடுமையாகத் தாக்குவான்; அவன் அத்தனை பலசாலி. ஃபெர்ஃபிட்ச்கின் நிச்சயமாகப் பக்கவாட்டிலிருந்து என்னைப் பிடித்துக்கொண்டபடி தாக்குதல் தொடுப்பான். என் தலைமுடியையும் பற்றி இழுப்பான். ஆனால், அதனாலெல்லாம் ஒன்றுமில்லை. ஒன்றுமே இல்லை. நான் போவதே அதற்காகத்தானே? அந்தக்காட்சியின் முடிவு எப்படித் துன்பகரமாக இருக்கப் போகிறது என்பதை அந்த மடையன்கள் கடைசியில் கட்டாயம் உணர்ந்துகொள்வார்கள். நிச்சயம் அவர்களால் அப்படி உணர்ந்து கொள்ளாமல் இருந்துவிட முடியாது. என்னை அவர்கள் தரதரவென்று இழுத்துக் கொண்டு சென்று வாயிற்கதவருகே நிறுத்தும்போது 'என் சுண்டு விரல் அளவுக்குக்கூடத் தகுதியற்றவர்கள் நீங்கள்' என்று அவர்களை நோக்கி உரக்கக் கத்துவேன் நான். "ம் சீக்கிரம் போ வண்டியை வேகமாக ஓட்டு" என்று வண்டிக்காரனிடம் சத்தம் போட்டேன் நான்.

ஒரு கணம் திகைத்துப்போயிருந்த அவன், பிறகு சாட்டையைச் சொடுக்கினான். அந்த அளவுக்குக் காட்டுமிராண்டித்தனமாகக் கூச்சல் போட்டிருந்திருக்கிறேன் நான்.

'காலையில் விடிந்ததும் நாங்கள் ஒற்றையர் போர் செய்வோம். அது முடிவாகிவிட்ட விஷயம். அலுவலகத்தை நான் சமாளித்துக் கொள்வேன். இப்போதுதான் ஃபெர்பிட்ச்கின் அதைப் பற்றி வேடிக்கையாக ஏதோ சொன்னான். ஆனால் எனக்குத் தேவைப் படும் துப்பாக்கிகளுக்கு எங்கே போவது? சே! சரி என் மாதச் சம்பளத்தில் முன்பணம் பெற்றுக்கொண்டு வாங்க வேண்டியது தான். அப்புறம் மருந்துப்பொடி. குண்டுகள். அது என் வேலை இல்லை. ஒற்றையர் போரில் எனக்கு இரண்டாம் ஆளாக, துணையாக வருபவனின் வேலை அது. ஆனால், இவை எல்லா வற்றையும் காலைக்குள் செய்து முடிப்பது எப்படி? துணையாக நிற்கவேண்டிய இரண்டாம் ஆளுக்கு நான் எங்கே போவது? எனக்கு நண்பர்கள் என்றும் யாரும் இல்லையே சே!' என்று மீண்டும் மீண்டும் அந்த விஷயத்தினால் மட்டுமே செலுத்தப் பட்டவனாகப் புலம்பிக்கொண்டிருந்தேன் நான்.

'சரி, அதனால் என்ன? அதைப்பற்றி ஒன்றுமில்லை. தெருவில் முதன்முதலாக எந்த மனிதன் என் முன்பு எதிர்ப்படுகிறானோ அவன், என் இரண்டாவது ஆளாக எனக்குத் துணையாக இருந்தே

ஆகவேண்டும். தண்ணீரில் மூழ்கிக்கொண்டிருக்கும் ஒரு மனிதனை வெளியே இழுத்துக்கொண்டு வர வேண்டியது எப்படி ஒரு கடமையோ அது போல, இதுவும்கூட ஒரு கடமைதான். மிகவும் ஏறுமாறான விஷயங்கள்கூட நடக்கலாம். நான் வேலை பார்க்கும் அலுவலகத்தின் இயக்குநரையேகூட நாளை காலை நான் கேட்டாலும் என் இரண்டாமவராக இருக்க அவர் சம்மதம் அளித்தே ஆக வேண்டும். இரகசியத்தைக் காப்பாற்றியபடி ஒரு கௌரவத்துக்காகவாவது அப்படிச் செய்துதான் ஆக வேண்டும். ஆண்டன் அண்டோனோவிச்தான் அது.'

உண்மையைச் சொல்வதானால் நான் போடும் திட்டம் வெறுப்பூட்டக் கூடிய அளவுக்கு அபத்தமானது என்பதையும் அதன் மறுபக்கம் என்னவாக இருக்கும் என்பதையும் இந்த உலகிலுள்ள வேறெவரையும்விட அந்த நிமிடத்தில் நான் மிகத் தெளிவாகப் புரிந்துவைத்திருந்தேன். ஆனாலும்கூட

"வண்டியை வேகமாக ஓட்டு. ஏய் ராஸ்கல். இன்னும் விரைவாக ஓட்டு" என்று ஒரு பக்கம் கத்தினேன்.

"அப்படியே ஐயா" என்று பதிலளித்தான் அந்த உழைப்பாளி.

என் முதுகெலும்புக்குள் சிலீரென்று ஒரு நடுக்கம் பரவிப் படர்வதை உணர்ந்தேன்.

'பேசாமல் நேராக வீட்டுக்குப் போய்விடலாமா? அது இதைவிட நூறுமடங்கு நல்லதாயிற்றே? கடவுளே ஐயோ கடவுளே! நேற்று அந்த விருந்துக்குள் நானே போய் என்னை ஏன் அப்படித் திணித்துக்கொண்டேன்? ஆனால் ம்ஹூம் இனி அது சாத்தியமில்லை. அப்புறம் அந்த மேசைக்கும், கணப்புக்கு மாக மூன்று மணி நேரம் தொடர்ந்து மேலும் கீழும் ஏன்தான் அப்படி நடந்தேன்? இல்லை அதற்கு அவர்கள்தான் பொறுப்பு. நான் அப்படிக் கீழும் மேலும் நடந்ததற்கான விலையை அவர்கள் தந்தே ஆக வேண்டும். அவர்களைத்தவிர வேறு எவரும் இதற்குப் பொறுப்பில்லை. அந்த அவமானத்தைத் துடைத்தாக வேண்டியது அவர்கள்தான். ம்... ஓட்டு வண்டியை.."

ஒரு வேளை என்னைக் காவல் துறையிடம் ஒப்படைக்க வேண்டும் என்று அவர்கள் நினைத்துவிட்டால்... இல்லையில்லை. அதற்கு அவர்கள் துணியமாட்டார்கள். அப்படிச் செய்தால் எழக்கூடிய வம்புப் பேச்சுகளுக்கு அவர்கள் அஞ்சுவார்கள். ஸ்வெர்கோவ் மிகவும் வெறுப்போடு இருப்பதால் இந்த ஒற்றையர் சண்டையை ஒரு வேளை அவன் மறுத்துவிட்டால்? நிச்சயம் அப்படித்தான் செய்யப்போகிறான் அவன் ஆனால் அப்படி மட்டும்

அவன் செய்தால் நான் யாரென்பதை அவனுக்குக் கட்டாயம் காட்டுவேன். எந்த இடத்துக்கு நாளை மாற்றலாகிப் போகிறானோ அங்கேயே போய் நானும் அவனை எதிர்கொள்வேன். அவன் வண்டியில் ஏறும் சமயத்தில் அவன் காலைப் பிடித்து இழுப்பேன். அவன் போட்டிருக்கும் கோட்டை உருவுவேன். அவன் கைகளில் என் பற்தடம் பதியும்படி அவனைக் கடித்துக் குதறுவேன். 'அநாதரவான நிலையில் இருக்கும் ஒரு மனிதனை எந்த எல்லை வரை இட்டு வந்திருக்கிறீர்கள் பாருங்கள்' என்பேன். அவன் என்னைத் தலையில் ஓங்கி அடிப்பான். மற்றவர்கள் பின்னாலிருந்து என்னைத் தாக்குவார்கள் அப்படிச் செய்துவிட்டுத்தான் போகட்டுமே. அங்கே கூடும் மக்கள் திரளை நோக்கி நான் இவ்வாறு குரல் கொடுப்பேன் "இந்த நாய்க்குட்டியைப் பாருங்கள். அவன் முகத்தில் நான் காறி உமிழ்ந்திருக்கும் எச்சிலைச் சுமந்தபடி சர்க்காஸியப் பழங்குடிப் பெண்களைத் தன் வலையில் வீழ்த்துவதற் காக விரைந்துகொண்டிருக்கும் இவனைப் பாருங்கள்."

ஆனால், அதோடு நிச்சயம் எல்லாமே முடிந்து போகும். நான் பணிபுரியும் அலுவலகமே என்னிடமிருந்து நழுவிப் போய்விடும். என்னைக் கைது செய்வார்கள் விசாரணைக்கு உள்ளாக்குவார்கள் வேலையிலிருந்து நீக்குவார்கள், சிறையில் அடைப்பார்கள். நான் சைபீரியாவுக்கு அனுப்பப்படுவேன். தொலைந்து போகட்டும். அதைப்பற்றி யாருக்கென்ன வந்தது? பதினைந்து வருடங்கள் கழித்து அவர்கள் என்னை சிறையிலிருந்து விடுவித்த பிறகு கந்தலாய் நைந்துபோன ஆடைகளோடு, ஒரு பிச்சைக்காரனைப் போல இழுத்து இழுத்து நடந்தபடி அவனைத் தேடிப்போவேன். அவன் ஏதாவது ஒரு மாகாணத்தின் ஏதேனும் ஒரு நகரத்தில் திருமணம் செய்துகொண்டு சந்தோஷமாக இருப்பான். நன்றாக வளர்ந்துவிட்ட ஒரு மகளும்கூட அவனுக்கு இருப்பாள். நான் அவனைப் பார்த்து இப்படிச் சொல்வேன்...

"ஏ ராட்சசப் பயலே! என் ஒடுக்கு விழுந்த கன்னங்களை யும், கந்தலாய்ப் போன உடைகளையும் கொஞ்சம் பார். நான் எல்லாவற்றையுமே பறிகொடுத்துவிட்டேன். என் வேலை என் மகிழ்ச்சி, கலை, விஞ்ஞானம் மற்றும் நான் காதலித்த பெண் என்று அனைத்தையுமே இழந்துவிட்டேன். எல்லாமே உன்னால் தான். இதோ பார் இந்தத் துப்பாக்கியை. உன்மீது பிரயோகிப்பதற் காகவே துப்பாக்கியை எடுத்து வந்திருக்கிறேன். ஆனாலும் உன்னை மன்னித்துவிடுகிறேன் போ" இவ்வாறு சொல்லியபடி வெட்ட வெளியில் அதை வெடிப்பேன் அதற்குப் பிறகு நான் சொல்லி அவன் கேட்க எப்போதும் எதுவுமில்லை.'

இவ்வாறு எண்ணும்போது, நான் கண்ணீர் மல்கியபடி

இருந்தேன். அதே நேரத்தில் இந்தச் சொற்களெல்லாம் புஷ்கினின் சில்வியோவிலிருந்தும்*, லெர்மாண்டோவின் மாஸ்கரேடிலிருந்தும்* எடுக்கப்பட்டவையே என்பதை நான் தெளிவாக அறிந்தும் இருந்தேன். திடீரென்று மிகக் கொடுமையான அவமானத்தின் பிடிக்கு நான் ஆட்பட்டேன்; குதிரையை நிறுத்திவிட்டுப் பனிச் சறுக்கு வண்டியிலிருந்து இறங்கி பனி மண்டிக் கிடந்த நடுவீதியில் உறைந்து செயலற்று நிற்கும் அளவுக்கு அந்த அவமான உணர்வு என்னை ஆட்கொண்டிருந்தது. வண்டிக்காரர் என்னையே உற்றுப்பார்த்த வண்ணம் பெருமூச்சு விட்டுக் கொண்டே வியப்பில் ஆழ்ந்துபோயிருந்தார்.

இனிமேல் நான் செய்யக்கூடியதுதான் என்ன? என்னால் அங்கே போக முடியாது. அது நிச்சயம் ஒரு முட்டாள்தனம்தான். ஆனால், அப்படியே போகட்டும் என்று விட்டுவிடவும் முடியாது. அப்படி விட்டுவிட்டால் அப்புறம் வேறு மாதிரி ஆகிவிடும். கடவுளே! என்னால் எப்படி அதை விடமுடியும்? அதுவும் இத்தனை இழிவுகள் நேர்ந்த பிறகு? "இல்லை அப்படி விடமாட்டேன்" என்று கூச்சலிட்டபடி மீண்டும் பனிச்சறுக்கு வண்டியில் ஏறிக்கொண்டேன்.

"அது நடந்தே ஆக வேண்டும். அதுதான் விதி. ம்.. சீக்கிரம் வண்டியை ஓட்டு."

பொறுமை இழந்துபோயிருந்த நிலையில், அந்த வண்டிக் காரரின் கழுத்துக்குப் பின்பக்கம் முஷ்டியால் குத்தினேன்.

"உங்களுக்கு என்னதான் வேண்டும்? எதற்காக என்னைத் தாக்குகிறீர்கள்" என்று கத்திக்கொண்டே தன் சாட்டையைச் சொடுக்கிக் குதிரைமீது வீசியபடி அதைச் சுண்டி விட்டான் வண்டிக்காரன்.

ஈரம் தோய்ந்த பனி இப்போது பெரிய கட்டிகளாக விழத் தொடங்கியிருந்தது. அதைக் கொஞ்சமும் பொருட்படுத்தாமல் என் மேல்கோட்டுப் பொத்தான்களை அவிழ்த்துவிட்டேன். ஸ்வெர்கோவுக்கு ஓர் அறைவிட வேண்டுமென்று இறுதியாக எடுத்த முடிவைத் தவிர மற்ற எல்லாமே எனக்கு மறந்துபோயிருந்தது.

பனிமண்டிய இருள் மூட்டத்தில் தன்னந்தனியாக நின்று கொண்டிருந்த தெரு விளக்குகள் இறுதி யாத்திரையில் ஏந்திவரும் கை விளக்குகளைப் போன்ற மங்கலான சோகையான ஒளியை உமிழ்ந்துகொண்டிருந்தன. நான் அணிந்திருந்த கோட்டுக்கு மேலும்,

* Pushkin - silvio அலெக்ஸாண்டா புஷ்கினின் 'The shot' கதையில் இடம்பெறும் ஒருபாத்திரம் Silvio ஒற்றையர் போரில் கூறும் சொற்கள்
* Lermontoo - Masquerade மாஸ்கோவில் வாழ்ந்த ரஷ்ய கற்பனாவாதி

அதற்கு அடியிலும் என் கழுத்துப் பட்டையிலும் பனிக்கட்டிகள் உருகி வழிந்துகொண்டிருந்தன. ஆனாலும் நான் கோட்டுப் பொத்தான்களைப் போடாமல் திறந்து விட்டபடிதான் இருந்தேன்.

ஒரு வழியாக அந்த இடத்துக்கு வந்து சேர்ந்தோம். என்ன செய்துகொண்டிருக்கிறேன் என்பதைக்கூட அறியாத மனநிலை யுடன் இருந்த நான் வண்டியை விட்டுக் குதித்திறங்கிப் படிகளை நோக்கி விரைந்தபடி வீட்டுக் கதவை என் முஷ்டியால் ஓங்கித் தட்டினேன். கால்களால் உதைத்தேன். நான் பயங்கரமாய்க் களைத்திருந்தேன். குறிப்பாக என் முழங்கால்களும் பாதங்களும் நடுங்கிக்கொண்டிருந்தன.

நான் வருவேன் என்பது அவர்களுக்குத் தெரிந்திருந்ததால் கதவு உடனேயே திறந்து விடப்பட்டது. இன்னொரு மனிதனும் கூட அங்கே வரக்கூடும் என்று ஒரு வேளை சிமோனோவ் அவர் களிடம் முன்பே சொல்லி வைத்திருக்கலாம். அவ்வாறு சற்று முன்கூட்டிய கவனத்தோடும் எச்சரிக்கை உணர்வோடும் நடந்து கொள்ள வேண்டிய இடங்களில் ஒன்றுதான் அது. அப்படிப் பட்ட ஒரு 'பெயர்' பெற்ற அந்த இடம், சிறிது காலம் காவல் துறையால் தடைவிதிக்கப்பட்ட பகுதியாகவும்கூட இருந்தது. சரியாகச் சொல்லப்போனால் பகல் நேரங்களில் அது ஒரு கடை மட்டுமே; ஆனால் இரவு வேளைகளில் ஏதாவது ஒரு வகையில் அறிமுகமானவர்கள் மட்டுமே 'வேறு' காரணங்களுக்காக அங்கே செல்லமுடியும்.

இருள்கப்பிய அந்தக் கடைக்குள் வேகமாக நுழைந்து எனக்குப் பழகிப்போயிருந்த மிகப்பெரிய அந்த வரவேற்பறைக்குள் சென்றேன். அங்கே ஒற்றை மெழுகுவர்த்தி மட்டுமே எரிந்து கொண்டிருந்தது. அங்கு வேறு எவருமே இல்லாததைக் கண்டு திகைப்பில் பிரமித்தபடி அப்படியே நின்றேன்.

"அவர்களெல்லாம் எங்கே" என்று யாரையோ கேட்டேன். ஆனால் இந்த நேரத்துக்குள் நிச்சயமாக அவர்களெல்லாம் அவரவர் வழியில் தனியே பிரிந்து போயிருக்கக்கூடும்.

'அந்த' இடத்துக்குச் சொந்தக்காரியான பெண்மணி, முட்டாள் தனமாக இளித்தபடி என்னைப் பார்த்துக்கொண்டிருந்தாள். அவளுக்கு என்னைக் கொஞ்சம் தெரியும். ஒரு நிமிடம் கழிந்த பிறகு கதவைத் திறந்துகொண்டு இன்னொருத்தி உள்ளே வந்தாள்.

நான் அவர்களை ஏறெடுத்தும் பார்க்காமல் அறைக்குள் சுற்றி அலைந்தபடி கால்களால் அளந்துகொண்டிருந்தேன். அப்போது நான் எனக்குள்ளேயே ஏதோ பேசிக்கொண்டிருந்திருக்க வேண்டும் என்று நினைக்கிறேன். சாவிலிருந்து காப்பாற்றப்பட்டு விட்டதைப்

போன்ற குதூகலமான ஓர் உணர்வு என் நரம்புகளை ஆட்டிப் படைத்துக்கொண்டிருந்தது. ஆனாலும் கூட அவனுக்கு நான் அறைகொடுத்திருக்க வேண்டும். நிச்சயம் கொடுத்திருக்கத்தான் வேண்டும். கொடுத்தும் இருப்பேன். ஆனால் இப்போது அவர்கள் எவருமே இங்கு இல்லை. எல்லாமே எங்கோ போய் மறைந்து விட்டது; மாறியும் விட்டது.

சுற்றுமுற்றும் பார்த்தேன். என் நிலை, இன்னும்கூட எனக்குப் பிடிபட்டிருக்கவில்லை. அறைக்குள் வந்திருந்த அந்த இளம் பெண்ணை இயந்திரத்தனமாகப் பார்த்தேன். புதுக்கருக்கு மாறாத இளமையான இலேசான சோகை படர்ந்த முகம். கறுத்து நீண்ட புருவங்கள். என்னை அதிசயத்தோடு பார்த்துக் கொண்டிருந்த அந்தக் கண்களின் ஆழமான அந்தப் பார்வை. என்னை எடுத்த எடுப்பில் ஈர்த்தவை அவைதாம். அவள் என்னைப் பார்த்துப் புன்னகை செய்திருந்தால் நான் அவளை ஒரு வேளை வெறுத்திருக்கக்கூடும். கொஞ்சம் முயற்சியைத் திரட்டிக்கொண்ட படி, அவளை மேலும் மேலும் கவனத்தோடு பார்க்கத் தொடங்கினேன்; எண்ணங்களை ஒன்று திரட்டிக் கொண்டபடி என்னை மீட்டுக்கொள்வது இன்னும்கூட எனக்கு சாத்தியமாகி யிருக்கவில்லை.

அவளது முகத்தில் விளக்கிச் சொல்ல முடியாதபடி ஏதோ ஓர் அன்பும் எளிமையும் நல்லுணர்வும் இருப்பது தெரிந்தது. கூடவே வினோதமான ஒரு தீவிரமும். அவள் விரும்பாது எப்படியோ இங்கு வந்து சேர்ந்திருக்க வேண்டும் என்பது எனக்கு உறுதியாகப் புரிந்தது. இங்கே இருக்கும் முட்டாள்கள் எவருமே அவளை அந்த நோக்கத்தில் கவனித்திருக்கமாட்டார்கள். நல்ல உயரமும் வளர்த்தியுமாய் உரமான பெண்ணாக அவள் தோன்றி னாலும்கூட அவளை அப்படி ஓர் அழகி என்று சொல்லிவிட முடியாது. எளிமையான ஆடைகளையே அவள் உடுத்தியிருந்தாள்.

ஏதோ ஒருவிதமான வெறுப்புணர்வின் தூண்டுதலோடு நான் நேரே அவளை நோக்கிச் சென்றேன். அப்போது தற்செயலாகக் கண்ணாடியில் என்னைப் பார்க்க நேர்ந்தது கோபமும். கீழ்மையும் நிரம்பிய வெளிறிப்போன முகம். கலைந்து கிடக்கும் தலைமுடி. அலைக்கழிவுகளோடு கூடிய இந்தத் தோற்றம் எனக்கேகூட எல்லை மீறிய அருவருப்பூட்டியது. ‘அதனால் என்ன? பரவாயில்லை. எனக்கு அதில் சந்தோஷம்தான்’ என்று நினைத்துக்கொண்டேன்.

வெறுப்பூட்டும் ஒரு மனிதனாக என்னைப்பற்றி அவள் எண்ணிக்கொண்டால் அதில் எனக்கு சந்தோஷம்தான். எனக்கு அது பிடித்திருக்கிறது.

6

எங்கோ திரைக்குப் பின்னாலிருந்து ஒரு கடிகாரம் முனகத் தொடங்கியது. எவரோ அழுத்திப் பிடித்துக் குரல் வளையை நெரித்துக்கொண்டிருக்கும்போது எழும் முனகலைப் போல அது இருந்தது. இயல்புக்கு மாறாக வெகு நேரம் நீண்டுகொண்டே சென்ற அந்த முனகலுக்குப் பிறகு திடீரென்று எம்பிக் குதிப்பதைப் போல காதுக்குக் குடைச்சல் ஏற்படுத்தும் கிறீச்சென்ற ஓசையுடன், சட்டென்று அதிலிருந்து விரைவாக மணியடிக்கத் தொடங்கியது.

இரவு இரண்டு மணியாகியிருந்தது என்பதை அது அறிவித்தது. நான் விழித்துக்கொண்டேன். அதுவரையிலும் ஏதோ அரை மயக்க நிலையில் ஆழ்ந்திருந்தேனே தவிர உண்மையில் நான் உறங்கியிருக்கவில்லை.

இருளில் அமிழ்ந்துபோய்க் கிடந்த அந்த அறை, குறுகலாகவும் நெரிசலாகவும், தாழ்வான மேற்கூரையுடனும் இருந்தது. மிகப் பெரிய அலமாரி ஒன்று அந்த அறையை அடைத்துக்கொண் டிருந்தது; அதைத் தவிர தடிமனான பல காகிதப் பெட்டிகள் பல வகையான குப்பை கூளங்கள், கழித்துத் தூக்கியெறிந்துவிட்டுப் போன பல கந்தல்கள் என இவற்றால் அந்த அறை நிரம்பிக் கிடந்தது. மேசைமீது எரிந்துகொண்டிருந்த மெழுகுவர்த்தியின் முனை, அணையும் தருவாயை நெருங்கிக்கொண்டிருந்ததால் அவ்வப்போது விட்டுவிட்டு மினுங்கிக்கொண்டிருந்தது. இன்னும் சில நிமிடங்களில் அந்த இடம் முழுமையாகவே இருண்டுவிடும்.

என் சுயநிலைக்கு மீள, எனக்கு அதிகநேரம் பிடிக்கவில்லை. மீண்டும் தாக்குவதற்காகவே பதுங்கி இருப்பதைப்போல எந்த முயற்சியும் இல்லாமல் எல்லா விஷயங்களும் சட்டென்று என் நினைவில் எழத் தொடங்கின. சொல்லப்போனால் நான் அப்படி ஓர் அரைமயக்க நிலையில் ஆழ்ந்துகிடந்த அந்த வேளையிலும் கூட என் நினைவிலிருந்து அகலாமல் ஒரு விஷயம் மட்டும் என்னுடனேயே இருந்தது; என் கனவுகள் அதைச் சுற்றியே இருண் மையோடு வட்டமிட்டுக்கொண்டிருந்தன. ஆனால் வினோதம் என்னவென்றால் நான் கண்விழித்த அந்த வேளையில் அன்றைய தினம் எனக்கு நேர்ந்திருந்த எல்லாமே எப்போதோ மிகமிக முன்னாலேயே நடந்துமுடிந்துவிட்டது போலவும், அதையெல்லாம் வெகு நாட்களுக்கு முன்பே நான் கடந்து வந்துவிட்டதைப் போலவும் இருந்தது.

என் மூளை கொதித்து ஆவியாகிக்கொண்டிருந்தது. இனம்

தெரியாத ஏதோ ஓர் உணர்வு என்னை அலைக்கழித்துக்கொண்டும் உசுப்பேற்றிக்கொண்டும், கிளர்ச்சியூட்டிக்கொண்டும் எனக்குள் ஒரு நிலைகொள்ளாமையை உண்டாக்கியிருந்தது. என்னுள் மீண்டும் கொந்தளித்துக் கிளர்ந்தெழுந்த வேதனையும் வெறுப்புணர்வும் ஒரு வடிகாலை நோக்கி என்னைச் செலுத்தியபடி இருந்தன. என்னருகே அகல விழித்தபடி, ஒரு ஜோடிக் கண்கள் ஆர்வத் தோடும், தொடர்ச்சியாகவும் என்னையே உற்று நோக்கிக் கொண்டிருப்பதை 'சட்'டென உணர்ந்தேன். ஆனாலும் கூட வேறெதிலோ கவனம் செலுத்திக்கொண்டிருப்பதைப் போன்ற விட்டேற்றியான, பிடிவாதமான பார்வையும் அந்தக் கண்களில் இருந்தது; அது என்னை பாரமாக அழுத்தியது.

மங்கலான ஓர் எண்ணம் என் மூளையில் உதித்து அது என் மேனியெங்கும் படர்ந்தது. ஈரப்பதம் கொண்ட புழுதி மண்டிக் கிடக்கும் நிலவறை ஒன்றினுள் நுழைவது போன்ற கொடுமையான ஓர் உணர்வு அப்போது ஏற்பட்டது. இப்போதுதான் என்னைப் பரிசீலனை செய்யத் தொடங்கியிருந்த அவள் கண்களில் இயற்கைக்கு மாறான பாவனை ஒன்று இருந்தது. கடந்த இரண்டு மணி நேரமாக அந்த ஜீவனிடம் நான் ஒரு வார்த்தைகூடப் பேசியிருக்கவில்லை என்பதையும் அது தேவையற்றது என்று நான் நினைத்திருந்ததையும் இப்போது நினைவுகூர்ந்தேன். ஒரு வகையில் அப்படி மௌனமாக இருந்தது எனக்கு நிறைவு அளிப்பதாகவும் இருந்தது.

நாங்கள் இருவரும் வெகுநேரம் அவ்வாறு ஒருவரை ஒருவர் பார்த்தபடி இருந்தோம். ஆனால் என் பார்வையை எதிர்கொண்டும் கூட அவள் தன் கண்களைத் தாழ்த்தவே இல்லை; அவற்றில் குடிகொண்டிருந்த பாவனையும் மாறவில்லை என்பதால் இறுதியில் நான் அசௌகரியமாக உணர்ந்தேன். அதை ஒரு முடிவுக்குக் கொண்டுவரும் பொருட்டு, "உன் பெயரென்ன?" என்று கேட்டேன்.

விட்டேற்றியான குரலில் "லிசா" என்று, பதிலளித்த அவளிடம் என்னிடம் இணக்கமாகப் பேசும் எண்ணம் எதுவுமில்லை என்பது தெரிந்தது; உடனே தன் கண்களைத் திருப்பிக்கொண்டாள் அவள்.

நான் அமைதியாக இருந்தேன்.

"சே! எப்படிப்பட்ட மோசமான சீதோஷ்ணம் ? அதுவும் இந்தப் பனி.. மிகவும்தான் வெறுப்பூட்டுகிறது" என்று எனக்கு நானே பேசிக்கொள்வது போலச் சொல்லியபடி அவநம்பிக்கை யோடு கைகளைத் தலைக்குப் பின்னால் கோத்துக்கொண்டபடி விட்டத்தை வெறித்துக்கொண்டிருந்தேன்.

அவள் எதுவும் பதிலளிக்கவில்லை. அது மிகவும் கொடுமையாக இருந்தது.

"பீட்டர்ஸ்பர்கில்தான் நீ பிறந்து வளர்ந்தாயா?" என்று ஒரு நிமிடம் கழித்து என் முகத்தை அவள் பக்கம் திருப்பியபடி கொஞ்சம் கோபமாகவே கேட்டேன்.

"இல்லை"

"பிறகு எங்கிருந்து வருகிறாய் நீ?"

"ரீகா" என்று வேண்டா வெறுப்பாக அவள் பதிலளித்தாள்.

"நீ ஜெர்மன் நாட்டைச் சேர்ந்தவளா?"

"இல்லை ரஷ்யாதான்"

"இங்கே வந்து அதிக நாளாகிவிட்டதா?"

"எங்கே வந்து?"

"இந்த இடத்துக்கு வந்து?"

"இரண்டு வாரங்கள்"

அவள், சட் சட்டென்று ஒரு வார்த்தையில் பதிலளித்துக் கொண்டிருந்தாள். மெழுகுவர்த்தி இப்போது அணைந்துவிட்டது; அதனால் அவளது முகத்தை என்னால் பார்க்க முடியவில்லை.

"உன் பெற்றோர் இருக்கிறார்களா?"

"ஆமாம். ம்... இல்லை. ம்... இருக்கிறார்கள்!"

"அவர்கள் இருப்பது எங்கே?"

"அங்கே ரீகாவில்"

"அவர்கள் என்ன செய்கிறார்கள்?"

"ஆங்! ஒன்றுமில்லை"

"என்னது ஒன்றுமில்லையா? ஏன் அப்படி? என்ன செய்து பிழைக்கிறார்கள் அவர்கள்?"

"ஏதோ வியாபாரம்"

"இது வரை நீ அவர்களோடுதானே கூட இருந்திருக்கிறாய்?"

"ஆமாம்."

"என்ன வயதிருக்கும் உனக்கு?"

"இருபது"

"அவர்களை விட்டுவிட்டு ஏன் வந்தாய்"

"ஆங்... அதற்கு எந்தக் காரணமுமில்லை"

"என்னை விட்டுவிடு, நான் இப்பொழுது முடியாமல் இருக்கிறேன், வருத்தமாக இருக்கிறது எனக்கு." என்று உணர்த்துவது போல இருந்தது அவளது அந்த பதில்.

அங்கிருந்து நான் ஏன் வெளியேறிச் செல்லவில்லை என்பது கடவுளுக்குத்தான் தெரியும். நோயுற்ற மனநிலையுடன் வறட்சியான உணர்வு என்னைப் பீடித்திருந்தது. முதல் நாள் நடந்தேறிய நிகழ்வுகளெல்லாம் என் தன்னுணர்வால் தூண்டப்படாமல் தானாகவே என் நினைவுக்குள் குழப்பமாகக் குமுறி அலைந்து கொண்டிருந்தன. அன்று காலையில் கவலை தோய்ந்த மனநிலையோடு அலுவலகத்துக்குச் சென்றுகொண்டிருந்தபோது நான் கண்டிருந்த ஒரு காட்சி சட்டென்று என் நினைவில் எழுந்தது.

"நேற்று ஒரு சவப்பெட்டியைத் தூக்கிக்கொண்டு போனதைப் பார்த்தேன். கிட்டத்தட்ட அதைக் கீழே போட இருந்தார்கள் அவர்கள்" என்று திடீரென்று வாய்விட்டுச் சொன்னேன். அவளோடு உரையாடுவதைத் தொடர்வதில் எனக்கு விருப்பம் இல்லாததைப் போலவும் ஏதோ தற்செயலாக, வாய்தவறிப் பேசிவிட்டதைப் போலவும் அதைப் பேசினேன்.

"என்னது சவப்பெட்டியா?"

"ஆமாம்.. வைக்கோல் சந்தையில் பார்த்தேன். நிலவறை ஒன்றிலிருந்து அதை எடுத்துக்கொண்டு போனார்கள்"

"என்னது ? நிலவறையா?"

"அதை நிலவறை என்று சொல்ல முடியாது. ஒரு குடியிருப்பின் கீழ்த்தளம்; மிக மோசமானதென்று பெயரெடுத்திருக்கும் ஒரு வீட்டின் அடிமட்ட அறை. அதைச் சுற்றிலும் வெறும் அசிங்கமும் அருவருப்பும் மட்டும்தான். முட்டை ஓடுகள் கழிவுப் பொருட்கள் அவற்றின் துர்நாற்றம். சே! எப்படி ஒரு வெறுப்பூட்டும் சூழல்?"

சிறிது நேரம் அங்கே அமைதி நிலவியது.

"சவ அடக்கம் செய்வதற்குத்தான் எத்தனை மோசமான ஒரு நாள் அது?"

மௌனமாக இருப்பதைத் தவிர்ப்பதற்காகவே நான் அப்படிப் பேச்சை ஆரம்பித்தேன்.

“எந்த வகையில் மோசம் என்கிறீர்கள்?”

“பனி ஈரம்” என்றபடி கொட்டாவி விட்டேன்.

“அதனால் என்ன வந்தது இப்போது?” என்று சிறியதொரு மௌனத்துக்குப் பிறகு திடீரென்று பேசினாள் அவள்.

“இல்லை. அது கொடுமையானதுதான். சவக்குழி தோண்டுபவர்கள் எல்லோருமே தாங்கள் எப்படிப் பனியில் நனைந்து போனோம் என்று சொல்லிக்கொண்டு இருப்பார்கள். சவக்குழி முழுவதும் நீரால் நிரம்பிக்கிடக்கும்.”

“சவக்குழியில் எப்படித் தண்ணீர் இருக்கும்..?” என்று ஏதோ ஓர் ஆர்வத்தோடு கேட்டுவிட்டாலும் முதலில் பேசியதைவிடக் கடுமையாகவும் சட்டென்று கத்தரித்துக்கொண்டுவிட முற்படுவதைப்போலவுமே அவளது பேச்சு இருந்தது.

நானும் திடீரென எழுந்த தூண்டுதல் ஒன்றால் உந்தப்பட்டவனாய்ப் பேச ஆரம்பித்தேன்.

“கீழ்மட்டத்தில் ஓர் அடி ஆழத்துக்கு நிச்சயமாகத் தண்ணீர் இருக்கும் வோல்கோவோ கல்லறைப்பகுதியில் ஈரப்பதமில்லாத சவக்குழியைத் தோண்டவே முடியாது”

“அது ஏன் அப்படி?”

“ஏன் என்றால் அங்கே எப்போதுமே தண்ணீர் தேங்கிக் கிடக்கும். இயல்பாகவே அது ஒரு சதுப்பு நிலம்தான். அதனால் அவர்கள், தண்ணீருக்குள்ளேதான் புதைக்க வேண்டியதாக இருக்கும். நானே அதைப் பல தடவை பார்த்திருக்கிறேன்.”

(சொல்லப்போனால் ஒரு தடவைகூட நான் அதைப் பார்த்ததில்லை. உண்மையில் நான் வோல்கோவோவின் பக்கம் போனது கூட இல்லை. அதைப் பற்றிய கதைகளை மட்டும்தான் கேட்டிருக்கிறேன்.)

“அப்படியென்றால் நீ எப்படிச் செத்துப்போவாய் என்பதைப் பற்றி உனக்குக் கவலையில்லை அப்படித்தானே?”

“ஆனால், நான் ஏன் சாகவேண்டும்?” என்று தன்னைத் தற்காத்துக்கொள்ள முற்படுபவளைப் போல பதிலளித்தாள் அவள்.

“என்ன இது? ஏதோ ஒரு நாள் நீயும் சாகத்தான் போகிறாய். நேற்றுக் காலையில் அந்தச் சவப்பெட்டியில் நான் பார்த்த அந்தப் பெண்ணைப் போலவே நீயும் சாகப்போகிறாய். அவளும் உன்னைப் போலவே இளம் வயது கொண்ட ஒரு பெண்தான்.

காசநோயால் இறந்துபோனாள் அவள்."

"அந்தப் பொதுமகள் பேசாமல் மருத்துவமனையிலேயே இறந்து போயிருக்கலாம்."

(அவள் அதைப் பற்றி ஏற்கெனவே அறிந்திருந்தாள்; பெண் என்று சொல்லுவதைத் தவிர்த்துவிட்டுப் பொதுமகள் என்ற வார்த்தையையே பயன்படுத்தினாள் அவள்.)

"அவள், தான் வாங்கியிருந்த கடன் தொகைக்காகத் தன் எஜமானியிடம் பிணைப்பொருளாக இருந்தாள்" என்று உடனே பதிலடி தந்தேன்; அதைப் பற்றி மேலும் மேலும் விவாதிப்பதற்கான தூண்டுதல் எனக்குள் மிகுதியாகிக்கொண்டே இருந்தது.

"அவளுக்குக் காசநோய் வந்த பிறகும்கூடக் கடைசி வரையில் பணம் சம்பாதித்துக்கொண்டுதான் இருந்தாள். பனிச்சறுக்கு வண்டி ஓட்டிகள் சிலர் தங்களுக்குப் பக்கத்திலிருந்த போர்வீரர் களிடம் அவளைப் பற்றி இப்படியெல்லாம் பேசிக்கொண்டும், சிரித்துக்கொண்டும் இருந்தார்கள். அவள் நினைவாக சாராயக் கடைக்குச் சென்று குடிக்கலாம் என்றும்கூட அவர்கள் பேசிக் கொண்டார்கள்." நான் சொன்னதில் பாதிக்கு மேல் என் கற்பனை.

அதற்குப் பிறகு மௌனம் தொடர்ந்தது; அடர்த்தியான கனத்த மௌனம். அவள் சற்றும் அசையவில்லை.

"மருத்துவமனையில் செத்துப் போவது நல்லது என்று தோன்றுகிறதோ?"

"அதிலென்ன பெரிய வித்தியாசம்? எல்லாம் ஒன்றுதான். அதிருக்கட்டும் நான் ஏன் செத்துப்போக வேண்டும்" என்று எரிச்சலோடு கேட்டாள் அவள்.

"இப்பொழுது இல்லாவிட்டால் இன்னும் சிறிது காலம் பொறுத்து"

"ஏன் அப்படி சிறிது காலம் கழித்து என்கிறீர்கள்?"

"ஏன் என்றால் உறுதியாக அது அப்படித்தான் நடக்கும். இப்போது நீ இளமையாக அழகாக இருக்கிறாய். அதனால் உன் விலைமதிப்பு கூடுதலாக இருக்கிறது. ஆனால் இதே போல இன்னும் ஒரு வருஷம் உன் வாழ்க்கை தொடர்ந்தால், நீ ரொம்பவே மாறிப்போய்விடுவாய். உன் அழகெல்லாம் தொலைந்து காணாமல் போய்விடும்."

"ஒரு வருடத்திலா?"

"எப்படிப் பார்த்தாலும் இன்னும் ஒரே வருடத்தில் உன் விலைமதிப்பு குறைந்துதான் போகும்" என்று விஷமத்தனமாகக் குறிப்பிட்டபடி மேலே தொடர்ந்தேன்.

"இன்னும் ஒரு வருடம் கழிந்த பிறகு நீ இன்னொரு வீட்டுக்கு இதைவிடக் கீழ்த்தரமான மற்றொரு இடத்துக்குப் போய்விடுவாய். மூன்றாவதாக இன்னும் கூட மிக மிகக் கீழான வேறொரு இடத்தில் இருப்பாய். ஏழே ஆண்டுகளில் வைக்கோல் சந்தையில் இருக்கும் ஏதோ ஒரு அடித்தளப் பகுதிக்கு வந்து சேர்ந்துவிடுவாய். அதுவும்கூட உனக்கு ஏதாவது அதிர்ஷ்டம் இருந்தால்தான். தப்பித் தவறி ஏதாவது காசநோயோ ஜலதோஷமோ அல்லது வேறு ஏதாவது ஒரு வியாதியோ உன்னைத் தொற்றிக் கொண்டுவிட்டால் அவ்வளவுதான். உன் நிலைமை மிகவும் மோசமாகிவிடும். உன்னைப் போல வாழ்க்கை நடத்துபவர்களால் அத்தனை சுலபமாக எந்த நோயிலிருந்தும் விடுபட்டுவிட முடியாது. ஏதாவது ஒரு தொத்து வியாதி வந்துவிட்டால் அவ்வளவுதான் அதிலிருந்து உன்னால் விடுபடவே முடியாது. அதனாலேயே நீ இறந்தும் போவாய்."

"நல்லது அப்படியே ஆகட்டும். நான் செத்துப்போகிறேன்" என்று வேகமாகத் திரும்பியபடி வெறுப்புடன் சொன்னாள் அவள்.

"ஆனாலும்கூட உனக்கு வருத்தமாக இல்லையா?"

"யாருக்காக வருத்தம்?"

"உன் வாழ்க்கையை நினைத்துத்தான்"

சிறிது நேரம் அங்கே நிசப்தம் மட்டுமே நிலவியது.

"உனக்குக் கல்யாண ஏற்பாடு ஏதாவது நடந்ததுண்டா?"

"அதைப்பற்றி உங்களுக்கென்ன வந்தது?"

"ஐயோ நான் ஒன்றும் உன்னைக் குறுக்கு விசாரணை செய்து கொண்டிருக்கவில்லை. அதைப் பற்றி எனக்கு எந்தக் கவலையும் இல்லை. ஆனால் நீ ஏன் இவ்வளவு கோபத்தோடு இருக்கிறாய்? உனக்கென்று உள்ள சொந்தக் கஷ்டங்கள் நிச்சயமாக இருக்கும் தான். அதைப்பற்றித் தெரிந்துகொள்வது என் வேலை இல்லை. எனக்கென்ன வந்தது? ஆனாலும்கூட என்னால் வருத்தப்படாமல் இருக்க முடியவில்லை.. அதுதான்"

"யாரை நினைத்து அந்த வருத்தம்?"

"உன்னை எண்ணித்தான்."

"தேவையே இல்லை" என்று மிகவும் மெதுவாக முணு

முணுத்துக்கொண்டபடி மீண்டும் மிக இலேசாக அசைந்தாள் அவள்.

அது சட்டென்று என்னைக் கோபப்படுத்தியது. என்ன இது. இவளிடம் இவ்வளவு மென்மையாக நான் நடந்து கொண்டிருக்கும் போது இவளோ...

"சரி இதற்கு பதில் சொல் நீ போய்க்கொண்டிருப்பது சரியான பாதைதானா?"

"எனக்கு அதைப் பற்றி எதுவும் தெரியாது."

"அப்படி அதைப் பற்றி நீ நினைக்காமல் இருப்பதுதான் சரியில்லை என்கிறேன். இன்னும் நேரம் மிச்சமிருக்கும்போதே அதைப் பற்றிப் புரிந்துகொண்டுவிடு. இன்னும்கூட நேரம் பாக்கியிருக்கிறது. நீயும்கூட இன்னமும் இளமையாக அழகாக இருக்கிறாய். நீ காதலிக்கலாம் திருமணம் செய்துகொள்ளலாம். சந்தோஷமாக இருக்கலாம்."

"திருமணம் செய்துகொண்டிருக்கும் எல்லாப் பெண்களுமே மகிழ்ச்சியாக ஒன்றும் இல்லை" தொடக்கத்தில் பேசியதைப் போலப் பேச்சை முரட்டுத்தனமாக முறித்துக்கொண்டுவிடும் தொனியுடன் பதிலடி கொடுத்தாள் அவள்.

"எல்லோருமே சந்தோஷமாக இல்லை என்பது உண்மை தான். ஆனாலும்கூட இங்கே நடத்தும் வாழ்க்கையைவிட அது எவ்வளவோ மேலானதாக இருக்கும். பல மடங்கு மேலானதாக. மேலும் அன்பு மட்டும் இருந்தால் போதும். அதை வைத்துக் கொண்டு மகிழ்ச்சி இல்லாமல்கூட வாழ்ந்துவிட முடியும். துன்பத்துக்கு நடுவிலேயும்கூட அப்போது வாழ்க்கை இனிமை யானதாக இருக்கும். கஷ்டமான வாழ்க்கையே நடத்தினாலும்கூட அந்த வாழ்வு இனிமையாகத்தான் இருக்கும். ஆனால் இந்த இடத்தில் அருவருப்பையும் ஆபாசத்தையும் தவிர வேறென்ன இருக்கிறது? தூ!" என்றபடி வெறுப்போடு வேறுபக்கம் திரும்பிக் கொண்டேன். அந்த வேளையில் என் எண்ணங்கள் உணர்ச்சி வசப்பட்டவையாகவே இருந்தன. நான் பேசும் ஒவ்வொரு சொல்லையும் உணர்வுபூர்வமாக உள்ளேற்றிக்கொண்டபடி அந்த விஷயத்தைப்பற்றிப் பேச என்னை ஆயத்தம் செய்து கொண்டிருந்தேன். நான் வசித்துக்கொண்டிருந்த சின்ன மூலைக்குள் என்னுள் உருவேற்றி வைத்திருந்த எண்ணங்களை யெல்லாம் விரிவாக விளக்குவதற்கான சமயத்துக்காக என் மனம் ஏங்கிக் கொண்டிருந்தது. ஏதோ ஒன்று சட்டென்று என்னுள் மின்னலடிக்க, நான் பேச வேண்டியது எதைக் குறித்து என்ற

பிடிமானம் எனக்குத் தட்டுப்பட்டுவிட்டது.

"இதோ பார். இப்படி ஒரு இடத்தில்தானே நானும் இருக்கிறேன் என்றெல்லாம் யோசித்துக்கொண்டிருக்காதே. நான் ஒன்றும் உனக்கு முன்னுதாரணமாக இருக்கக்கூடிய ஆளெல்லாம் இல்லை. சொல்லப்போனால் உன்னைவிட நான் மோசமானவனாக இருக்கலாம். இங்கே வந்த சமயம் நான் நல்ல போதையில் வேறு இருந்தேன்" என்று என்னை நானே அவசரமாக நியாயப்படுத்திக் கொண்டேன்.

"மேலும் ஓர் ஆண்மகன் ஒருபோதுமே ஒரு பெண்ணுக்கு எடுத்துக்காட்டாக இருக்கமுடியாது, அது முற்றிலும் வேறான ஒரு விஷயம். நான் இங்கே வந்து போய்க்கொண்டிருப்பதால் என்னைத் தரம்தாழ்த்திக்கொள்ளலாம், என்னைக் கறைப்படுத்திக் கொள்ளலாம். ஆனாலும் நான் ஒருவருக்கும் அடிமை இல்லை. நான் ஏதோ இங்கே வந்து போய்க்கொண்டிருக்கிறேன் அதோடு சரி. இங்கிருந்து வெளியே போனதுமே எல்லாவற்றையும் உதறி விட்டு முழுக்க முழுக்க வேறொரு மனிதனாகிவிடுவேன். ஆனால் நீயோ ஆரம்பத்திலிருந்து அடிமை மட்டும்தான். ஆமாம் நீ ஒரு அடிமையாகத்தான் இருக்கிறாய். உன்னுடைய சுதந்திரமான வாழ்க்கை மற்றும் உனக்கென்று உள்ள எல்லாவற்றையுமே நீ விட்டுத் தந்துவிட்டாய். உன்னைப் பிணைத்திருக்கும் சங்கிலி யிலிருந்து விடுவித்துக்கொள்ளலாம் என்று நீ அப்புறம் நினைத்தாலும் அது முடியாது. இந்தக் கண்ணி வலைக்குள் நீ மிக மிக இறுக்கமாகச் சிக்கிக்கொண்டிருந்திருப்பாய் இது சாபக்கேடான ஒரு சங்கிலிக்கட்டு. அது எனக்கு நன்றாகவே தெரியும். இதற்கு மேல் நான் ஏதும் பேசுவதாக இல்லை. நீயும் அதைப் புரிந்து கொள்ளக்கூடும் என்று எனக்குத் தோன்றவில்லை. சரி இப்போது இதை மட்டும் சொல் போதும். உன்னை இங்கே வேலைக்கு வைத்திருக்கும் எஜமானியிடம் உனக்குக் கடன்பிணை இருக்கிறது அப்படித்தானே? என்ன நான் சொல்வது சரிதானே" என்று மேலும் மேலும் கேட்டுக்கொண்டே போனேன். அவள் பதில் எதுவும் சொல்லவில்லை என்றாலும் நான் சொல்வதையெல்லாம் முழுமை யாக கிரகித்துக்கொண்டபடி அமைதியாகக் கேட்டுக்கொண் டிருந்தாள்.

"இது உன்னை உறுதியாகப் பிணைத்திருக்கும் ஒரு சங்கிலி மட்டும்தான். கடனைத் திருப்பித் தந்துவிட்டு உன் சுதந்திரத்தை மீட்டுக்கொள்வது உன்னால் முடியப்போவதே இல்லை. அது நடக்காதபடி அவர்கள் பார்த்துக்கொள்வார்கள். உன் ஆன்மா வையே ஒரு கொடிய பிசாசிடம் விற்றுவிடுவதைப் போன்றது இது.

ஒரு வேளை நானும்கூட ஏதோ ஒரு மன வேதனையால் உன்னைப் போல ஒரு துரதிருஷ்டசாலியாக, வேண்டுமென்றே சகதியில் உழலும் பன்றியைப் போல இருக்கலாம். அது உனக்கு எப்படித் தெரியும்? துயரத்தில் இருக்கும்போது குடியை நாடுபவர்கள் ஆண்கள் என்பதை நீ அறிந்திருப்பாய். ஆமாம். அதே போல நானும் எனக்கு ஏற்பட்ட ஒரு காயத்தை ஆற்றிக் கொள்ள இங்கே வந்திருக்கலாம். சரி இப்போது என்னிடம் சொல் பார்ப்போம். இங்கே நல்லதாக ஏதாவது ஒன்றாவது இருக்கிறதா? இப்போது நானும் நீயும் சிறிது நேரத்துக்கு முன்பு இங்கே வந்தோம் நாம் ஒன்றாகவே இருந்தாலும் ஒருவரோடொருவர் ஒரு வார்த்தைகூடப் பேசிக்கொள்ளவில்லை. அப்புறம்தான் நீ என்னை ஒரு விலங்கைப்போல வெறித்து நோக்கிக்கொண்டிருந்தாய். நானும் உன்னை அப்போதுதான் பார்த்தேன். ஒருவரை ஒருவர் அன்பு செய்வது என்பது இதுதானா? இரண்டு மனித ஜீவன்கள் ஒருவரை மற்றவர் சந்தித்துக்கொள்ளும் விதம் இதுதானா? இது மிக மிகக் கேவலமாக இருக்கிறது. ஆமாம்.. இது அப்படித்தான் இருக்கிறது."

"ஆமாம்" என்றபடி மிகவேகமாகவும் உறுதியாகவும் நான் சொன்னதை ஆமோதித்தாள் அவள். அவள் அப்படி விரைவாக அதை ஆமோதித்த விதம் என்னை ஆச்சரியப்படுத்தியது. அப்படியென்றால் சற்றுமுன் என்னைப் பார்த்துக்கொண்டிருந்த போது அவளுக்குள்ளும் அதே மாதிரியான எண்ணம் ஓடிக் கொண்டிருந்திருக்க வேண்டும். அப்படியென்றால் அவளாலும் கூட ஏதோ சிந்திக்க முடிகிறது. எக்கேடு கெட்டும் போகட்டும். ஆனாலும்கூட இது சுவாரசியமாகத்தான் இருக்கிறது நாங்கள் இருவரும் ஒரேமாதிரி என்பதை அது வெளிப்படுத்துகிறது. சந்தோஷ மிகுதியால் என் கைகளை ஒன்றோடொன்று தேய்த்துக் கொண்டிருந்தேன் நான். அவளைப் போன்ற இளமையான ஒரு ஜீவனை வழிக்குக் கொண்டு வருவதென்பது நிச்சயம் எனக்குக் கஷ்டமான ஒரு விஷயமில்லை.

என்னிடமிருந்த அந்த சக்திதான் அப்போது என்னைப் பெரிதும் கவர்வதாக இருந்தது.

அவள், தன் தலையை என் பக்கமாகத் திருப்பி வைத்துக் கொண்டிருந்தாள். இருட்டில் பார்த்தபோது அவள் தன் கைகளுக்குள் தலையை முட்டிக் கொண்டிருந்ததைப் போலத் தோன்றியது; ஒரு வேளை என்னைத் துருவுவது போலப் பார்த்துக் கொண்டும் இருந்திருக்கலாம். அப்போது அவளது கண்களை என்னால் பார்க்க முடியவில்லையே என்று மிகவும் வருத்தப் பட்டேன். அவள் விடும் பெருமூச்சின் ஒலி எனக்குக் கேட்டது.

"ஆமாம் நீ எதற்காக இங்கே வந்தாய்?" என்று ஏற்கெனவே என் குரலில் கூடிப்போயிருந்த அதிகாரத் தொனியுடன் அவளிடம் கேட்டேன்.

"ஆங்.. அதெல்லாம் எனக்குத் தெரியாது."

"ஆனால், யோசித்துப் பார். உன்னுடைய அப்பா வீட்டில் மட்டும் நீ வாழ்ந்திருந்தால் எவ்வளவு நன்றாக இருந்திருக்கும்? அது உனக்குப் பாதுகாப்பையும் சுதந்திரத்தையும் கொடுத்திருக்கும். எப்படியிருந்தாலும் அது உன் சொந்த வீடு."

"ஆனால், ஒருவேளை இதைவிடக்கூட மோசமானதாக அது இருந்தால்?"

'நான் அவளிடம் கொஞ்சம் சரியான தொனியில் பேச வேண்டும்' என்ற எண்ணம், என் சிந்தனையில் மின்னலடித்தது. இந்தப்பேச்சை வெகுதூரம் உணர்வுபூர்வமாக மட்டுமே இழுத்துக் கொண்டு போய்விடக்கூடாது.'

ஆனால், எனக்கு அப்படித் தோன்றிய சிந்தனை கணநேரத்துக்கு மட்டும்தான். அவள் உண்மையிலேயே எனக்கு சுவாரசியம் தருபவளாக ஆகிப்போயிருந்தாள். மேலும் நானும் கூடக் களைத்தும் அலுத்தும் போயிருந்தேன். உண்மையான நல்லுணர்ச்சியோடு கூடவே சூதுவாதான தந்திர புத்தியும் எப்படியோ தொற்றிக்கொண்டு வந்துவிடுகிறது.

"அதை இப்போது யார் மறுப்பது?" என்றபடி பதிலளிக்க விரைந்தேன் நான்.

"உனக்கு இங்கே எது வேண்டுமானாலும் நடக்கலாம். யாரோ ஒருவர் உனக்கு ஏதோ தீங்கிழைத்திருக்கிறார் என்பதில் எனக்கு சந்தேகமே இல்லை. நீ இப்போது ஈடுபட்டிருக்கும் பாவச் செயலைவிட மிக அதிகமான ஒரு பாவத்துக்கு நீ ஆளாக்கப் பட்டிருக்கிறாய். உன் கதை என்ன என்பதெல்லாம் எனக்கு நிச்சயமாகத் தெரியாது. ஆனாலும் உன்னைப் போன்ற ஒரு பெண் இப்படிப்பட்ட ஓர் இடத்துக்குத் தானாகவே வருவதென்பது அத்தனை எளிதாக சாத்தியமாகக்கூடியதில்லை."

"என்னைப்போன்ற ஒரு பெண்ணா" என்று வெளியே கேட் காதபடி அவள் கிசுகிசுப்பாகச் சொல்லிக்கொண்டாலும் அதை என்னால் கேட்க முடிந்தது.

நான் அவளை உயர்த்திவைத்தேதான் பேசிக்கொண்டிருந்தேன். அதனால் என்ன தொலைந்துபோகிறது? அது கொஞ்சம் சகிக்க

முடியாததுதான். ஆனால், ஒரு வேளை அது நல்லதாகவும்கூட இருக்கலாமே. அவள் அமைதியாக இருந்தாள்.

"இதோ பார் லிசா. நான் என்னைப் பற்றிக் கொஞ்சம் உன்னிடம் சொல்கிறேன் கேள். குழந்தைப் பருவத்திலிருந்தே எனக் கென்று ஒரு வீடு மட்டும் இருந்திருந்தால் இப்போது இருப்பதைப் போல நான் இருந்திருக்க மாட்டேன். வீட்டின் நிலைமை எவ்வள வுதான் மோசமாக இருந்தாலும் அவர்கள் உனக்கு எதிரிகளோ அந்நியர்களோ இல்லை. அவர்கள் உன் தாய் தந்தை மட்டும் தான். வருடத்தில் ஒரே ஒரு தடவையாவது அவர்கள் உன்னிடம் தங்கள் அன்பைக் காட்டுவார்கள். எது எப்படியிருந்தாலும் நீ உன் வீட்டில் இருப்பாய். நான் எனக்கென்று ஒரு குடும்பமே இல்லாமல் வளர்ந்துவிட்டவன். ஒரு வேளை அதனால்தான் இப்படி உணர்ச்சியே இல்லாமல் இருக்கிறேனோ என்னவோ?"

அவளது பதிலை எதிர்பார்த்தபடி நான் மறுபடியும் காத் திருந்தேன்.

'ஒரு வேளை நான் பேசுவது அவளுக்குப் புரியவில்லையோ' என்றும் நினைத்துக்கொண்டேன். 'இப்படி நீதி போதனை செய்துகொண்டிருப்பது உண்மையாகவே ஓர் அபத்தம்தான்.'

"ஒரு வேளை நான் ஒரு தந்தையாக இருந்து, எனக்கொரு மகள் இருந்தால் உண்மையில் என் மகன்களைவிடவும் என் மகளிடத்திலேயே நான் மிகவும் அன்பு காட்டியிருப்பேன் என்று நினைக்கிறேன்."

வேறு எதையோ பற்றிப் பேசுவதைப் போல அவளது கவனத்தைத் திருப்பும் வகையில் மறைமுகமாக ஏதோ பேசத் தொடங்கினேன். ஆனால், எனக்குக் கொஞ்சம் கூச்சமாகத்தான் இருந்தது என்பதையும் ஒத்துக்கொள்ளத்தான் வேண்டும்.

"அது ஏன் அப்படி?" என்று கேட்டாள் அவள்.

ஓ! அப்படியென்றால் அவள் எல்லாவற்றையும் கவனித்துக் கொண்டிருக்கிறாள்.

"ஏன் என்றெல்லாம் எனக்குச் சொல்லத் தெரியவில்லை லிசா. ஆனால், எனக்கு ஒரு அப்பாவைப் பற்றித் தெரியும். அவர், கல்லைப் போல எப்போதுமே கடுமையாக இருக்கும் ஒரு மனிதர். ஆனால், தன் மகளுக்கு முன்னால் மண்டியிடுவார். அவளது கைகளிலும் கால்களிலும் முத்தமிடுவார். ஆனாலும்கூடத் தனது அன்பு இன்னும் முழுமையாக வெளிப்படவில்லை; இதெல்லாம் போதுமானதில்லை என்றுதான் நினைப்பார். விருந்துக்

கேளிக்கைகளில் அவள் நடனமாடும்போது அவளையே வெறித்துப் பார்த்துக் கொண்டு ஐந்து மணி நேரமானாலும் அப்படியே நின்று கொண்டிருப்பார். அவள்மீது அப்படி ஒரு பைத்தியம் அவருக்கு. என்னால் அதைப் புரிந்துகொள்ளமுடிகிறது. இரவு நேரங்களில் அவள் அசந்து தூங்கும்போது அவளை எழுப்புவது போலத் தூக்கத்திலேயே முத்தமிடுவார்; அவள்மீது சிலுவைக்குறி இடுவார். அழுக்கான, பழைய கோட் ஒன்றைப் போட்டுக்கொண்டுதான் அவர் திரிவார்; மற்றவர்களைப் பொறுத்தவரை அவர் மிக மோசமான ஒரு கஞ்சன்தான்; ஆனால் தன்னிடம் எஞ்சியிருக்கும் கடைசி 'பென்னி' வரை அவளுக்காக செலவிட்டுக்கொண்டிருப் பார். விலை உயர்ந்த பரிசுப் பொருட்களை அவளுக்கு வாங்கித் தருவார். அவர் தரும் பொருட்களில் அவள் சந்தோஷமும் திருப்தியும் அடைவதைப் பார்ப்பது மட்டுமே அவருக்குப் பெரு மகிழ்ச்சி அளிப்பதாக இருக்கும். பொதுவாக அம்மாக்களை விடவும் அப்பாக்களே தங்கள் பெண்கள்மீது எப்போதும் அன்பு வைத்திருப்பவர்கள். சில பெண்கள் தங்கள் குடும்பத்தில் எவ்வளவு மகிழ்ச்சியாக வாழ்கிறார்கள் தெரியுமா? எனக்கு மட்டும் பெண் குழந்தைகள் இருந்திருந்தால் திருமணம் செய்துகொள்ள அவர்களை நான் அனுமதித்திருக்கவே மாட்டேன் என்றுகூட நினைக்கிறேன்."

"ம்.. அப்புறம்" என்று மிக இலேசாகக் கீற்றோடிய ஒரு புன்னகையோடு கேட்டாள்.

"எனக்கு அது பொறாமையாக இருக்கும். வேறு யாரோ ஒருவரைப் போய் அவள் முத்தமிடுவதை என்னால் நினைத்துக் கூடப் பார்க்க முடியாது. தன்னுடைய தந்தையைவிடக் கூடுதலாக ஓர் அந்நியனை அவள் நேசித்தாக வேண்டும் என்பதைக் கற்பனை செய்து பார்ப்பதுகூட மனதை வலிக்கச் செய்யும். ஆனால் அப்படி நினைப்பது நிச்சயமாக முட்டாள்தனம்தான். கடைசி கடைசியாக எல்லாத் தகப்பன்மார்களுமே கொஞ்சம் அறிவுக்குப் பொருத்தமான விதத்தில்தான் நடந்து கொள்ள வேண்டும் என்பதும் நிஜம்தான். ஆனால், திருமணம் செய்துகொள்ள என் பெண்ணை அனுமதிக்கும் வரை நான் கவலைப்பட்டே சாவேன். அவளுக்கு வரும் வரன்கள்மீதெல்லாம் ஏதாவது குற்றம் குறை கண்டுபிடித்துக் கொண்டே இருப்பேன். ஆனால் இறுதியில் எப்படியோ அவள் மனம் விரும்பும் ஒருவனுக்கு அவளை நான் மணம் செய்து வைத்துத்தான் ஆக வேண்டும். தன்னுடைய பெண்ணின் காதலுக்கு உரியவனாகிவிட்ட ஒருவன், எப்போதுமே அவளது தகப்பனின் கண்ணுக்கு மோசமானவனாகத்தான் படுவான் தெரியுமா? ஆமாம் அது எப்போதுமே அப்படித்தான். பல குடும்பங்களில் பிரச்சினைகள் ஆரம்பிப்பது அதிலிருந்துதான்."

"தங்கள் பெண்களை கௌரவமாகத் திருமணம் செய்து கொடுக்காமல் அவளை விற்பனை செய்வதில் சந்தோஷப்படும் சிலரும்கூட இருக்கிறார்கள்".

ஓ அப்படியென்றால் அதுதானா காரணம்?

"லிசா! அன்பு கடவுள் என எதுவுமே இல்லாமல் சபிக்கப்பட்டிருக்கிறதே அந்த மாதிரியான குடும்பங்களிலேதான் அப்படிப் பட்ட நிலை ஏற்பட்டுவிடுகிறது" என்று சற்றுச் சூடாகவே அவளுக்கு பதிலடி கொடுத்தேன்.

"எங்கே அன்பு இல்லையோ அங்கே நல்லபுத்தியும் நாகரிகமும்கூட இருப்பதில்லை. அப்படிப்பட்ட குடும்பங்கள் இருப்பது உண்மைதான். ஆனால் நான் அவற்றைப் பற்றி இங்கே பேசவில்லை. நீ இப்படிப் பேசுகிறாய் என்றால் உன்னுடைய குடும்பத்தில் அப்படிப்பட்ட மோசமான விஷயத்தை நீ பார்க்க நேர்ந்திருக்கலாம். உண்மையிலேயே நீ மிகப்பெரிய துரதிருஷ்ட சாலியாகத்தான் இருக்க வேண்டும். அந்த மாதிரி நிலைமை ஏற்படுவதற்குப் பெரும்பாலும் வறுமைதான் காரணமாக இருக்கிறது."

"அப்படியானால் உயர்வர்க்கத்தைச் சேர்ந்தவர்கள் ரொம்ப ஒழுங்காக இருக்கிறார்களா என்ன? ஏழைகளாக இருப்பவர்களுக்கு மத்தியிலும் சந்தோஷமாக வாழ்க்கை நடத்தும் உண்மையான மனிதர்கள் இருப்பதுண்டு."

"ம்.. ஆமாம். ஒரு வகையில் அதுவும் சரிதான். இன்னொன்றும் கூட சொல்லியாக வேண்டும் லிசா. ஒரு மனிதன் பொதுவாகத் தனக்கு ஏற்படும் பிரச்சினைகளைப் பற்றி மட்டுமே யோசிப்பானே தவிர தனக்குக் கிடைத்திருக்கும் நன்மைகளை எண்ணிப்பார்ப்பதே இல்லை. அவற்றைப் பற்றியும் அவன் சிந்தித்தான் என்றால் ஒவ்வொருவருக்குமே ஏதோ ஒரு வகையில் போதுமான அளவு நன்மையும் மகிழ்ச்சியும் கிடைத்துக் கொண்டுதான் இருக்கிறது என்பதை அவன் உணர்ந்துகொண்டு விடுவான். யார் கண்டது? ஒரு வேளை குடும்ப வாழ்க்கையில் எல்லாமே நன்றாகக்கூட நடக்கலாம்தானே? கடவுளுடைய கருணையால் உன் கணவன் நல்லவனாகவும், உன்னை நேசிப்பவனாகவும், போற்றுபவனாகவும் ஒருபோதும் உன்னை விட்டுப் பிரியாதவனாகவும் இருந்தால்? அப்படிப்பட்ட குடும்ப வாழ்க்கை உண்மையிலேயே மகிழ்ச்சி கரமானதுதான்? பல வகையான துன்பங்களுக்கு நடுவிலும்கூட சில நேரங்களில் சில இன்பங்களும் அங்கே கிடைக்கும். சொல்லப் போனால் துயரம் என்பது எல்லா இடங்களிலுமே இருக்கக் கூடியதுதான்.

திருமணம் செய்து கொண்டால் நீயே அதைப் பற்றித் தெரிந்து கொள்வாய். ஆனால் நீ மனம் விரும்பி மணம் செய்து கொள்ளும் ஒருவரோடு நடத்தும் மணவாழ்வின் முதல் சில ஆண்டுகளைக் கொஞ்சம் நினைத்துப் பார். எப்படி ஒரு சந்தோஷம்.. சில வேளைகளில் எவ்வளவு இனிமை நிறைந்ததாக அது இருக்கும் தெரியுமா? நிச்சயமாக எல்லோருமே இயல்பாக அனுபவிக்கக்கூடிய ஒன்றுதான் அது. அந்தத் தொடக்க நாட்களில் கணவனோடு போடும் சண்டைகளும்கூட மகிழ்ச்சியோடுதான் முடியும். கணவன் மீது கொண்டிருக்கும் காதலினால் மட்டுமே அவனோடு வலிந்து சண்டை இழுக்கும் சில பெண்களும்கூட உண்டு. அப்படி ஒரு பெண்ணை எனக்குத் தெரியும். அவனை நேசிப்பதனாலேயே அவனைச் சித்திரவதை செய்து தன் அன்பை அவனுக்கு உணரச் செய்வதாக அவள் எண்ணிக்கொள்வாள். அவன்மீது நேசம் இருப்பதாலேயே அவனைத் தன் பக்கமாக அலைக்கழிப்பதற்கு வேண்டுமென்றே அவள் முயல்வாள். நிறைய பெண்கள் அப்படி இருக்கிறார்கள். கணவன்மீது அதிக அன்பு வைத்திருப்பதனாலேயே அவனை வலிந்து சண்டைக்கு இழுக்கும் பல பெண்கள். 'அவரை நான் மிகவும் நேசிக்கிறேன். அந்த நேசத்தினாலேயே மற்ற எல்லாவற்றையும் ஈடுகட்டிவிட என்னால் முடியும். அதனால் இப்போதைக்கு அவரை இலேசாகச் சித்திரவதை செய்வதில் தவறொன்றும் இல்லை' என்று தங்களுக்குத் தாங்களே சொல்லிக் கொள்ளும் பெண்கள். குடும்பத்தில் இருக்கும் மற்றவர்களெல்லாமும்கூட உங்களைப் பார்த்து சந்தோஷப்படுவார்கள். நீங்களும் இனிமையாக மகிழ்ச்சி பொங்க களிப்போடும் அமைதியோடும் கௌரவமாக, நேர்மையாக இருக்கலாம். பொறாமைக்காரர்களாக இருக்கும் சில பெண்களும்கூட உண்டு. தன் கணவன் வேறெங்காவது போய்விட்டால்கூட அவர்களால் தாங்கிக்கொள்ள முடியாது. அப்படிப்பட்ட ஒரு பெண்ணைப் பற்றி எனக்குத் தெரியும். தன்னைக் கட்டுப்படுத்திக்கொள்ள முடியாமல் இரவு வேளைகளிலும்கூட எவரும் அறியாமல் மறைவாக அவனைப் பின் தொடர்ந்தபடி அவன் எங்கே இருக்கிறான் என்றும், வேறு யாராவது ஒரு பெண்ணோடு அவன் இருக்கிறானா என்றும் அவள் கண்காணிப்பாள். அது பரிதாபமான மோசமான ஒரு விஷயம்தான். தான் செய்வது சரியில்லை என்பது அவளுக்கே தெரியும். ஆனாலும் அவளது மனம் அப்போது அவளைக் கைவிட்டுவிடுவதால் அவள் துடித்துப் போவாள். ஆனால் இதற்கெல்லாம் காரணம் அவள் அவனை நேசிப்பது மட்டும்தான். எல்லாமே அந்த அன்பினால்தான். அப்படி சண்டையெல்லாம் போட்டு முடித்த

பிறகு ஒருவருக்கொருவர் சமாதானம் ஆவதும் தன் தவறை ஒத்துக்கொள்வதும் அவனை மன்னிப்பதுமாக சட்டென்று அவர்கள் சந்தோஷமாகிவிடுவார்கள். ஏதோ அப்போதுதான் முதன்முதலாக சந்தித்ததைப் போலவும் தங்கள் காதலைப் புதிதாக ஆரம்பிப்பதைப் போலவும் மறுபடி ஒருமுறை திருமணம் செய்துகொண்டதைப் போலவும் அவர்களுக்கு அப்போது தோன்றும்.

கணவனும் மனைவியும் ஒருவரை மற்றவர் நேசிக்கும்போது அவர்களுக்கிடையே என்ன நடக்கிறதென்பதைக்கூட வேறு எவரும் அறிந்திருக்கக்கூடாது. அவர்களுக்கிடையே எந்த வகையான பூசல் எழுந்தாலும் அவரவர்களின் சொந்தத் தாயைக்கூட நடுவில் அழைத்து ஒருவரைப் பற்றிய புகாரை மற்றவர் சொல்லக் கூடாது. தங்களைப் பற்றிய முடிவுகளையும் தீர்ப்புகளையும் தங்களுக்குத் தாங்களேதான் வழங்கிக்கொள்ளவேண்டும்.

காதல் என்பது மிகவும் புனிதமான ஒரு புதிர். எது நடந்தாலும் மற்றவர்களின் கண்மறைவிலேயே அது நடந்தேற வேண்டும். அதுவே காதலை மேன்மேலும் புனிதமானதாகவும் சிறப்பானதாகவும் ஆக்கவல்லது.

பரஸ்பரம் ஒருவரை மற்றவர் மரியாதையோடு நடத்த வேண்டும். வாழ்க்கை என்பது பெரும்பாலும் அப்படிப்பட்ட மரியாதையின் மீது கட்டமைக்கப்படுவதுதான். ஒரு காலத்தில் அவர்கள் காதல் வயப்பட்டவர்களாக இருந்து அந்தக் காதலின் அடிப்படையிலேயே திருமணம் செய்துகொண்டவர்களாகவும் இருந்தால் அந்தக் காதல் அவர்களை விட்டு ஏன் விலகிப் போக வேண்டும்? நிச்சயம் அவர்களால் அதைத் தக்கவைத்துக் கொண்டுவிட முடியும். அதைத் தக்க வைத்துக்கொள்ள முடியாமல் போவதென்பது மிக அரிதாகவே நிகழ்கிறது.

கணவன் மட்டும் அன்புடையவனாக நேர்வழியில் நிற்பவனாக இருந்துவிட்டால் அந்தக் காதல் ஏன் நீடிக்க முடியாது? திருமணமான புதிதில் இருந்த அதன் முதல் கட்டத்திலான காதல் கடந்துபோய்விடும் என்பது உண்மைதான். ஆனால் அதற்குப் பிறகு ஏற்படும் அன்பு, அதைவிடக் கூடுதலாக இன்னும்கூட மேலானதாக இருக்கும். அப்போது உயிர்களின் ஒருங்கிணைப்பு நிகழ்ந்திருக்கும். அவர்களிடையே எல்லாமே பொதுவானதாக இருக்கும். எந்த வகையான இரகசியங்களும் அவர்களுக்கிடையில் இருக்காது. அதற்கப்புறம் அவர்கள் குழந்தைகள் பெற்ற பிறகு மிகவும் கடுமையான சமயங்கள்கூட அவர்களுக்கு மகிழ்ச்சிகர மானவையாகவே இருக்கும். அன்பும் நம்பிக்கையும் மட்டும் இருந்

தால் அதுவே போதும். துன்பப்படுவதும்கூட அப்போது இன்பத்தையே அளிக்கும். உங்களுக்கான உணவை உங்கள் குழந்தைகளுக்காக என்று நீங்கள் ஒதுக்கிவிடுவீர்கள். அதுவும் கூட உங்களுக்கு மகிழ்ச்சியாகத்தான் இருக்கும். பிற்காலத்தில் அதை எண்ணிப்பார்த்தபடி அவர்கள் உங்களிடம் அன்பாக இருப் பார்கள்; அப்படிச் செய்வதன் மூலம் உங்கள் எதிர்காலத்துக்கான விதையை நீங்கள் ஊன்றிக்கொள்கிறீர்கள். அவர்கள் வளர்ந்துவரும் கட்டத்தில் நீங்கள் அவர்களுக்கு முன்னுதாரணமாகவும், பக்கத் துணையாகவும் இருந்துவந்திருப்பதை உணர்ந்துகொள்வீர்கள். அதனால் நீங்கள் இறந்துபோன பிறகும்கூட உங்கள் எண்ணங் களையும் உணர்வுகளையும் அவர்கள் மேலெடுத்துச் செல்வார்கள். அவற்றை உங்களிடமிருந்து அவர்கள் பெற்றுக்கொண்டதால் உங்களை ஒத்திருப்பார்கள். அதை வைத்தே இது எத்தனை பெரிய ஒரு கடமை என்பதை நீ புரிந்துகொள்ள முடியும். அந்தக் கடமையை ஆற்றும்போது தந்தையையும் தாயையும் இன்னும்கூட நெருக்கமாக அது இணைத்து வைக்கும். குழந்தைகள் இருப்பதையே ஒரு தண்டனை என்று சொல்லும் சிலர்கூட உண்டு. ஆனால், யாரால் அப்படிச் சொல்ல முடியும்? அது சொர்கத்தைப் போன்ற ஓர் இன்பமில்லையா? உனக்குச் சின்னக் குழந்தைகள் என்றால் பிடிக்குமா லிசா? எனக்கு அவர்கள்மீது பயங்கரமான பிரியம் உண்டு. ரோஜாப்பூவைப் போன்ற குட்டிக் குழந்தை ஒன்று உன் மார்பின் மீது தவழும் போது அதைத் தன் மனைவி சீராட்டுவதைப் பார்க்கும் எந்தக் கணவனின் இதயம்தான் உருகாமல் போகும்? கொழுகொழு என்றிருக்கும் ரோஜா நிறம் கொண்ட ஒரு குண்டுக் குழந்தை, சுருண்டு புரண்டுகொண்டிருக்கும் ஒரு குட்டிப் பாப்பா. கொழுகொழுப்பான அதன் சின்னக் கைகள். கால்கள். மிக மிகக் குட்டியாக இருக்கும் சுத்தமான அதன் சிறுநகங்கள். பார்த்தாலே சிரிக்கத் தோன்றும் அதன் மிகவும் சிறிய உருவம் ஏதோ எல்லாமே புரிந்துவிட்டதைப் போலப் பார்த்துக்கொண்டிருக்கும் அதன் கண் கள். பால் குடிக்கும் வேளையில் உன் மார்பைத் தன் குட்டிக் கைகளால் நெருடியபடி அது விளையாடிக்கொண்டிருக்கும் அப்போது அதன் தந்தை வந்துவிட்டால் பாலருந்தும் மார்பிலிருந்து தன்னை சட்டென்று விலக்கிக்கொண்டபடி ஓர் ஓரத்தில் சுருண்டு கொண்டு அவரைப் பார்த்து அது சிரிக்கும் காட்சி ஒரு விளையாட்டுத்தனமாக இருக்கும். மறு கணமே, அது மிகுந்த பேராசையோடு பாலை மீண்டும் குடிக்கத் தொடங்கிவிடும். இல்லையென்றால் அப்போதுதான் அரும்பத் தொடங்கியிருக்கும் தன் மெல்லிய பற்களால் தாயின் மார்பைக் கடித்துக்கொண்டே அவளை ஓர் ஓரப்பார்வை பார்க்கும். 'நான் உன்னைக் கடித்துக் கொண்டிருக்கிறேன் பார்த்தாயா?' என்று தன் சின்னக் கண்களால்

அது அவளிடம் சொல்வதைப் போலிருக்கும். கணவன், மனைவி, குழந்தை என மூவரும் ஒன்றாக இருக்கும் அப்படிப்பட்ட தருணங்களில் எல்லாமே மிக இனிமையாக மகிழ்ச்சியாக இருக்காதா என்ன? அவ்வாறான வேளைகளுக்காகவே எத்தனை பெரிய விஷயத்தையும்கூட ஒருவர் மன்னித்துவிடலாம். ஆமாம் லிசா. மற்றவர்களைக் குறை சொல்வதற்கு முன்பு, முதலில் நாம் வாழக் கற்றுக்கொண்டாக வேண்டும்."

'இப்படிப்பட்ட காட்சிச் சித்திரங்கள் – சித்திரிப்புக்கள் வழியாகத்தான் ஒருவரால் உன்னை எட்ட முடியும்' என்று எனக்குள் நானே சொல்லிக்கொண்டாலும் நிஜத்தில் உண்மையான உணர்ச்சிப் பெருக்கோடுதான் நான் அதையெல்லாம் பேசியிருந்தேன்; சட்டென்று என் முகம் கூச்சத்தால் சிவந்தது. 'ஒரு வேளை திடீரென்று அவள் வெடித்துச் சிரிக்க ஆரம்பித்து விட்டால் அப்போது என் நிலைமை எப்படி இருக்கும்'. இந்த எண்ணம் என்னை மூர்க்கம் கொள்ள வைத்தது. என்னுடைய பேச்சின் இறுதிப் பகுதியில் உண்மையாகவே நான் மனக் கிளர்ச்சியுற்ற நிலையில் இருந்தேன். அதனால் இப்போது என் தன் முனைப்பு சற்றே காயப்பட்டிருந்தது.

எங்களிடையே நிலவிய அமைதி தொடர்ந்தது. எனக்கு அப்படியே அவளைப் பிடித்து உலுக்கலாம்போல இருந்தது.

"ஏன் நீங்கள்" என்று எதையோ சொல்ல ஆரம்பித்துவிட்டு உடனே நிறுத்திக்கொண்டாள் அவள். ஆனால் எனக்கு எல்லாமே புரிந்துவிட்டது. நடுங்கும் குரலுடன் அவள் பேசிய தொனியில் ஏதோ ஒரு வித்தியாசம் இருந்தது. முன்னைப் போலப் பேச்சை இடைவெட்டும் பாவனையோ, கடுமையோ பிடிவாதமோ அதில் இல்லை. மென்மையும், கொஞ்சம் கூச்சமும் அதில் கலந்திருந்தன. உடனே சட்டென்று ஒரு வெட்க உணர்வு என்னைத் தாக்கியது. அதோடு குற்ற உணர்வும் கூடவே.

"என்ன சொல்கிறாய்" என்று இலேசான ஆர்வத்தோடு கேட்டேன்.

"ஏன் நீங்கள்?"

"என்ன சொல்."

"ஏன் நீங்கள் ஏதோ ஒரு புத்தகத்தை வாசிப்பது போல இப்படிப் பேசிக் கொண்டிருக்கிறீர்கள்?" என்றாள் அவள். அவளது குரலில் மீண்டும் ஒரு மெலிதான கிண்டலின் தொனி இருந்தது.

அவ்வாறு அவள் குறிப்பிட்டது, என் இதயத்தை ஓங்கிக்

குத்துவதைப் போல் இருந்தது. நான் எதிர்பார்த்துக்கொண்டிருந்தது அது அல்ல.

அப்படி என்னைக் கேலி செய்வதன் மூலம் தன் உணர்வுகளை மறைத்துக்கொள்ளவே அவள் முயற்சி செய்துகொண்டிருந்தாள் என்பதை நான் புரிந்துகொள்ளவில்லை.

தங்களுக்கே உரியதான தனிப்பட்ட அந்தரங்கத்திற்குள் எவரேனும் துடுக்குத்தனமாகவும் நாகரிகமற்ற முறையிலும் ஊடுருவிப் பார்க்க முற்படும்போது, தூய்மையும் புனிதமும் கொண்ட உள்ளம் படைத்த மனிதர்கள் வழக்கமாகத் தேடிக்கொள்ளும் கடைசிப் புகலிடம்தான் இது. இறுதிக் கணம் வரை அதை ஏற்றுக் கொள்ளவிடாமல் அவர்களைத் தடுக்கிறது அவர்களது சுய கௌரவம். அதனாலேயே உங்களுக்கு முன்னால் தங்கள் உணர்வுகளை வெளிப்படுத்திவிடாமல் அவர்கள் ஒடுங்கிக் கொண்டுவிடுகிறார்கள்.

என்னைப் பற்றிக் கிண்டலாகச் சொல்ல முற்பட்டபோது அவள் ஒரு பயந்தாங்கொள்ளியைப்போலத் திரும்பத்திரும்பத் தயங்கியபடி இருந்ததிலிருந்தும் கடைசியில் ஒருவழியாக எப்படியோ முயற்சி செய்து அதை வெளிப்படுத்தியதிலிருந்தும் அந்த உண்மையை நான் புரிந்துகொண்டிருக்க வேண்டும். ஆனால் நான் அப்படி ஒன்றை நினைத்தே பார்க்கவில்லை. தீய உணர்வொன்றின் பிடியில் அப்போது நான் ஆட்பட்டிருந்தேன்.

'ம்... கொஞ்சம் பொறுத்திருந்து பார்' என்று எனக்குள் எண்ணிக்கொண்டேன்.

7

"ஐயோ லிசா! புத்தகத்திலிருந்து படிப்பதைப் போல நான் பேசுவதாக உன்னால் எப்படிச் சொல்ல முடிகிறது? உன்னைப் பற்றி எதுவுமே தெரியாத அந்நியனான என்னைக்கூட உன் நிலைமை கவலைப்பட அல்லவா வைக்கிறது? ஆனால் நிச்சய மாக நான் இதை ஒரு வெளியாள் போலப் பார்க்கவில்லைதான். காரணம் உண்மையாகவே இது என் இதயத்தைத் தொடுகிறது. அப்படியிருக்கும்போது இங்கேயே இருந்தாக வேண்டிய கட்டாய நிலைமையில் துன்பப்படாமல் இருப்பது உன்னால் எப்படி சாத்தியம்? அது எப்படி முடியும்? ஆனால் ஒரு விஷயத்துக்குப் பழகிப்போய்விட்டால் ஒருவேளை எந்த அதிசயம் வேண்டுமா னாலும் நடந்துவிடுமோ? பழக்கம் என்பது ஒருவரை எந்த அளவு பாதிக்கக்கூடியது என்பது அந்தக் கடவுளுக்குத்தான் தெரியும். உனக்கு ஒருபோதுமே வயதாகாது என்றும் எப்பொழுதுமே இதே போன்ற அழகுடன் இருப்பாய் என்றும் உண்மையாகவே நீ நினைத்துக்கொண்டிருக்கிறாயா? அப்புறம் அவர்கள் எப்போதுமே உன்னை இங்கே வைத்துக்கொண்டிருக்கப் போகிறார்கள் என்றா எண்ணியிருக்கிறாய்? இங்கே நீ வாழ்ந்துகொண்டிருக்கும் அருவருப்பான கேடுகெட்ட வாழ்க்கையைப் பற்றிச் சொல்ல எதுவுமில்லை. ஆனாலும் ஒன்றே ஒன்றை மட்டும் – உன் இப்போதைய வாழ்க்கையைப் பற்றிய ஒன்றை மட்டும் – சொல்லிக் கொள்கிறேன். இங்கே இப்போது நீ இளமையாகவும் கவர்ச்சியா கவும் இனிமையானவளாகவும்தான் இருந்துகொண்டிருக்கிறாய். நல்ல மனமும் மென்மையான உணர்வுகளும் உன்னிடமிருக்கின்றன. ஆனாலும்கூட உனக்கொன்று தெரியுமா? சற்று நேரம் முன்பு நான் சுய நினைவுக்கு வந்த போது இந்த இடத்தில் இப்படி உன்னோடு இருப்பது எனக்கு வெறுப்பூட்டுவதாகத்தான் இருந்தது. முட்ட முட்டக் குடித்துவிட்டு போதையில் இருப்பவர்களால்தான் இங்கே வரமுடியும்.

ஆனால், நீ வேறெங்காவது இருந்திருந்தால், நல்ல மனிதர் களைப் போல நீயும் வாழ்ந்திருந்தால் ஒருவேளை நீ என்னைக் கவர்ந்திருக்கக்கூடும். நான் உன்மீது காதல்கூடக் கொண்டிருப்பேன். நீ ஒரு வார்த்தைகூடப் பேசாவிட்டாலும் உன் பார்வை ஒன்றிலேயே நான் மகிழ்ந்துபோய்விடுவேன். உன் வீட்டுக் கதவைப் பிடித்துக் கொண்டே தொங்கிக்கொண்டிருப்பேன்; உன் கால்களில் மண்டி யிடுவேன். உன்னை எனக்கு நிச்சயிக்கப்பட்டிருக்கும் மணமகளாகப் பார்க்கத் தொடங்குவேன். அதை நீயும் ஏற்றுக் கொண்டால் அதை

எனக்கு அளிக்கப்பட்ட கௌரவமாகக் கருதுவேன். மிக இலேசான மோசமான எண்ணம்கூட உன்னைப் பற்றி என்னிடம் ஏற்படாது.

ஆனால் இங்கே இந்த இடத்தில் எப்படி இருக்கிறது, கொஞ்சம் பார். நான் ஒரு சீழ்க்கை ஒலி எழுப்பினால் போதும் உனக்கு விருப்பமிருக்கிறதோ இல்லையோ நீ என்னிடம் வந்துதான் ஆக வேண்டும். உன் விருப்பத்தைப் பற்றி அறிந்துகொள்ள நானோ என்னைப் பற்றி அறிய நீயோ முற்படுவதே இல்லை. மிகமிகக் கீழான நிலையில் இருக்கும் ஓர் உழைப்பாளியும்கூடத் தன்னை ஒரு தொழிலாளியாக அடகு வைக்கவே செய்கிறான்; ஆனால், ஒட்டு மொத்தமாக ஒரு முழுமையான அடிமையாக அவன் தன்னை ஆக்கிக்கொள்வதில்லை; தான் அதிலிருந்து விடுபட்டு சுதந்திரமானவனாக ஆகிவிடுவோமென்று அவனுக்குத் தெரியும். ஆனால், நீ எப்போது சுதந்திரமாவாய்? இங்கே நீ எதையெல்லாம் இழந்துகொண்டிருக்கிறாய் என்பதை மட்டும் யோசித்துப் பார். நீ எவற்றையெல்லாம் அடிமையாக்கிக் கொண்டிருக்கிறாய் தெரியுமா; உன் ஆன்மாவை... ஆன்மா இருக்கும் உன் உடலை. எளிதாகப் புறமொதுக்கித் தூக்கிப் போட்டுவிட முடியாத உன் ஆன்மாவை நீ விலைபேசி விற்றுக்கொண்டிருக்கிறாய். இங்கே வரும் குடிகாரர்களுக்கெல்லாம் அவர்கள் பரிகசித்துச் சிரிக்கும் வகையில் உன் காதலைத் தந்துகொண்டிருக்கிறாய். காதல்! அது யாதுமானது என்பதை நீ அறிந்திருக்கிறாயா? அது விலைமதிப்பே இல்லாத ஒரு வைரம். ஓர் இளம்பெண்ணின் பொக்கிஷம் அது. அதை அடைவதற்காகத் தன் உயிரையே காணிக்கையாக்க மரணத்தைக் கூட எதிர்கொள்ள எந்த ஒரு ஆடவனும் தயாராக இருப்பான். ஆனால் இப்போது உன் காதலுக்கான மதிப்புத்தான் என்ன? நீ இங்கே மொத்தமாக விற்பனை செய்யப்பட்டுவிட்டாய் உன் உடல் மனம் எல்லாமே விற்பனையாகிவிட்டன. காதல் என்ற ஒன்று இல்லாமலேயே உன்னிடம் எல்லாம் அடைய முடியும் என்னும் போது உன் காதலை அடைவதற்காக எவருமே முயன்று கொண்டிருக்கப் போவதில்லை. இதைவிடவும் கேவலமான இழிவு ஒரு பெண்ணுக்கு இருக்கவே முடியாது. அது உனக்கே தெரியும். என்ன நான் சொல்வதெல்லாம்? புரிகிறதல்லவா?

உங்களைச் சும்மாவாவது திருப்திப்படுத்துவதற்காக இங்குள்ள முட்டாள்கள், உங்கள் விருப்பத்துக்கு யாரேனும் காதலர்களைத் தேடிக்கொள்ள அனுமதிப்பதுண்டு என்பதையும் நான் அறிந்திருக் கிறேன். ஆனால் அது வெறும் கேலிக் கூத்துத்தான் என்பதையும், மிகவும் வெட்கக் கேடானது என்பதையும் நீ அறிவாயா? அது உன்னை எள்ளி நகையாடுவதைப் போன்ற ஒரு காரியம். ஆனால் நீயோ அதை உண்மையென்றே நம்பிக் கொண்டிருக்கிறாய். உன்

காதலனாக வருபவன் உண்மையிலேயே உன்னைக் காதலிக்கிறான் என்றா நினைக்கிறாய்? என்னால் அதைக் கொஞ்சம்கூட நம்பமுடியாது. அவனிடமிருந்து அகன்று வேறிடத்துக்குச் சென்றுவிட வேண்டுமென்று உனக்கு எந்த ஒரு நிமிடத்திலும் அழைப்புவரக்கூடும் என்பதை அறிந்திருக்கும்போது அவனால் உன்னை எப்படிக் காதலிக்க முடியும்? அப்படி அவனால் அதை அனுமதிக்க முடியுமென்றால் எத்தனை கீழ்த்தரமானவனாக இருப்பான் அவன்? உன்மீது கடுகளவு மரியாதையாவது அவனுக்கு இருக்கமுடியுமா? உங்கள் இருவருக்கும் இடையே பொதுவானதாக என்னதான் இருக்க முடியும்? அவன் உன்னைப் பார்த்துச் சிரித்துக் கொண்டே இந்த பேரத்தில் அவனும் உன்னைக் கொள்ளையடித்துக் கொள்வான். அவன் காட்டும் அன்பு அந்த அளவுக்குத்தான். அவன் உன்னை அடிக்காமல் இருந்தால் நீ ஏதோ அதிர்ஷ்டம் செய்திருக்கிறாய் என்று அர்த்தம். ஆனால் பெரும்பாலும் அப்படி அடிப்பவனாகத்தான் அவன் இருப்பான். உனக்கு அப்படி யாராவது ஒரு காதலன் இருந்தால் அவன் உன்னை மணந்து கொள்ளத் தயாரா என்று கேட்டுப்பார். நீ அப்படிக் கேட்டால் அவன் உன் முகத்தில் காறி உமிழலாம் உன்னை உதைக்கக்கூடச் செய்யலாம். அவ்வாறெல்லாம் செய்யாவிட்டாலும் உன் முகத்துக்கு நேரேயே பரிகாசம் செய்து சிரிக்காமல் அவன் இருக்க மாட்டான் அந்த மனிதன் 'அரைக்காசு' (பென்னி) கூடப் பெறாதவனாக இருக்கலாம்; ஆனாலும் அவன் அப்படித்தான் நடந்துகொள்வான். கொஞ்சம் யோசித்துப் பார். ஏன் உன் வாழ்க்கையை நீ இப்படிப் பாழாக்கிக் கொண்டிருக்கிறாய்? அவர்கள் குடிக்கத் தரும் காப்பிக்காகவும் உனக்குப் போடும் நல்ல சோற்றுக்காகவுமா? உன்னை அவர்கள் ஏன் அப்படி ஊட்டி வளர்க்கிறார்கள்? அதற்கான நோக்கம் என்ன என்பதை எப்பொழுதாவது யோசித்துப் பார்த்திருக்கிறாயா? உண்மையும் நேர்மையும் கொண்ட ஒரு பெண்ணால் அவர்கள் போடும் அந்த உணவை விழுங்க முடியாது; காரணம் எதற்காக அது தனக்குத் தரப்படுகிறது என்பதை அவள் அறிந்திருப்பாள். நீ இங்கே கடன் பிணையாக இருக்கிறாய் எப்போதும் அப்படியேதான் இருப்பாய் இறுதி வரையிலும்கூட நீ பட்ட கடன் தீராது. இங்கு வந்து செல்பவர்கள் உன்னை வெறுக்கத் தொடங்கும் வரையிலும்கூட அது தீரவே தீராது. அது சீக்கிரமாகவே நடந்து முடிந்துவிடும். உன் இளமையின் மீது நம்பிக்கை வைக்காதே. இந்த இடத்தில் இருக்கும்போது உன்னிடத்தில் உள்ள எல்லாமே மிக விரைவாக ஒரு 'எக்ஸ்பிரஸ் ரயி'லைப்போல உன்னிடமிருந்து விலகி ஓடிப் பறந்துவிடும். உன்னை இங்கிருந்து பிடித்து வெளியே தள்ளிவிடுவார்கள், அப்படிப் பிடித்துத் தள்ளி விடுவது மட்டுமல்ல; அதற்கு வெகு

நாட்களுக்கு முன்பே உன் எஜமானி உன்னைப் பிடுங்க ஆரம்பித்திருப்பாள். உன்னைக் கெட்ட வார்த்தைகளால் திட்டுவாள்; உன்னிடம் எரிந்து விழுவாள். உன்னுடைய இளமை ஆரோக்கியம் ஆன்மா என சகலமானவற்றையும் அவளுக்காக நீ தியாகம் செய்யத் தவறிவிட்டது போலவும் ஏதோ நீதான் அவளை நாசமாக்கி வறுமையில் தள்ளிவிட்டது போலவும், அவளை நீ கொள்ளையடித்ததைப் போலவும் உன்னிடம் கூச்சலிடுவாள். அப்போது உனக்குப் பக்கத் துணையாக எவராவது வருவார்கள் என்று மட்டும் எதிர்பார்க்காதே. உன்னைப் போலவே இங்கே தங்கி இருக்கும் உன் சக கூட்டாளிகளும்கூடத் தங்கள் எஜமானியிடம் நல்ல பெயர் வாங்குவதற்காக உன்னைத்தான் பழிப்பார்கள் தூற்றுவார்கள்; காரணம் அவர்கள் எல்லோருமே இங்கே அடிமைகளாக இருப்பவர்கள். தங்கள் சொந்த மனச்சாட்சியையும், இரக்கம் காட்டும் இயல்பையும் அவர்கள் இழந்து பலகாலமாயிற்று. அவர்கள் மிகவும் கெட்டவர்களாக மாறிவிட்டிருப்பார்கள். அவர்களால் பழிக்கப்படுவதைவிட மோசமான வேறெதுவுமே இந்த உலகில் இல்லை. அது மிகவும் அருவருப்பூட்டுவதாகவும், உன்னை ரொம்பவே கேவலப் படுத்துவதாகவும் இருக்கும். நீயோ உன் இளமை, அழகு, உடல்வலு என எல்லாவற்றையும் நிபந்தனை இல்லாமல் இங்கே இவர்களிடம் சமர்ப்பித்துக் கொண்டிருக்கிறாய். உனக்கு இருபத்திரண்டு வயதாகும்போது முப்பத்தைந்து வயதான பெண்மணியைப் போல நீ தோற்றமளிப்பாய்; உனக்கு வேறு ஏதாவது நோய் தொற்றிக் கொள்ளாமல் இருந்தால் அது நீ செய்த அதிர்ஷ்டம். அதற்காகக் கடவுளிடம் வேண்டிக்கொள். இங்கே ஏதோ செய்வதற்கு வேலையே இல்லாமல் உல்லாசமாகப் பொழுது போக்கிக்கொண்டிருப்பதாகத் தான் இப்போது நீ நினைத்துக்கொண்டிருக்கிறாய். அது எனக்கு சந்தேகமில்லாமல் தெரிகிறது. ஆனால் இந்த வேலையைப் போலக் கடினமானதும் கொடுமையானதுமான ஒன்று இந்த உலகிலேயே வேறெதுவும் இல்லை. இதுவரை இருந்ததும் இல்லை. உன்னுடைய இதயம் மட்டும் சுக்குநூறாகக் கிழிந்து கண்ணீர் வடித்துக் கொண்டிருக்கும் என்பதைச் சற்று எண்ணிப் பார். இங்கே இருந்து உன்னை வெளியே தள்ளும்போது உன்னால் ஒரு வார்த்தைகூட – ஏன் ஒரு வார்த்தையில் பாதியைக்கூட – அவர்களிடம் பேச முடியாது. ஏதோ நீதான் குற்றம் செய்துவிட்டதைப் போல வெளியே போக வேண்டியிருக்கும். இங்கே இருந்து இன்னொரு வீட்டுக்குப் போவாய். பிறகு மூன்றாவதாக ஒரு இடம். அப்புறம் வேறெங்காவது. கடைசி கடைசியாக வைக்கோல் சந்தைப் பகுதிக்கு வந்து சேரும் வரை இப்படி அலைக் கழிக்கப்படுவாய். அந்தப் பகுதியில் ஒவ்வொரு முறையும் நீ அடிவாங்க வேண்டியதாகத்தான் இருக்கும்.

அங்கேயுள்ள 'நல்ல' நாகரிகம் என்பது அதுதான். உன்னைத் தேடி வரும் வாடிக்கையாளர்கள் எவருக்கும் அப்படி அடிக்காமல் நட்பாக இருப்பது எப்படி என்று தெரியாது. அங்கேயுள்ள நிலைமை அவ்வளவு மோசமாக வெறுப்பூட்டக்கூடியது என்பதை உன்னால் நம்ப முடியவில்லை இல்லையா? அப்போதாவது ஒரு தடவை நீயே அங்கே போ. உன் கண்களாலேயே அதைப் பார்.

ஒருமுறை ஒரு புத்தாண்டு தினத்தன்று ஒரு வீட்டின் கதவருகே ஒரு பெண்ணை நான் பார்த்தேன். அவள் தாங்க மாட்டாமல் அழுதுகொண்டிருந்ததால் அவர்கள் சும்மா ஒரு வேடிக்கைக்காக, பனியின் கொடுமையை அவள் உணரவேண்டும் என்று வெளியே தள்ளிக் கதவை மூடிவிட்டார்கள். அந்தக் காலை ஒன்பது மணி வேளையில் அவள் முழு போதையிலிருந்தாள்; ஆடையெல்லாம் சீர்குலைந்து கிடக்க அரை நிர்வாணக் கோலம். உடம்பெல்லாம் அடிவாங்கியதன் அடையாளமாக இரத்தக் காயங்கள். இரத்தம் கட்டிப்போய்க் கறுத்துப்போன கண்கள். அவளது பற்களிலிருந்தும் மூக்கிலிருந்தும் இரத்தம் கொட்டிக்கொண்டிருந்தது. யாரோ ஒரு வண்டிக்காரன் அப்போதுதான் அவளை அடித்துப் போட்டிருந் தான். கல் படிகளில் உட்கார்ந்திருந்த அவள் தன் கையில் உப்புக் கருவாடு போன்ற எதையோ வைத்துக் கொண்டிருந்தாள். அங்கே சுற்றியிருந்த வண்டிக்காரர்களும், போதையிலிருந்த இராணுவ வீரர்களும் கதவுக்கு அருகே கூட்டம் போட்டபடி அவளைப் பரிகாசம் செய்துகொண்டிருந்தார்கள்.

உனக்கும்கூட அப்படி ஒருநிலை வரக்கூடுமென்பதை உன் னால் நம்ப முடியவில்லை இல்லையா? எனக்கும்கூட அதை நம்புவதற்கு வருத்தமாகத்தான் இருக்கிறது. ஆனால், உனக்கு என்ன தெரியும்? ஒரு வேளை இப்போது உப்புக்கருவாட்டோடு படிக்கட்டில் உட்கார்ந்துகொண்டிருந்த அந்தப் பெண்மணி எட்டு, பத்து வருடங்களுக்கு முன்னால் கள்ளங்கபடமற்ற ஒரு தேவதை யாக, பரிசுத்தமான ஒரு குழந்தையைப் போலக்கூட இருந்திருக்கலாம்; தீய விஷயம் என்று எதையுமே அறியாதவளாக தன்னிடம் பேசப்படும் ஒவ்வொரு வார்த்தைக்கும் கூச்சப்படுபவளாக அவள் இருந்திருக்கலாம். ஒரு வேளை உன்னைப் போலவே அவளும் தன்முனைப்பு கொண்டவளாகவும் பிறரைப் போல இல்லாமல் தொட்டாற் சிணுங்கி மாதிரி எல்லாவற்றையுமே தவறாக எடுத்துக் கொள்பவளாகவும்கூட இருந்திருக்கலாம். ஒரு வேளை அவள் ஓர் அரசியைப் போன்ற தோற்றத்தோடுகூட இருந்திருக்கலாம்; தான் யாரைக் காதலிக்க வேண்டும் என்பது குறித்துப் புரிந்து வைத்திருப் பவளாக, தான் மணக்கும் ஆடவனுக்குத் தன்னால் எப்படிப்பட்ட

சந்தோஷம் கிடைக்கும் என்பதை அறிந்திருப்பவளாகவும்கூட அவள் இருந்திருக்கலாம். உனக்குத் தெரியுமா, அதெல்லாம் எப்படி முடிந்ததென்று? நாற்றம் பிடித்த அந்தப் படிக்கட்டில் அந்தக் கருவாட்டைக் கையில் ஏந்தியபடி குலைந்துபோன ஆடையோடு அவள் ஓங்கி ஓங்கி அதை அடித்துக்கொண்டிருந்தாளே அந்த நிமிடத்தில் அவளது உள்ளத்தில் என்னவெல்லாம் ஓடியிருக்கும்? தந்தையின் வீட்டில் பரிசுத்தமானவளாக இருந்த தன் இளமைக் கால நாட்கள், தான் பள்ளிக்குச் செல்லும்போது வழியில் குறுக்கிட்டபடி, உயிரோடு இருக்கும்வரை அவளைக் காதலிப்பேன் என்றும் அவளுக்காக உயிரையும் தர சித்தமாக இருப்பேன் என்றும் சொன்ன அந்தப் பக்கத்து வீட்டுப்பையன் உரிய வயது வந்த பிறகு தாங்கள் இருவரும் மணம் செய்துகொள்ளலாம் என்று அவர்கள் இருவரும் எடுத்துக்கொண்ட உறுதிமொழிகள் இப்படிப் பலவும் அவள் நெஞ்சில் அந்த நேரத்தில் ஓடியிருக்கக் கூடும்

இல்லை லிசா. சற்று முன்பு ஏதோ ஒரு மூலையில் ஒரு நிலவறை போன்ற ஒன்றில் இறந்துபோனாளே அந்தப் பெண் அவளைப் போலவே நீயும் சீக்கிரம் காசநோயால் இறந்து போனால்கூட அது நல்லதாக உனக்கு நன்மை தருவதாகத்தான் இருக்கும். மருத்துவமனையில் இறப்பது பரவாயில்லை என்றா சொல்கிறாய்? அவர்கள் ஒருவேளை உன்னை அங்கே அழைத்துச் சென்றால் நீ கொஞ்சம் அதிர்ஷ்டசாலிதான். ஆனால்.. இங்கே உள்ள எஜமானி உன்னை வைத்து இன்னும்கூடக் கொஞ்சம் பயனடையும் அளவுக்கு நீ இருந்துவிட்டால்?

காசநோய் என்பது ஒரு வினோதமான வியாதி; அது காய்ச்சலைப் போன்றதில்லை. கடைசி நிமிடம் வரை காசநோயாளி ஏதோ ஒரு நம்பிக்கையுடனேதான் இருப்பான்; தான் நன்றாக இருப்பதாகவே சொல்லிக்கொண்டிருப்பான். தன்னைத்தானே அப்படி ஏமாற்றிக்கொண்டிருப்பான்; உன் எஜமானிக்கு அதுதான் வசதியானதும்கூட. உனக்கும் அப்படித்தான் இருக்கப்போகிறது அதில் சந்தேகமே படாதே. நீ உன் ஆன்மாவையே விற்றுவிட்டாய். அதற்கும் மேலாக நீ அவளுக்குக் கடன்பட்டும் வேறு கிடக்கிறாய். அதனால் ஒரு வார்த்தைகூட உன்னால் பேசமுடியாது. ஆனால் நீ இறந்துபோகும் அந்த நேரத்தில் உன்னைச் சுற்றியிருக்கும் எல்லோருமே உன்னைக் கைவிட்டுவிடுவார்கள். உன்னிடமிருந்து முகத்தைத் திருப்பிக்கொண்டு போய்விடுவார்கள். காரணம், உன்னிடமிருந்து அவர்களுக்கு இனிமேல் எதுவும் கிடைக்கப் போவதில்லை என்பதுதான். இன்னும்கூடச் சொல்லப்போனால் செத்துப்போகாமல் இழுத்தடித்துக் கொண்டு இந்த இடத்துக்கு

பாரமாக இருப்பதாக வேறு அவர்கள் உன்னைத் தூற்றுவார்கள். நீ எவ்வளவுதான் கெஞ்சினாலும் வசவு வாங்காமல் ஒரு கோப்பைத் தண்ணீர்கூட உனக்குக் கிடைக்காது.

'ஏ! அருவருப்பான வேசிப் பெண்ணே, நீ எப்போதுதான் போய்த் தொலையப் போகிறாயோ? உன் அழுகையும் முனகலும் இங்கே யாரையுமே தூங்க விடுவதில்லை. இங்கே வருகிற வாடிக்கையாளர்களும்கூட அதனால் எரிச்சலடைந்துவிடுகிறார் கள் என்றெல்லாம் உன்னை ஏசுவார்கள். ஆமாம். அதெல்லாம் உண்மைதான். அப்படிப்பட்ட விஷயங்களை நானே என் காதால் கேட்டிருக்கிறேன். நானேகூட அப்படிச் சொல்லியும் இருக்கிறேன். நீ செத்துக்கொண்டிருக்கும் தருவாயில் அடித்தளத்து நிலவறை போன்ற ஏதோ ஒரு மூலையில் ஈரப்பதமும், இருட்டும் மண்டிக் கிடக்கும் இடத்தில் உன்னை அவர்கள் திணித்து வைப்பார்கள். அங்கே தனியாகப் படுத்துக் கிடக்கும் வேளையில் உன் எண்ணங்கள் எப்படியெல்லாம் இருக்கும்?

நீ இறந்துபோன பிறகு முகம் தெரியாத ஏதோ சில கைகள் முணுமுணுத்துக்கொண்டே எரிச்சலோடும், பொறுமை இல்லாமலும் உன்னைத் தூக்கி எடுக்கும். இறந்த பிறகு, உனக்கு ஆசி வழங்கவோ உனக்காகப் பெருமூச்சு விடவோ ஒருவருமே இருக்கமாட்டார்கள். எவ்வளவு சீக்கிரம் முடியுமோ அவ்வளவு சீக்கிரம் உன்னை அங்கிருந்து அப்புறப்படுத்திவிட வேண்டுமென்றே அவர்கள் விரும்புவார்கள். இன்று அந்தப் பாவப்பட்ட பெண்ணை எடுத்துச் சென்றதைப் போல ஒரு சவப்பெட்டியை வாங்கி உன்னைக் கல்லறைக்குக் கொண்டு போவார்கள்; பிறகு சாராயக் கடையில் குடித்துக்கொண்டே உன் நினைவைக் கொண்டாடு வார்கள்.

உன் சவப்பெட்டியை இறக்கும் அந்தக் குழிக்குள் சகதியும் அழுக்குகளும் ஈரமான பனிக்கட்டிகளும் மண்டிக்கிடக்கும். உனக்காக அதையெல்லாம் அப்புறப்படுத்த வேண்டுமென்றுகூட அவர்களுக்குத் தோன்றாது.

'இறக்கு தம்பி.. ம்.. இறக்கி உள்ளே வை. அவளுக்குக் கிடைத்திருக்கும் அதிர்ஷ்டம் இவ்வளவுதான். இங்கேயும் பார் இந்த வேசியை எப்படித் தலையை நிமிர்த்திக்கொண்டு கிடக்கிறாள் என்று.'

'ம்.. கயிற்றைப்பிடித்து உள்ளே இறக்கு சின்னப்பயலே'

'எல்லாம் சரியாகத்தான் இருக்கிறது'

'எல்லாம் சரிதான் ஆனால் அவள் மட்டும் ஒரு பக்கமாய்ச் சரிந்து கிடக்கிறாளே? பாவம் ஒரு காலத்தில் அவளும் கூட ஒரு மனித ஜன்மமாக இருந்திருப்பவள்தானே. சரி பரவாயில்லை போகட்டும் விடு. மண்ணைத் தூக்கி அவள்மீது போட்டு மூடு.

உனக்காக இப்படி சண்டை போட்டுக்கொண்டிருப்பதில் அவர்கள் அதிக நேரத்தை வீணாக்கமாட்டார்கள். ஈரப்பதத் தோடு இருக்கும் நீலநிறம் படர்ந்த சகதி மண்ணை எவ்வளவு முடியுமோ அவ்வளவு வேகமாக அள்ளித் தூவிவிட்டு அவர்கள் நேரே சாராயக்கடைக்குப் போய்விடுவார்கள். பூமியில் உன்னைப் பற்றி இருந்த ஞாபகங்களெல்லாம் அதோடு ஒரு முடிவுக்கு வந்துவிடும். உலகத்திலுள்ள மற்ற பெண்களுக்கெல்லாம் அவர்களது சமாதிக்குச் செல்வதற்குக் குழந்தைகளோ, தகப்பன்மாரோ, கணவர்களோ இருப்பார்கள். ஆனால், உனக்காக ஒரு சொட்டுக் கண்ணீரோ பெருமூச்சோ விடுவதற்கும் உன்னை நினைவுபடுத்திக் கொள்வதற்கும் மட்டும் யாருமே இருக்க மாட்டார்கள். உன் சமாதிக்கு உன்னைப் பார்ப்பதற்காக வருபவர்கள் இந்த உலகத்தில் யாருமே இருக்கமாட்டார்கள். ஏதோ நீ இந்த மண்ணில் பிறந்து வாழாதது போல உன் பெயர் இந்த பூமியிலிருந்தே அழிந்துபோகும்.

மரணமடைந்துவிட்ட நீ, இரவு நேரத்தில் உயிருடன் எழுந்து உன் சவப்பெட்டியை ஓங்கித் தட்டியபடி இவ்வாறு ஓலமிடுவாய்...

'அன்பு கொண்ட ஜனங்களே... என்னைக் கொஞ்சம் வெளியே செல்ல விடுங்கள். பகல் வெளிச்சத்தைப் பார்த்து வாழ விடுங்கள். நான் வாழ்ந்ததெல்லாம் ஒரு வாழ்க்கையே இல்லை. அழுக்குத் துடைக்கிற துணியைத் தூக்கிப் போடுவதைப் போல என் வாழ்க்கையும் வீசிப்போடப்பட்டுவிட்டது. வைக்கோல் சந்தை யிலிருக்கும் சாராயக்கடையில், என் வாழ்க்கையையும் குடித்து முடித்துவிட்டார்கள். அன்பான மக்களே என்னை வெளியே விடுங்கள், இந்த உலகத்தில் மறுபடியும் வாழ வையுங்கள்' என்றெல்லாம் நீ எவ்வளவுதான் கெஞ்சி மன்றாடினாலும் அந்தப் புதைகுழியில் இருக்கும் குப்பைகளையும், சகதியையும் தவிர வேறெதையும் உன்னால் பார்க்க முடியாது."

மிகவும் உணர்ச்சிவசப்பட்ட நிலையில், என்னை நானே வருத்திக்கொண்டு இதைப் பேசி முடித்தபோது, என் தொண் டையில் ஏதோ உருண்டையாக அடைத்துக்கொண்டது. திடீரென்று பேச்சை நிறுத்திக்கொண்டு உட்கார்ந்தேன். இருப்புக் கொள்ளாமல் பதற்றத்தோடு சாய்ந்தபடி படபடக்கும் இதயத்தோடு அவள் என்ன பேசுவாள் என்பதைக் கேட்க ஆயத்தம் செய்துகொண்டேன். அப்படிப்பட்ட தவிப்பும் தர்மசங்கடமுமான

ஒரு நிலையில் நான் இருந்ததற்குக் காரணம் இருந்தது. இத்தனை நேரமும் நான் அவளுடைய ஆன்மாவையே தலைகீழாகப் புரட்டிப் போட்டிருந்தேன். அவள் இதயத்தின் குரல்வளையை நெரித்துக் கொண்டிருந்தேன். அப்படிச் செய்துவிட்டேன் என்ற திருப்தி எனக்கு ஏற்பட்ட பிறகு, அதனுடைய விளைவு என்னவாக இருக்கும் என்பதை முடிந்தவரை விரைவாகத் தெரிந்துகொள்ளவும், அதன் பாதிப்பு சரியாகப் போய்ச் சேர்ந்திருக்கிறதா என்பதை அறிந்து கொள்ளவும் நான் மிகுந்த ஆவலோடு இருந்தேன். அந்தப் பேச்சில் நான் காட்டிய திறமைதான் என்னை அப்படி விளையாடுமாறு செய்தது. ஆனாலும், அது வெறும் விளையாட்டு மட்டுமே அல்ல.

நான் இறுக்கமாகவும் செயற்கையாகவும் 'ஏட்டுச்சுரைக் காயைப் போலவும்தான் பேசிக்கொண்டிருந்தேன் என்பது எனக்குத் தெரியும். சொல்லப்போனால் 'ஒரு புத்தகம் வாசிப்பதைப்' போல இல்லாமல் வேறு எப்படியும் என்னால் பேச முடியாதுதான். ஆனால், என்னைத் துன்பப்படுத்தியது அது இல்லை. என்னை அவள் புரிந்துகொள்ள வேண்டும் என்றும், அதற்கு இப்படிப் 'புத்தகத்தன'மாக இருப்பதுதான் உதவக்கூடும் என்றுமே நான் எண்ணிக்கொண்டிருந்தேன். ஆனால், இப்போது என் பேச்சால் ஏற்பட்ட விளைவைப் பார்த்து நான் கலவரத்தால் உறைந்து போனேன். அவள் தன் முகத்தைக் குப்புற வைத்துக்கொண்டு அதைத் தலையணையில் புதைத்தபடி படுத்துக்கொண்டிருந்தாள். அவளது கைகள் இரண்டும் அந்தத் தலையணையை இறுகப் பற்றிக்கொண்டிருந்தன. அவளது இதயம் சுக்கு நூறாகக் கிழிந்திருந்தது; இளமையான அவள் மெல்லுடல் இழுப்பு வந் ததைப் போல நடுங்கிக்கொண்டிருந்தது. நெஞ்சுக்குள் அடக்கிக் கொள்ள முயன்ற குமுறல்களெல்லாம் திடீரென்று வெளியில் வெடிக்க அவள் அழுது புலம்பத் தொடங்கினாள். பிறகு தலையணையை மேலும் தன்னோடு இறுக்கமாக நெருக்கிக் கொண்டாள். அவள் அப்போது அனுபவித்துக்கொண்டிருந்த துயரத்தையும் வடித்த கண்ணீரையும் இங்கிருக்கும் எவரும் எந்த ஒரு மனித ஜீவனும் அறிந்துகொள்வதை அவள் விரும்பவில்லை. அவள் முதலில் தலையணையைக் கடித்தாள். பிறகு இரத்தம் வருமளவுக்குத் (அதை நான் பிறகுதான் பார்த்தேன்) தன் கையைக் கடித்தாள்; அப்படிச் செய்யாதபோது குலைந்து கிடந்த தலை முடியைத் தன் விரல்களால் அளைந்தாள். அதிகபட்ச முயற்சி யோடு தன்னைக் கட்டுப்படுத்திக்கொள்ள முனைந்தபடி தன் மூச்சை அடக்கிக்கொண்டு பற்களை கடித்துக்கொண்டாள். நான் அவளிடம் ஏதோ சொல்ல முயன்றேன்; கொஞ்சம் அமைதியாக இருக்குமாறு அவளிடம் இறைஞ்ச எண்ணினேன். ஆனால்

ஃபியோதர் தஸ்தயெவ்ஸ்கி ◆ 163

அதற்கான துணிவு என்னிடம் இல்லை என்பதை உணர்ந்து கொண்டேன். திடீரென்று ஏதோ குளிர் ஜுரத்தால் தாக்கப்பட்டவனைப் போல பயந்து நடுங்கிப்போனவனைப் போல, என் உடைகளை அந்த இருட்டில் துழாவி எடுத்தேன்; விரைவாக உடையணிந்துகொண்டு அங்கிருந்து சென்றுவிடவேண்டும் என்ற அவசரத்தில் இருந்தேன். மிகவும் இருட்டாக இருந்ததால் நான் எவ்வளவுதான் முயன்றபோதும் என்னால் அத்தனை வேகமாக உடை உடுத்திக்கொள்ளமுடியவில்லை. சட்டென்று ஒரு தீப்பெட்டியும், மெழுகுவர்த்தி ஸ்டாண்டும் என் கண்ணுக்குத் தட்டுப்பட்டது. அறையில் வெளிச்சம் வந்த மாத்திரத்தில் லிசா துள்ளியெழுந்தபடி படுக்கையில் உட்கார்ந்தாள். நெளிந்து வளைந்துகொண்டு அரைப் பைத்திய நிலையில் புன்னகைத்தபடி எந்த உணர்ச்சியும் இல்லாமல் என்னைப் பார்த்துக் கொண்டிருந்தாள். நான் அவள் அருகில் அமர்ந்து அவளது கைகளைப் பற்றிக்கொண்டேன். அவள் தன் சுயநினைவுக்கு மீண்டபடி, என்னைத் தழுவிக்கொள்ள முயல்வது போல என்னருகே வந்தாள்; ஆனாலும் அதைச் செய்யத் துணிவில்லாமல் மெல்ல என் முன்பு தலைகுனிந்தாள்.

"லிசா என் அன்பே!" நான் ஏதோ தவறாகப் பேசிவிட்டேன். மன்னித்துவிடு கண்ணே நான் அப்படிப் பேசியிருக்கக் கூடாது" என்று நான் ஏதோ சொல்லத் தொடங்கியதுமே அவள் தன் விரல்களால் என் கைகளை அழுத்திப் பிசைந்தாள். நான் ஏதோ தவறாகச் சொல்லிக்கொண்டிருந்தேன் என்பதை உணர்ந்த படி பேச்சை நிறுத்திக்கொண்டேன்.

"இதுதான் என்னுடைய முகவரி லிசா. என்னை வந்து பார்."

"நான் நிச்சயம் வருகிறேன்" என்று உறுதியாகச் சொன்னபடி, தன் தலையை மேலும் கொஞ்சம் தாழ்த்திக்கொண்டாள்.

"சரி இப்போது நான் போயாக வேண்டும். விடைபெறுகிறேன் மீண்டும் சந்திப்போம்."

நான் எழுந்துகொண்டேன்; அவளும் எழுந்து நின்றபடி திடீரென்று கூச்சத்தோடு நெளிந்தாள். நாற்காலியில் கிடந்த ஒரு சால்வையை எடுத்துத் தன் முகவாய் வரை அதற்குள் பொதிந்து கொண்டாள். அப்படிச் செய்யும்போது மீண்டும் ஒருமுறை ஒரு சோகையான புன்னகையோடு நாணியபடி என்னை வினோதமாகப் பார்த்தாள். எனக்கு அவளை எண்ணும்போது வருத்தமாகத் தான் இருந்தது; ஆனாலும் அங்கிருந்து அவசர அவசரமாக எங்காவது மறைந்துபோய்விட வேண்டும் என்றே தோன்றியது.

கதவுக்கு அருகிலிருக்கும் வழிநடையில் சட்டென்று என் மேல் கோட்டைத் தன் கைகளால் பற்றி இழுத்தபடி "ஒரு நிமிடம் பொறுங்கள்" என்றாள். தன் கையிலிருந்த மெழுகுவர்த்தியை மிக வேகமாகக் கீழே வைத்துவிட்டு எங்கோ ஓடினாள்; ஏதோ ஒன்று அவளுக்கு நினைவு வந்திருக்க வேண்டும், இல்லையென்றால் ஏதோ ஒன்றை என்னிடம் காட்ட வேண்டும் என அவள் எண்ணியிருக்கலாம். அப்படி ஓடும்போது அவள் முகம் நாணத்தால் சிவந்திருந்தது; அவள் கண்கள் ஜொலித்துக்கொண்டிருந்தன; இதழோரத்தில் ஒரு புன்னகையும்கூட. இதற்கெல்லாம் என்ன பொருள்? என் விருப்பத்தையும் மீறிக்கொண்டு அவளுக்காக நான் காத்துக்கொண்டிருந்தேன். ஒரு நிமிடம் கழித்து அவள் திரும்பி வந்தபோது எதற்காகவோ மன்னிப்புக் கேட்கும் பாவனை அவளிடம் இருந்தது. ஆனால் அதற்கு முந்தைய மாலையில் பார்த்த அந்த முகமோ, துயரம் தோய்ந்த, இருளடர்ந்த, நம்பிக்கையில்லாத, பிடிவாதமான அந்தப் பார்வையோ அப்போது அவளிடம் இல்லை. இப்போது அவளது கண்கள் மென்மையாக ஏதோ இறைஞ்சுவதைப் போல இருந்தன. அதே நேரத்தில் அவற்றில் நம்பிக்கையும் அன்பும் இலேசான கூச்சமும்கூட இருந்தன. தாங்கள் மிகவும் நேசிக்கும் மனிதர்களிடம் ஏதோ ஒரு தயவை எதிர்பார்த்தபடி பார்க்கும் குழந்தைகளின் பார்வையாக அது இருந்தது. அவள் கண்கள் இளம்பழுப்பு நிறத்தில் மிக அழகாகவும், உயிர்ப்போடும் இருந்தன. காதலையும் அதே வேளையில் எரிச்சலோடு கூடிய வெறுப்பையும் வெளிப்படுத்தும் திறன்பெற்ற கண்கள் அவை.

விளக்கம் தராமலேயே எல்லாவற்றையும் புரிந்துகொள்ளக் கூடிய திறமை பெற்ற ஒரு பெரிய மனிதனைப்போல என்னை பாவித்தபடி எதுவுமே சொல்லாமல் ஒரு துண்டுக் காகிதத்தை மட்டும் என்னிடம் நீட்டினாள். அந்தக் கணம் அவளது முகம் கள்ளங்கபடமற்ற ஒரு குழந்தையின் முகம்போல ஏதோ ஒரு வெற்றிக் களிப்பில் சுடர்விட்டுக்கொண்டிருந்தது. நான் அந்தக் காகிதத்தைப் பிரித்துப் பார்த்தேன். அந்தக் கடிதம், மருத்துவப் படிப்போ அதைப் போன்ற வேறு ஏதோ ஒன்றோ படிக்கும் மாணவனிடமிருந்து அவளுக்கு வந்திருந்தது. மிகவும் நேர்த்தியான நடையில் அலங்காரமான வார்த்தைகளுடன் எழுதப்பட்டிருந்தாலும் மிகவும் கௌரவமான முறையில் அமைந்திருந்த ஒரு காதல் கடிதம் அது. அதிலிருந்த சொற்களை அப்படியே நினைவு கூர்வது என்னால் முடியாதென்றபோதும் மிக உயர்வான அந்த மொழிநடையினூடே ஆத்மார்த்தமான உண்மையும் பொதிந்திருந்தது. ஏமாற்றக்கூடிய கள்ளத்தனமான எதுவுமே அதில் இல்லை.

நான் அதைப் படித்து முடித்தபோது ஒரு பிரகாசத்தோடும், ஒரு கேள்விக் குறியோடும் குழந்தைத்தனமான அவசரத்தோடும் அவள் கண்கள் என்மீது பதிந்திருந்தன. என் முகத்திலேயே நிலை குத்தி நின்றிருந்த அவள் விழிகள் நான் என்ன பதில் சொல்லப் போகிறேன் என்பதை எதிர்பார்த்துப் பொறுமையிழந்து காத்திருந்தன. பிறகு அவளே மகிழ்ச்சியோடும் பெருமிதத்தோடும் என்னிடம் இதை விவரித்தாள். அவள் ஒரு கௌரவமான ஒருவரின் குடும்பத்தில் நடந்த விருந்தில் – நடனமாடப் போயிருக்கிறாள். அவர்களுக்கு அவளைப் பற்றி எதுவும் தெரியாது. சுத்தமாகவே எதுவும் தெரியாது. 'இந்த மாதிரி' ஒரு இடத்துக்கு அவள் அண்மையில்தான் வந்து சேர்ந்திருக்கிறாள். 'எப்படியோ' என்னமோ நடந்து இந்த மாதிரி இடத்துக்கு அவள் வந்து விட்டாள். ஆனால் இங்கேயே இருக்கப்போவதாக அவள் நினைத்துக்கொள்ளவில்லை. கடன் அடைந்த பிறகு கட்டாயம் இங்கிருந்து போய்விடுவாள். அவள் நடனமாடுவதற்காகச் சென்ற அந்த வீட்டில் அந்த மாணவனும் மாலை முழுவதும் அவளோடு சேர்ந்து நடனமாடியிருக்கிறான். அவளும் அவனும் பேசிக் கொண்டிருந்தபோதுதான் ரீகாவில் அவள் வசித்த அந்தப் பழைய நாட்களில் அவனும் தன் குழந்தைப் பருவத்தைக் கழித்திருப்பதும் அவர்கள் இருவரும் சேர்ந்துகூட விளையாடியிருக்கிறார்கள் என்பதும் தெரிய வந்திருக்கிறது. அவளுடைய பெற்றோரைக்கூட அவனுக்குத் தெரியும். ஆனால், இந்த விஷயத்தைப் பற்றி மட்டும் அவனுக்குத் தெரியாது. எதுவுமே தெரியாது. அதைப் பற்றி ஒரு சின்ன சந்தேகம்கூட இல்லை அவனுக்கு. நடனம் நடந்ததற்கு மறுநாளன்று (மூன்று நாட்களுக்கு முன்பு) இந்தக் கடிதத்தை அவளுடைய தோழியின் மூலம் அவன் கொடுத்தனுப்பி யிருக்கிறான். அந்தத் தோழியோடுதான் அவள் அன்று அந்த விருந்துக்குச் சென்றிருந்தாள். அவ்வளவுதான் விஷயம்.

இவற்றைச் சொல்லி முடித்ததும் ஒரு வகையான கூச்சத்துடன் ஜொலித்துக்கொண்டிருந்த தன் கண்களை சற்றே தாழ்த்திக் கொண்டாள் அவள்.

பாவப்பட்ட அந்தப் பெண், அந்த மாணவனின் கடிதத்தை ஒரு பொக்கிஷத்தைப் போலப் பாதுகாத்து வந்திருக்கிறாள். அவள் ஓடியது அவளது அந்த ஒரே ஒரு பொக்கிஷத்தை எடுத்து வருவதற்குத்தான். அவளையும்கூட ஒருவன் நேர்மையாகவும் உண்மையாகவும் விரும்பியிருக்கிறான். அவளை மரியாதையாக அழைத்திருக்கிறான் என்பதைப் பற்றித் தெரிந்துகொள்ளாமல் அங்கிருந்து நான் செல்வதை அவள் விரும்பவில்லை என்பது தெரிந்தது. அந்தக் கடிதம் அவளுடைய பெட்டியிலேயேதான்

கிடக்கப்போகிறது என்பதிலும் தொடர்ந்து எந்தவிளைவும் அதனால் ஏற்படப்போவதில்லை என்பதிலும் எனக்கு சந்தேகமே இல்லை; என்றாலும் தன் வாழ்நாள் முழுவதும் தன் சுய கௌரவத்தின் அடையாளமாகவும், தன்னை நியாயப்படுத்திக் கொள்ளும் முறையிலும் அந்தக் கடிதத்தை அவள் விலையுயர்ந்த பொக்கிஷம் போலப் பாதுகாத்து வரப்போகிறாள். இப்போது இந்த நேரத்தில் சட்டென்று அது பற்றி அவளுக்கு நினைவு வந்ததும், எனக்கு முன்னால் சூதுவாதில்லாமல் தன் பெருமையை வெளிப்படுத்திக்கொள்ள நினைத்தபடி அதை எடுத்து வந்திருக்கிறாள். நானும்கூட அதைப் பார்க்க வேண்டும், அவளைப் பற்றி உயர்வாக நினைக்கவேண்டும் என்று விரும்பியிருக்கிறாள். நான் எதுவுமே பதில் சொல்லாமல், அவள் கைகளைப் பற்றி அழுத்தி விட்டு வெளியே சென்றேன். அங்கிருந்து விலகிச் சென்று விட வேண்டுமென்ற அளவுகடந்த தவிப்பு என்னிடம் இருந்தது. உருகிவழிந்துகொண்டிருந்த பனி, பெரிய பெரிய வில்லைகளாக மேலே விழுந்துகொண்டிருப்பதைக்கூடப் பொருட்படுத்தாமல் நான் வீடு வரை நடந்தே சென்றேன். சோர்வும் களைப்பும் திகைப்பும் என்னை ஆட்கொண்டிருந்தன. ஆனாலும் அந்தத் திகைப்புக்கு இடையிலேயும்கூட ஓர் உண்மை சுடர்விட்டுக் கொண்டு இருந்ததுதான் வெறுப்பூட்டும் ஓர் உண்மை.

8

அந்த உண்மை என்ன என்பதை உணரவும் அதை ஒத்துக் கொள்ளவும் எனக்கு சிறிது நேரமாயிற்று. சில மணிநேரம் என்னைப் பாரமாக அழுத்திய ஆழ்ந்த உறக்கத்தில் அமிழ்ந்து கிடந்த பின் கண்விழித்தேன். உடனடியாக முதல் நாள் நடந்த எல்லாமே என் நினைவில் எழுந்தன. நேற்று இரவு லிசாவிடம் அத்தனை உணர்ச்சிவசப்பட்ட மனநிலையுடன் நான் நடந்து கொண்ட முறை எனக்கு உண்மையாகவே வியப்பூட்டியது. நடுக்கமும் பரிதாபமும் ஒன்று கலந்த அந்த ஓலங்கள்.

'நரம்புத் தளர்ச்சியால் பாதிக்கப்பட்ட ஹிஸ்டீரியா வந்த பெண்ணைப் போன்ற மனநிலையில் நான் அப்போது இருந்திருக்கக் கூடும்' என்று எண்ணிக்கொண்டேன்.

என் முகவரியைப் போய் அவளிடம் நான் ஏன் அப்படித் திணிக்க வேண்டும்? அவள் ஒரு வேளை வந்துவிட்டால்? சரி வந்தால் வரட்டுமே. அதைப் பற்றி ஒன்றுமில்லை. ஆனால் இப்போது கண்ணெதிரே நிற்கும் மிக முக்கியமான விஷயம் அது அல்ல.

ஸ்வெர்கோவ் மற்றும் சிமோனோவ் ஆகியோரின் கண்ணுக்கு முன் எனக்கென்று உள்ள மரியாதையை எப்பாடுபட்டாவது மிக சீக்கிரமாகக் காப்பாற்றிக்கொண்டுவிட வேண்டும்; அதுதான் இப்போது முக்கியம். அதனால் அன்று காலை முழுவதும் அந்த வேலையிலேயே ஆழ்ந்திருந்த நான், உண்மையில் லிசாவைப் பற்றிய எல்லாவற்றையும் மறந்திருந்தேன்.

முதல் நாள் சிமோனோவிடமிருந்து வாங்கிய பணத்தை உடனடியாகத் திருப்பித் தந்தாக வேண்டும். வேறு வழியே இல்லாத நிலையில், ஆண்டன் அண்டோனோவிச்சிடமிருந்து பதினைந்து ரூபிள்களைக் கடனாகப் பெற்றுக்கொள்ள முடிவெடுத்தேன். என் அதிர்ஷ்டம் அன்று காலை அவர் மிக நல்ல மனநிலையில் இருந்தார்; அதனால் நான் கேட்டதுமே உடனடியாக அதைக் கொடுத்து விட்டார். நான் அதில் மிகவும் மகிழ்ச்சியடைந்தவனாகக் கடன் பத்திரங்களில் பெருமிதத்தோடு கையெழுத்திட்டுத் தந்தேன். அதன் பிறகு, மிக இயல்பாக ஏதோ சாதாரணமான ஒரு விஷயத்தைப் பற்றிப் பேசுவதைப் போல அவரிடம் இப்படிச் சொன்னேன்:

"நேற்றிரவு சில நண்பர்களாகச் சேர்ந்து பாரிஸ் ஹோட்டலில் சக தோழர் ஒருவருக்கு பிரிவு உபாச்சார விழா விருந்து ஒன்றை நடத்தினோம். அந்த நண்பர் குழந்தைப் பருவத்திலிருந்து எனக்குத்

தெரிந்தவர். மிக மோசமான குப்பையைப் போலக் கேவலமாகத் தரம் தாழ்ந்துபோனவர். அவர் நல்ல குடும்பத்தைச் சேர்ந்தவர்தான். நல்ல வசதியும் உண்டு. மிக உயர்வான பதவி. வேடிக்கையாக கவர்ச்சிகரமாகப் பேசக்கூடியவர். நிறைய பெண்களோடு தொடர்பு உண்டு அவருக்கு. அவருக்காக ஒரு 'அரை டஜன்' கூடுதலாகக் குடித்தோம்."

மிக இயல்பாக எந்தத் தடையும் இல்லாமல் எனக்குத் திருப்தி ஏற்படும் வகையில் அதைச் சொல்லி முடித்தேன். எல்லாமே சரியாகத்தான் நடந்தது.

வீட்டுக்கு வந்த பிறகு சிமோனோவுக்கு உடனடியாக ஒரு கடிதம் எழுதினேன்.

அந்தக் கடிதம் எத்தனை மரியாதையாகவும், நல்லுணர் வோடும் வெளிப்படையான தொனியிலும் எழுதப்பட்டிருந்தது என்பதை நினைவுகூரும்போது இந்த நாள் இந்த மணி நேரம் வரை என்னை எண்ணி நானே வியந்துகொள்கிறேன். மதிநுட்பத்தோடும் நாகரிகத்தோடும், மேலோட்டமான வார்த்தை எதுவுமே இல்லாமலும் எழுதப்பட்டிருந்த அந்தக் கடிதத்தில் பெரும்பாலும் என்மீதுதான் நான் குற்றம் சுமத்திக்கொண்டிருந்தேன். நான் நடந்துகொண்ட முறை தவறானதாக இருந்திருந்தால் அதற்கான ஒரே காரணம், நான் மது அருந்துவதற்கு அவ்வளவாகப் பழக்கப்படாமல் இருந்ததுதான் என்று மன்னிப்புக் கேட்டிருந்தேன். 'மாலை ஐந்து மணியிலிருந்து ஆறு மணிவரை பாரிஸ் ஹோட்டலில் அவர்கள் வருவதற்காகக் காத்துக்கொண்டிருந்த போதே நான் குடித்திருந்தேன்; அந்த முதல் கோப்பையிலேயே என்னுள் போதை ஏறிவிட்டிருந்தது.'

முக்கியமாக சிமோனோவிடம் என்னைப் பெரிதும் மன்னிக்கச் சொல்லி நான் மன்றாடியிருந்தேன். என்னுடைய விளக்கத்தை மற்றவர்களிடமும் தெரிவிக்குமாறு அவனிடம் நான் கேட்டுக் கொண்டிருந்தேன். குறிப்பாக ஸ்வெர்கோவிடம். 'நான் அவனை இழிவுபடுத்தியது ஏதோ கனவில் நடந்ததைப் போல இருக்கிறது; நான் அவர்கள் எல்லோரையுமே திரும்பச் சென்று பார்த்திருப்பேன்; ஆனால் என் தலைபாரம் மிகுதியாக இருந்ததாலும் எந்த முகத்தோடு அவர்களை எதிர்கொள்ளமுடியும் என்று எண்ணியுமே என்னால் அவ்வாறு செய்யமுடியவில்லை'. முதல் நாள் இரவு நடந்து முடிந்திருந்த விரும்பத்தகாத விஷயங்களையெல்லாம் நான் அவ்வளவு பெரிதாக எடுத்துக்கொள்ளவில்லை என்பதை அதிகமான விளக்கங்கள் தராமலே அவர்கள் புரிந்துகொள்ளும் வகையில் நான் எழுதியிருந்த விதம் எனக்குத் திருப்தி அளித்தது. அதையெல்லாம் நான் மிக எளிதாக எடுத்துக்கொண்டேனே தவிர

பெரிதாக ஒன்றும் பாராட்டவில்லை என்பது போல (அதே நேரத்தில் அதைத் தன்னடக்கத்துடன் வெளிப்படுத்தியபடி) என் கடிதத்தின் தொனி அமைந்திருந்தது. 'நண்பர்களே நீங்களெல்லாம் கற்பனை செய்துகொண்டிருப்பது போல நான் ஒன்றும் அப்படி நொறுங்கிப் போயிருக்கவில்லை. தன்மதிப்பு கொண்ட ஒரு கௌரவமான மனிதன் அதை எப்படி எடுத்துக்கொள்வானோ அந்த முறையில் மட்டுமே நான் அதை எடுத்துக் கொண்டிருந்தேன்'. யோசிக்காமல் தப்பித் தவறி நடந்துகொள்ளும் ஒவ்வொரு செயலுக்கும் ஒரு இளைஞன்மீது குற்றம் சுமத்துவது சரியானதல்ல.'

என் கடிதத்தை நானே படித்துப் பார்த்தபோது மிக உயர்ந்த தரத்திலான ஒரு விளையாட்டைப் போல மட்டுமே அதை நான் கருதினேன் என்பதைச் சொல்லியிருந்த விதம், என்னையே வியக்க வைத்தது. 'அதற்கெல்லாம் காரணம் நான் ஒரு நாகரிகமுள்ள அறிவு ஜீவியான மனிதனாக இருப்பதுதான். என்னுடைய அதே இடத்தில் வேறு யார் இருந்திருந்தாலும் இதை எப்படி உதறித் தள்ளுவதென்பது அவர்களுக்குத் தெரிந்திருக்காது; நான் அதிலிருந்து மிக எளிதாக வர முடிந்திருப்பதும் எப்பொழுதும் போலவே மீண்டும் குதூகலமாக இருப்பதும் சாத்தியமாகி இருக்கிறதென்றால் இந்த நவீனயுகத்தின் அறிவாளியாகவும் நாகரிகம் கொண்ட மனிதனாகவும் நான் இருப்பதுதான். ஒரு வேளை நேற்று குடித்த அந்த மது எல்லாவற்றுக்கும் காரணமாக இருந்திருக்கலாம்'. ஆனால் உண்மையில் மது, அதற்கான காரணம் இல்லை. அவர்களுக்காக நான் காத்துக்கொண்டிருந்தபோது ஐந்து மணியிலிருந்து ஆறுமணி வரை நான் குடிக்கவே இல்லை. நான் சிமோனோவிடம் அப்படிப் புளுகியிருந்தேன். கூச்சமே இல்லாமல் அப்படிப் பொய் சொல்லியிருந்தேன். ஆனால் அதைப் பற்றி இப்பொழுது நினைத்துப் பார்த்தாலும்கூட எனக்கொன்றும் அது பெரிய வெட்கக்கேடான செயலாகத் தோன்றவில்லை.

எப்படியோ ஒரு வழியாக எல்லாம் போய்த் தொலைந்தது. முக்கியமாக சொல்லப்போனால், என்னை அதிலிருந்து நான் விடுவித்துக்கொண்டுவிட்டேன்.

அந்தக் கடிதத்தோடு ஆறு ரூபிள்களையும் வைத்து ஓர் உறையிலிட்டு மூடி சிமோனோவிடம் தருமாறு அப்போலோனிடம் சொன்னேன். கடிதத்துடன் கூடவே பணமும் இருந்ததைக் கண்டதும் அவனுடைய மரியாதை கொஞ்சம் கூடத் தொடங்கியது. அதை எடுத்துக்கொண்டு போக ஒப்புக்கொண்டான்.

மாலை நேரமான பிறகு நான் கொஞ்சம் நடந்துவிட்டு வரலாமென்று சென்றேன். நேற்று நடந்த நிகழ்ச்சிகளுக்குப் பிறகு இன்னும்கூட என் தலை வலித்துக்கொண்டுதான் இருந்தது;

மயக்கம் வருவது போலவும் இருந்தது. மாலை முதிர்ந்து இரவு அடர்த்தியாகப் படரத் தொடங்கிய பின் என் மனப்பதிவுகளும் அவற்றைத் தொடர்ந்து எழுந்த என் எண்ணங்களும் முற்றிலும் வேறு வகையிலும் குழப்பமாகவும் மாறிப்போயின. என் நெஞ்சின் அடியாழத்திலும் மனசாட்சிக்குள்ளும் இருந்த ஏதோ ஒன்று இன்னும்கூடச் சாகாமல் அப்படியே இருந்தது; அது எப்போதுமே சாகப்போவதில்லை என்பது, என்னை ஆழ்ந்த மனச் சோர்வுக்குள் தள்ளியது.

மியாஷ்ட்சேன்ஸ்கி, சதோவ்யி ஆகிய தெருக்களையும், யுசு போவ் தோட்டத்தையும் ஒட்டியிருந்த ஜன நெருக்கடி மிகுந்த கடைவீதிகளில் வெகுநேரமாக இலக்குகள் இன்றிச் சுற்றிக்கொண் டிருந்தேன்.

பல வகைப்பட்ட வேலைகளுக்குச் சென்றிருந்தவர்களும் அன் றாட வேலையை முடித்துவிட்டுக் கவலை தோய்ந்த முகங்களுடன் வீடு திரும்பிக்கொண்டிருக்கும் அந்த அந்திப்பொழுதில் அந்தக் கூட்டநெரிசலுக்கு நடுவே இடித்து நெருக்கிக்கொண்டு செல்வது எப்போதுமே எனக்கு விருப்பமான ஒன்று. வழக்கமான அந்த எளிய சலசலப்புகளும் சுவாரசியமே இல்லாத மிகச் சாதாரணமான அன்றாட நடப்புகளும் எனக்கு மிகவும் பிடித்தமானவை. ஆனால் அந்தக் குறிப்பிட்ட நேரத்தில் வீதிகளில் நிலவிய அந்த ஆரவாரங்கள், முன் எப்போதும் இல்லாத வகையில் எனக்கு மிகவும் எரிச்சலூட்டுவனவாக இருந்தன. என்னிடம் என்ன கோளாறு என்பது எனக்குத் தெரியவில்லை. அதை என்னால் ஊகிக்கவும் முடியவில்லை. இனந்தெரியாத ஏதோ ஒன்று என் ஆன்மாவுக்குள் மிகுந்த வலியோடும் வேதனையோடும் கிளர்ந் தெழுந்தது; எத்தனை முயன்றும் அமைதிகொள்ள மறுத்துக் கொண்டிருந்தது அது. கடுமையான நிலைகுலைவுக்கு ஆளானவ னாக வீடு திரும்பினேன்; என் மனச்சாட்சிக்கு எதிராக ஏதோ ஒரு குற்றத்தை நான் இழைத்துவிட்டதைப் போல இருந்தது.

ஒரு வேளை லிசா என்னைத் தேடிவரக்கூடுமென்பது தொடர்ந்து எனக்குக் கவலை அளித்துக்கொண்டே இருந்தது. நேற்று நடந்த விஷயங்கள் பலவற்றை என் மனம் அசைபோட்ட போதும் இந்த ஒரு நினைவு மட்டும் குறிப்பாக அவற்றிலிருந்து மிகவும் வித்தியாசமான முறையில் என்னை அலைக்கழித்துக் கொண்டிருந்தது. பிற அனைத்தையும் மறந்துவிடுவதில் நான் அன்று மாலையே வெற்றி அடைந்திருந்தேன்; சிமோனோவுக்கு எழுதிய கடிதத்தில் எனக்கு முழுத்திருப்தி ஏற்பட்டிருந்தது; ஆனால் இந்த விஷயத்தில் ஏனோ என்னால் அமைதியாக இருக்க முடியவில்லை. லிசாவைக் குறித்து மட்டுமே நான் மிகவும் கவலை அடைந்திருந்த தாகப்பட்டது.

‘சரி, அவள் அப்படி என்னைத் தேடி வந்துவிட்டால்தான் என்ன ஆகிவிடப்போகிறது’ என்றெல்லாம் எண்ணியபடி, முழு நேரமும் அதைப் பற்றியே நினைத்துக்கொண்டிருந்தேன்.

‘அதைப் பற்றி என்ன வந்தது; பரவாயில்லை. வந்தால் வந்துவிட்டுப் போகட்டும். ஹ்ம்! ஆனால் நான் இங்கே எப்படி வசிக்கிறேன் என்பதை அவள் பார்க்க நேர்வது பயங்கரம்தான். நேற்று அவள் கண்களுக்கு முன் நான் ஒரு கதாநாயகனைப் போல் இருந்தேன். இப்போதோ ஹ்ம்! இந்த அளவுக்கு நிலைமை மோசமாகும் எல்லை வரை என்னை நானே கொண்டு சென்றிருப்பது உண்மையிலேயே கொடுமைதான். என்னுடைய அறை, ஒரு பிச்சைக்காரனுடையதைப் போல் இருக்கிறது. விருந்துக்குச் செல்லும்போது இப்படிப்பட்ட கேவலமான உடையோடு சென்றிருக்கிறேன். அமெரிக்கத் தோல் போர்த்தப்பட்டிருக்கும் என் சோஃபா கிழிந்துபோய் உள்ளே அடைத்திருக்கும் பஞ்செல்லாம் வெளியே துருத்திக்கொண்டு நிற்கிறது. வீட்டில் நான் உடுத்தியிருக்கும் உடையோ என்னை முழுவதும் மறைக்க சக்தியற்றதாய் ஒரு பக்கம் கிழிந்து தொங்கிக்கொண்டிருக்கிறது. இதையெல்லாம் அவள் பார்ப்பாள். பிறகு அப்போலோனையும் கூட. அந்த இராட்சசன் நிச்சயமாக அவளைக் கேவலப்படுத்தாமல் இருக்க மாட்டான். என்னிடம் முரட்டுத்தனமாக நடந்துகொள்வதாக நினைத்துக்கொண்டு அவளையும் அந்த நோக்கிலேயே குறிவைப்பான். நான் வழக்கம் போலத் திகிலடைந்து போனவனாய் அவள் முன்பு மண்டியிட்டபடி அங்கிருக்கும் குப்பை கூளங்களையெல்லாம் ஒதுக்கி சரி செய்வேன். என்னைச் சுற்றி அணிந்திருக்கும் இரவு உடையை சரி செய்து இழுத்துவிட்டுக்கொண்டே அவளைப் பார்த்துப் புன்னகை செய்தபடி பல பொய்களைச் சொல்வேன். சே! அதுதான் எத்தனை எரிச்சலூட்டுவதாக இருக்கும்? சரியாகச் சொல்லப்போனால் அந்த எரிச்சலைக்கூட அவ்வளவு பொருட்படுத்த வேண்டியதில்லை. அதைவிட மிக முக்கியமான கொடுமையான வெறுப்பூட்டக் கூடிய இன்னொன்றும் கூடவே இருக்கிறது. ஆமாம் மிக மிக வெறுப்பூட்டக்கூடியது. மறுபடியும் மறுபடியும் பொய்யான அதே முகமூடியை அணிந்துகொள்ள வேண்டியிருக்கும்’

அந்தக் கட்டம் வரை என் எண்ணம் என்னை இட்டுச் சென்றதும் சட்டென்று நானே வெடித்தேன்.

‘அது எப்படிப் பொய்யானதாகும்? ஏன் அதைப் பொய்யானதென்று சொல்ல வேண்டும்? நேற்று இரவு நான் பேசியதெல்லாமே ஆத்மார்த்தமாகத்தான். அப்போது மெய்யாகவே அதை உணர்ந்து பேசியதாகத்தான் எனக்கு நினைவிருக்கிறது. கௌரவமும் தன் மதிப்பும் கூடிய உணர்வுகள் அவளிடமிருந்து கிளர்ந்தெழ

வேண்டும் என்று விரும்பியதால்தான் நான் அப்படிப் பேசினேன். அவள் கண்ணீர் வடித்தது எல்லாமே நல்லதற்குத்தான். அது நல்ல விளைவைத்தான் ஏற்படுத்தும்.'

ஆனாலும்கூட நான் அமைதியில்லாமல்தான் இருந்தேன்.

அன்று இரவு ஒன்பது மணிக்குப் பிறகு வீடு திரும்பிய போது லிசா வந்திருக்க மாட்டாள் என்று என் உணர்வு ஒரு பக்கம் சொன்னாலும்கூட அவளைப்பற்றிய நினைவுகளே என்னை அலைக்கழித்துக்கொண்டிருந்தன. அவளை எந்த நிலையில் எந்தக் கோலத்தில் நான் பார்த்திருந்தேனோ அதுவே மீண்டும் மீண்டும் என்னுள் எழுந்துகொண்டிருந்ததுதான் மிகவும் கொடுமையாக இருந்தது. நேற்று இரவு நடந்து முடிந்திருந்த அந்தச் சம்பவத்தில் ஒரே ஒரு கணம் மட்டும் மிகவும் துல்லியமாகவும், அழுத்தமாகவும் என் நினைவில் பதிந்துபோயிருந்தது. தீக்குச்சியால் விளக்கைப் பற்றவைத்து அவளைப் பார்த்தபோது நான் கண்ட வெளிறிப் போன அந்த முகம். உருக்குலைந்துபோன அந்த முகத்தில் நான் கண்ட துயரம் தோய்ந்த அவளது பார்வை. அந்தத் தருணத்தில் அவளிடம் நெளிந்த அந்தப் புன்னகை. அதுதான் எத்தனை பரிதாபகரமானதாகவும், செயற்கையாகவும் இருந்தது? ஆனால், பதினைந்து வருடங்களுக்குப் பிறகும்கூட பரிதாபகரமான அலைக் கழிவுகள் மிகுந்த செயற்கையான புன்னகையோடு லிசாவின் அந்த முகம் என் மனச் சித்திரத்தில் அப்படியே உறைந்து கிடக்கக் கூடும் என்பதை அப்போது நான் அறிந்திருக்கவில்லை.

ஆனால், மறுநாள் காலையில் எண்ணிப் பார்த்தபோது அதீதமான உணர்ச்சிகளின் கிளர்ச்சியால் ஏற்பட்ட அபத்தமான சிந்தனை என்றே அதை மீண்டும் கருதத் தொடங்கினேன். எல்லா வற்றுக்கும் மேலாக ஏதோ 'மிகைப்படுத்தப்பட்ட' ஒன்றாக மட்டுமே. என் பலவீனமான பக்கங்களைப் பற்றிய பிரக்ஞை எப்போதுமே என்னிடம் இருந்தது; சில வேளைகளில் நான் அதைக் கண்டு அதிகம் பயப்படுவதும் உண்டு. 'நான் எல்லாவற்றையுமே மிகைப்படுத்திக்கொள்கிறேன். நான் தவறுகிற இடம் அதுதான்' என்று ஒவ்வொரு மணிநேரமும் திரும்பத் திரும்பச் சொல்லிக் கொண்டேன். ஆனாலும்கூட 'லிசா வரப்போவது உறுதி' என்ற சிந்தனையுடனே என் எண்ண ஓட்டங்கள் தடைப்பட்டு நின்று கொண்டிருந்தன. 'அவள் வந்துவிடுவாள்; உறுதியாக வருவாள்'. 'இன்று வராவிட்டாலும் நாளை அவள் வந்துவிடுவாள். என்னைக் கட்டாயம் கண்டுபிடித்துவிடுவாள்' என்று என் அறையைக் காலால் அளந்தபடி உள்ளுக்குள் இரைந்துகொண்டிருந்தேன் நான். 'அதுவே பரிசுத்தமான உள்ளங்களிடம் குடியிருக்கும் வெறுப் பூட்டும் கற்பனாவாதம். உணர்ச்சிப் பிண்டங்களாக இருக்கும் மனித மனங்களின் மோசமான அசட்டுத்தனம். அதை எப்படிப் புரிந்து

கொள்ளாமல் இருக்க முடியும்? அது புரியாமல் இருப்பது எவருக்குத் தான் சாத்தியப்படும்?'

ஆனால், அந்தக் கட்டத்தோடு நான் சற்றே நிறுத்திக் கொண்டு அதிகமாகக் குழம்பிப் போக ஆரம்பித்துவிடுவேன். ஏதோ போகிற போக்கில் சொல்லப்பட்ட சில வார்த்தைகள் மிகச் சில வார்த்தை கள் அவளுக்குத் தேவையாக இருந்திருக்கின்றன என்பதை நான் நினைத்துப் பார்ப்பேன். முழுமையான ஒரு மனித வாழ்க்கை யையே என் விருப்பத்துக்கு ஏற்றபடி வளைத்துப் போட்டுவிட மிகச் சில இனிமையான (அவை செயற்கையாகவும்.. ஏட்டுச் சுரைக்காய் போலப் பொய்யாகவுமே இருந்தாலும்கூட) வார்த்தை கள் மட்டுமே தேவையாக இருந்திருப்பதுதான் எப்படி? அது ஒரு களங்கமில்லாத உள்ளமாக எதையும் உள்வாங்கிக்கொள்ளும் புத்தம் புதிய 'கன்னி நில'மாக மட்டுமே இருந்திருக்க வேண்டும்.

சில நேரங்களில் அவளிடம் சென்று எல்லாவற்றையும் வெளிப் படையாகச் சொல்லி முடித்துவிட்டு, அவளை இங்கே வரவேண் டாம் என்று சொல்லிவிடலாமா என்ற எண்ணம்கூட என்னுள் தோன்றும். அந்த மாதிரியான நினைப்பு கடுமையான மூர்க்கத்தை என்னுள் கிளர்த்தும்; அப்போது மட்டும் தப்பித் தவறி என் பக்கத்தில் அந்தப் 'பாழாய்ப் போன' லிசா இருந்திருந்தால் அவளை நொறுக்கிப்போட்டிருப்பேன் என்றுகூட எனக்குத் தோன்றும். அப்படி அவள் இருந்திருந்தால், அவளை நான் கேவலப்படுத்தி யிருப்பேன்; முகத்தில் காறி உமிழ்ந்து வெளியே துரத்தியிருப்பேன். அடிக்கக்கூட செய்திருப்பேன்.

ஒரு நாள் இப்படிக் கழிந்தது; அடுத்த நாள் அதற்கடுத்து மூன்றாவதாக இன்னொரு நாளும். அவள் வரவே இல்லை. நான் சற்று அமைதிகொள்ளத் தொடங்கினேன். ஒன்பது மணியான பிறகு நான் நம்பிக்கையோடும் மகிழ்ச்சியோடும், இனிமையான கனவுகளோடும் இருக்கத் தொடங்கிவிடுவேன். உதாரணத்துக்குச் சொல்லப்போனால் அவள் என்னைத் தேடி வருவதாலும் நான் அவளோடு பேசியதாலும் மட்டுமே நான் அவளுக்கு ரட்சகனாகி விடுவேன்; அவளுடைய மீட்புக்கு நான் உதவுவேன். அவளுடைய வளர்ச்சிக்குத் துணையாக இருந்தபடி அவளைப் படிக்க வைப்பேன். இறுதியாக அவள் என்னைக் காதலிக்கிறாள் அன்பு வெறியோடு என்னை நேசிக்கிறாள் என்பதை நான் கவனித்து விட்டு அதைப் புரிந்துகொள்ளாததைப் போல நடிப்பேன். (நான் ஏன் அப்படி நடிப்பேன் என்பது புரியவில்லை. ஒருவேளை அதன் விளைவு எப்படி இருக்கக்கூடும் என்று வேடிக்கை பார்க்க எண்ணியிருக்கலாம்) இறுதியாக எல்லாக் குழப்பங்களும் தீர்ந்து உடலெல்லாம் நடுங்கியபடி, விம்மல்களோடு பாய்ந்து வந்து என்

காலடியில் விழுந்தபடி நானே அவளைக் காப்பாற்றுவதற்கு உரியவன் என்றும் இந்த உலகில் வேறெதையும்விட என்னை மட்டுமே அதிகம் நேசிப்பதாகவும் அவள் கூறுவாள். நான் வியப்பில் ஆழ்ந்தபடி இவ்வாறு சொல்வேன்.

"லிசா, நீ என்மீது வைத்திருக்கும் காதலை நான் கவனிக்க வில்லை என்று எப்படி உன்னால் நினைக்க முடிகிறது? நான் எல்லாவற்றையும் ஊகித்துக்கொண்டும்விட்டேன். ஆனாலும்கூட அதை முதலில் சொல்ல நான் துணியவில்லை. அதற்குக் காரணம் நான் என்னுடைய கருத்துகளை உன்னிடம் செலுத்தி உன்னை என் வழிக்குக் கொண்டு வந்திருக்கிறேன்; அதனால் அதற்கான நன்றிக்கடனாகத்தான் என் காதலை நீ வலிய வந்து ஏற்றுக் கொள்கிறாயோ, உன் இதயத்தில் இல்லாத ஓர் உணர்ச்சியை வேண்டுமென்றே வலிய வரவழைத்துக்கொள்கிறாயோ என்று நான் நினைத்துவிட்டேன். அதில் எனக்கு விருப்பம் இல்லை காரணம், அது ஓர் ஆதிக்கம் போல ஆகிவிடும். அது நாகரிகமில்லாததும்கூட.

இந்தக் கட்டத்தில், விவரிக்க முடியாத அளவுக்கு அபத்த மானதும் ஜார்ஜ் ஸாண்டிற்கு* மிகப் பிடித்தமானதுமான ஐரோப் பிய பாணிக்குள் சிக்கிக்கொள்வதைத் தவிர்த்து..

"ஆயின் இப்போது நீ என்னுடையவள்
என் உருவாக்கம்
அழகானவள்
மாசற்றவள்
நீ என் மனைவி என் அழகான மனைவி" (என்பேன்)
"துணிவாக சுதந்திரமாக
என் வீட்டுக்குள் வா.
அதன் எஜமானியாக..
என் அருமைத் துணைவியாக"

அதன்பிறகு நாம் எப்போதும் மகிழ்ச்சியாக வாழ்வோம்; வெளிநாடுகளுக்கெல்லாம் போவோம். இன்னும் எவ்வளவோ... இந்த இறுதிக் கட்டத்தில் எனக்கே அது அபத்தமாகத் தோன்றி விடும். நாக்கைத் துருத்திக்கொண்டு என்னை நானே பழித்துக் கொண்டுவிடுவேன்.

மேலும் அவர்கள் அவளை வெளியில் விடமாட்டார்கள் என்றும் அவளை ஒரு பொதுமகளாக மட்டுமே நடத்துவார்கள் என்றும் நான் நினைத்துக்கொண்டேன். அவள் வெளியே செல்ல அவர்கள் பெரும்பாலும் ஒத்துக்கொள்ள மாட்டார்கள்; அதிலும் குறிப்பாக மாலை நேரங்களில். (ஆனாலும் ஏதோ ஒரு காரணத்தால்

---

* (கற்பனாவாத நாவல்கள் மற்றும் நினைவுக்குறிப்புகள் எழுதுவதில் பெயர்பெற்ற ஃப்ரென்ச் நாவலாசிரியை 1804–1876)

அவள் மாலை ஏழு மணி அளவில் என்னைத் தேடிவரக் கூடும் என்றே எனக்குத் தோன்றிக்கொண்டிருந்தது) தான் ஒன்றும் அவர்களுக்கு இன்னும் ஒட்டு மொத்தமாக அடிமையாகிவிட வில்லை என்றும் தனக்கென்று இன்னும் கூட சில உரிமைகள் இருப்பதாகவும் அவள் சொல்லியிருந்தாள் என்பது உண்மைதான். சரி அது எக்கேடு கெட்டும் போகட்டும். அவள் வருவாள் நிச்சயமாக வருவாள்.

நல்லகாலமாக அந்த நேரம் பார்த்துத் தன் முரட்டுத்தனத்தால் அப்போலோன் என் கவனத்தைக் கொஞ்சம் திசை திருப்பி யிருந்தான். அவன் என் வாழ்க்கையில் குறுக்கிட்டிருக்கும் நகைச் சுவையான ஒரு வில்லன்; கடவுளால் என்மீது சுமத்தப்பட்டிருக்கும் ஒரு சாபம் அவன்; வருடக் கணக்கில் தொடர்ச்சியாக நாங்கள் சண்டை போட்டுக்கொண்டே எதிரெதிர்க் கருத்துகளோடுதான் இருந்தோம். நான் அவனை மிகவும் வெறுத்தேன். கடவுளே நான் அவனை எந்த அளவுக்கு வெறுத்தேன் தெரியுமா? அவனை வெறுத்ததைப்போல என் வாழ்க்கையில் வேறு எவரையுமே நான் வெறுத்ததில்லை. அதிலும் குறிப்பாக சில தருணங்களில். வயது முதிர்ந்த மதிக்கத்தகுந்த மனிதனான அவன், பகுதி நேரம் ஒரு தையல்காரனாக வேலை செய்து வந்தான். ஆனால்.. இனம் புரியாத ஏதோ ஒரு காரணத்தால் என் மீது அவனுக்கு அளவிட முடியாத வெறுப்பு இருந்துவந்தது. என்னால் பொறுத்துக் கொள்ள முடியாத அளவுக்கு என்னைக் கொஞ்சம் மட்டமாகவே பார்ப்பான் அவன். பொதுவாக எல்லாரையுமே அப்படிப் பார்ப்பவன்தான் அவன். மழுமழுப்பாக சூரியகாந்தி எண்ணெய் பூசிப் படியவாரப் பட்ட பழுப்பு நிறத் தலைமுடியின் ஒரு சிறு பகுதியை முன் நெற்றியில் விழுமாறு சீவிக் கொண்டு தன் உதடுகளை ஏதோ தீவிரமான தோரணையில் இருப்பவனைப்போல 'வி' வடிவத்தில் இறுக்கி வைத்திருப்பான் அவன். அந்தத் தோற்றத்தில் அவனைப் பார்க்கும்போது எதைக் குறித்துமே சந்தேகம் இல்லாத ஒரு ஜீவனோடு ஊடாடிக்கொண்டிருப்பதைப் போல் இருக்கும். சின்னச் சின்ன விஷயங்களைக் கடைப்பிடிப்பதில்கூட மிக அதிகமாகக் கவனம் எடுத்துக்கொள்பவன் அவன். அதில் மிகுந்த பெருமையும் கொள்பவன்; அந்த விஷயத்தைப் பொறுத்தவரை அத்தனை அதீதமான எல்லைக்குச் சென்ற எவரையுமே நான் கண்டதில்லை. மகா அலெக்சாண்டருக்கு மட்டுமே பொருந்தக் கூடியதான ஒரு மிடுக்கும் கர்வமும் அவனிடம் இருந்தது.

தன்னுடைய கோட்டில் இருக்கும் ஒவ்வொரு பொத்தானையும், தன் விரல்களில் இருக்கும் ஒவ்வொரு நகத்தையும் நேசிப்பவன் அவன். மிகவும் அக்கறை எடுத்துக்கொண்டு அவற்றை அவன் பராமரிப்பான். என்னைப் பொறுத்தவரை என்னிடம் அவன்

ஒரு இராட்சசனைப் போலத்தான் நடந்துகொள்வான்; மிகவும் குறைவாகத்தான் என்னோடு பேசுவான். எப்போதாவது அவன் பார்வை என்மீது விழுந்தால் அது மிகவும் இறுக்கமாகவும், தன்னைக் குறித்த பெருமிதத்தோடும், தன்னம்பிக்கையோடும் கூடிய கம்பீரமான பார்வையாகவே இருக்கும். பெரும்பாலும் கிண்டலோடு கலந்திருக்கும் அந்தப் பார்வை சில வேளைகளில் என்னை எரிச்சலின் எல்லைக்கே கொண்டு சென்று விடுவதாகக் கூட இருக்கும். என்னிடம் வேலை பார்ப்பதை ஏதோ எனக்குச் செய்யும் மிகப்பெரிய உதவியைப்போல எண்ணிக் கொண்டிருந் தான் அவன். இத்தனைக்கும் அவன் அவ்வளவு அதிகமாக ஒன்றும் எனக்கு வேலை செய்வதில்லை. அப்படிச் செய்வதற்குக் கட்டுப் பட்டவனாகவும் அவன் தன்னை நினைத்துக் கொண்டதில்லை. இந்த உலகிலேயே 'மிகப்பெரிய முட்டாள்' என்ற எண்ணத்தோடு என்னை அவன் கீழ்த்தரமாகத்தான் நடத்தி வந்தான். அதில் துளிக்கூட சந்தேகம் இல்லை. ஒவ்வொரு மாதமும் என்னிடமிருந்து கிடைத்துக்கொண்டிருந்த சம்பளம் மட்டுமே அவனை என்னோடு தொடர்ந்து இருக்க வைத்துக் கொண்டிருந்தது. மாதாமாதம் என்னிடமிருந்து பெறும் ஏழு ரூபிள்களுக்காக அவன் எனக்கு எந்த வேலையும் செய்ததில்லை. நான் அவனிடம் படும் பாடுகளைப் பார்த்தால் நான் இதுவரை செய்திருக்கும் பாவங்கள் கூட மன்னிக்கப்பட்டுவிடலாம்.

அவனுடைய காலடி ஓசையைக் கேட்ட அளவிலேயே இழுப்பு நோய் ஏற்பட்டுவிடும் அளவுக்கு அவன் மீதான வெறுப்பை என் இதயம் வளர்த்துக்கொண்டிருந்தது.

எனக்கு மிகவும் வெறுப்பூட்டிய விஷயம் மழலையைப்போலக் குழறும் அவனது அந்தப்பேச்சு. ஒருவேளை அவன் நாக்கின் நீளம் கூடுதலாக இருந்திருக்கலாம். அதனாலேயே அவன் அப்படிக் குளறிப் பேசிக் கொண்டிருந்திருக்க வேண்டும். அப்படிப் பேசுவது, தன்னுடைய மதிப்பை அதிகரிப்பதைப்போல நினைத்துக் கொண்டிருந்த அவன், அதில் அளவற்ற பெருமையும் கொண்டிருந் தான். தன்னுடைய கைகளைத் தலைக்குப் பின்னால் கோத்து வைத்துக்கொண்டு மிக மெதுவான உள்ளடங்கிய குரலில் நிலத் தின் மீது கண்களைப் பதித்தபடி அவன் பேசுவான். குறிப்பாகத் தடுப்புக்குப் பின்னால் அவன் வசிக்கும் பகுதியில் அமர்ந்தபடி உரத்த குரலில் அவன் தோத்திரம் வாசிக்கும்போது எனக்குப் பைத்தியம் பிடித்துவிடும் போல இருக்கும். அதற்காகவே பலமுறை அவனோடு சண்டை போட்டு இருக்கிறேன். ஆனால், மாலை நேரங்களில் அப்படிச் சத்தம் போட்டு அவற்றை வாசிப்பதில் அவன் அளவு கடந்த விருப்பம் கொண்டிருந்தான். மிகமிக மெதுவாக ஒரே மாதிரியான தொனியில் சந்த லயத்தோடு அவன்

அவற்றை வாசிப்பது மரணமடைந்தவர்களின் முன்னிலையில் வாசிப்பதைப் போலிருக்கும். அதே நேரத்தில் வீட்டிலிருக்கும் எலிகளைப் பிடித்துக் கொல்வது ஷூக்குப் பாலிஷ் போடுவது போன்ற வேலைகளையும் அவன் செய்வான். என்னுடைய வாழ்வின் இருப்பில் அவனும் ஒரு இரசாயனமாக உடன் இணைந்து போயிருந்ததால் அந்தக் காலகட்டத்தில் அவனை ஒரேயடியாக விலக்கிவிடுவதும் எனக்கு சாத்தியமாகவில்லை. ஆனால், என்னை விட்டுப் பிரிந்து செல்லவேண்டுமென்பதற்கான தூண்டுதல் எதுவும் அவனிடம் இருக்க வாய்ப்பில்லை. எனக்கு வசதிகள் நிறைந்த குடியிருப்பில் வசிக்க வழியில்லை; என் குடியிருப்பு, ஏதோ ஒரு மூலையில் தனிமையாக ஒதுங்கிப்போய்க் கிடக்கும் ஒரு சிறு கூடு, சின்னதொரு குகை போன்ற இடம். மனித இனத்திலிருந்தே என்னை முற்றாக விலக்கிக்கொண்டு அதற்குள் ஒளிந்துகொண்டிருந் தேன் நான். கடந்த ஏழு வருடங்களாக அப்போலோனும் அந்தக் குடியிருப்பின் ஒரு பகுதியாகவே ஆகிவிட்டிருந்ததாக எனக்குத் தோன்றியதால் என்னால் அவனைத் தவிர்க்க முடியவில்லை.

அவனுக்குச் சம்பளம் தருவதை இரண்டு மூன்று நாட்கள் ஒத்திப் போடுவதென்பதுகூட இயலாத காரியம்தான். அவன் அதற்காகப் பெரிதும் அலட்டிக்கொள்வான்; பிகு செய்துகொள் வான். பிறகு எங்கே போய் என் தலையைப் புதைத்துக்கொள்வ தென்பது எனக்குத் தெரியாது. அந்தக் காலகட்டத்தில் குறிப்பாக அந்த நாட்களில் நான் எல்லோரின் மீதும் மூர்க்கமான எரிச்சலோடு இருந்தேன்; அதனால் எனக்கே சரியாகப் புரியாத ஏதோ ஒரு காரணத்தால் இன்னும் இரண்டு வாரங்களுக்காவது சம்பளத்தைக் கொடுக்காமல் அப்போலோனை தண்டிக்க வேண்டும் என்று ஏனோ தீர்மானித்துக்கொண்டிருந்தேன். வெகு நாட்களாகவே, கடந்த இரண்டு ஆண்டுகளாகவே நான் அப்படி எண்ணிக்கொண் டிருந்தேன். என்னிடம் அப்படித் துடுக்குத்தனமாக நடந்து கொள்வதற்காக அவனுக்குப் பாடம் கற்பிக்க வேண்டுமென்றும், நினைத்தால் அவனுக்கு சம்பளம் கொடுக்காமல் நிறுத்தி வைக்கவும் என்னால் முடியுமென்றும் காட்ட விரும்பினேன். அவனிடம் அதைப்பற்றி எதுவுமே பேசாமல் அமைதியாக இருந்தபடி அவனது கர்வத்தை சிதைக்க வேண்டும் என்றும், தானாகவே தனக்குரிய சம்பளத்தைக் கேட்குமாறு அவனைத் தூண்ட வேண்டும் என்றும் நான் நினைத்தேன். நான் வைத்திருக்கும் ஏழு ரூபிள்களை அவன் கண்ணுக்கு முன்னாலேயே எடுத்தபடி என்னிடம் பணம் இருக்கிறதென்பதை அவனிடம் வேண்டுமென்றே காட்டிக் கொள்வேன்; ஆனால் அவனிடம் அதைத் தரமாட்டேன்; அவனது சம்பளத்தைத் தராமல் இருப்பதற்குக் காரணம் அது என்னுடைய விருப்பம்; நானே அவனுடைய எஜமானன்; அதைக் கொடுப்பதைப்

பற்றி முடிவு செய்யவேண்டியவன் நான்.' மேலும் அவன் முரட்டுத்தனமாகவும், மரியாதை இல்லாமலும் நடந்துகொண்டிருக்கிறான். ஆனால் அவனாகவே என்னிடம் வந்து மரியாதையோடு கேட்டால் நான் மனம் இளகிப்போய் அதைக் கொடுத்துவிடுவேன். இல்லாவிட்டால் அவன் இன்னும்கூட இரண்டு மூன்று வாரங்களோ, மாதக் கணக்கிலோ காத்திருக்க வேண்டியதாகத்தான் இருக்கும்.

ஆனால், நான் அப்படிக் கோபமாக இருக்க இருக்க அவன் நன்றாகவே அதைப் பயன்படுத்திக்கொண்டான். நான்கு நாட்களுக்கு மேல் என்னால் தாக்குப்பிடிக்க முடியவில்லை. அந்த மாதிரி சந்தர்ப்பங்களில் முன்பெல்லாம் வழக்கமாக என்ன செய்வானோ அதைச் செய்யத் தொடங்கிவிட்டான் அவன். அப்படிப்பட்ட சந்தர்ப்பங்களும், முயற்சிகளும் ஏற்கெனவே நிகழ்ந்திருப்பவைதாம் (அதையெல்லாம் நான் முன்கூட்டியே அறிந்திருந்தேன் என்பதையும் இங்கே சொல்லியாக வேண்டும்; அவனுடைய அசிங்கம் பிடித்த வழிமுறைகளெல்லாம் எனக்கு மனப்பாடமாகியிருந்தன.)

என்னை வீட்டில் வைத்தோ வீட்டுக்கு வெளியிலோ சந்திக்க நேரும்போதெல்லாம் மிகக்கடுமையான நிலைகுத்திய பார்வையோடு பார்த்துக்கொண்டே இருப்பான். ஒவ்வொரு சமயமும் அவன் அப்படிச் செய்யும்போது அது பல நிமிடங்கள்கூட நீண்டு கொண்டே செல்லும். நான் அந்தக் கடுமையான பார்வைகளைக் கண்டுகொள்ளாததைப் போல இருந்துவிட்டால் அமைதியாக இருந்தபடியே என்னை மேலும் மேலும் வதைக்கத் தொடங்கி விடுவான். என்னுடைய அறைக்குள் நான் உலவிக்கொண்டிருக்கும் போதோ, படித்துக்கொண்டிருக்கும் போதோ காரணம் எதுவுமே இல்லாமல் என்னிடம் அனுமதியும் கேட்காமல் மெல்ல என் அறைக்குள் வந்துவிடுவான்; ஒரு கையை முதுகுக்குப் பின்னாலும் ஒரு காலுக்குப் பின்னால் மற்றொரு காலையும் வைத்தபடி என்னை வெறித்துப் பார்த்துக்கொண்டே இருப்பான். அந்தப் பார்வையில் கடுமையைவிடவும் வெறுப்பே மேலோங்கி இருக்கும். சட்டென்று நான் அவனைப் பார்த்து அவனுக்கு என்ன வேண்டும் என்று கேட்டால் அதற்கு எந்த பதிலும் தரமாட்டான்; மாறாக ஒரு சில வினாடிகள் அப்படியே தொடர்ச்சியாக என்னை உற்றுப்பார்த்துக் கொண்டே இருப்பான்; பிறகு வினோதமான ஒரு பாவனையுடன் தன் உதடுகளை இறுக அழுத்திக்கொண்டபடி மெதுவாகத் திரும்பி, மிக மிக மெதுவாகத் தன் அறைக்கு மீள்வான். இரண்டு மணிநேரம் சென்ற பிறகு மீண்டும் மீண்டும் அதே மாதிரி என் முன் வந்து நிற்பான். எனக்கு ஏற்படும் எரிச்சலில் அவனுக்கு என்னதான் வேண்டும் என்று கேட்கக்கூடத் தோன்றியதில்லை; அதுதான்

எப்போதும் வாடிக்கையாக நடப்பது. நான், அவனை விட உயர்ந்த பீடத்தில் என்னை வைத்துக் கொண்டபடி சட்டென்று திரும்பி அவனை உற்றுப் பார்ப்பேன். அப்படியே இரண்டு நிமிட நேரத்துக்கு நாங்கள் இருவரும் ஒருவரை ஒருவர் முறைத்துப் பார்த்துக் கொண்டே இருப்போம். இறுதியாக அவன், வேறு ஏதோ நினைத்துக்கொண்டிருப்பவனைப் போல அங்கிருந்து கௌரவமாக விலகிச் சென்றுவிடுவான்; ஆனால் இரண்டு மணி நேரத்துக்குள் மீண்டும் திரும்பி வந்துவிடுவான்.

நான் அதையெல்லாம் பற்றி நினைத்துப் பார்க்காமல் தொடர்ந்து அவனுக்கு எதிரான நிலைப்பாட்டிலேயே இருக்கத் தொடங்கிவிட்டால், அவன் என்னைப் பார்த்தபடியே திடீரென்று பெருமூச்சுவிட ஆரம்பித்துவிடுவான். என்னுடைய ஆத்மாவின் வீழ்ச்சியை என் ஒழுக்கத்தின் சீரழிவை அதன் அடியாழம் வரை ஊடுருவி அளவெடுக்க முயல்பவனைப் போல ஆழமான பெரு மூச்சுகளாக அவனுடையவை இருக்கும்; இறுதியில் அவனே அதில் முழு வெற்றியும் அடைவான். நான் மூர்க்கமடைந்து அவனைப் பார்த்துக் கத்தியபோதும் அவன் என்னிடம் என்ன எதிர்பார்க் கிறானோ, அதைச் செய்தாக வேண்டிய நிலைக்குத் தள்ளப்பட்டு விடுவேன்.

இம்முறை அப்படிப்பட்ட நடவடிக்கைகள் தொடங்கிய மறுகணமே நான் என் கட்டுப்பாட்டை இழந்தவனாக அவன் மீது எரிச்சலோடு சீறிப்பாய்ந்தேன். அவனோடு தொடர்பில்லாத வேறு சில விஷயங்களும்கூட என்னைப் பொறுமையிழந்து கோபம்கொள்ள வைத்திருந்தன.

ஒரு கையை முதுகுக்குப் பின்னால் வைத்துக்கொண்டபடி அவன் மெல்ல அமைதியாகத் தன் அறைக்குச் செல்லத் திரும்பிய போது அவனைப் பார்த்து "நில் அப்படியே" என்று வெறி பிடித்தவனைப் போலக் கத்தினேன்.

"ம்.. நில்! வா இப்படி ம்! வா இங்கே! நான் கூப்பிடுகிறேன் வா இங்கே!" நான் போட்ட அந்தக் காட்டுக் கூச்சல், மிகவும் இயல்புக்கு மீறியதாக இருந்திருக்க வேண்டும். அவன் என்னை ஆச்சரியத்தோடு திரும்பிப் பார்த்தான்; ஆனாலும்கூடத் தொடர்ந்து அவன் எதுவுமே பேசாமல் இருந்தது என்னை எரிச்சலடைய வைத்தது.

"உன்னை நான் அழைக்காத நேரங்களில் என்ன தைரியம் இருந்தால் இப்படி உள்ளே வந்து என்னையே முறைத்துப் பார்த்துக்கொண்டிருந்திருப்பாய். ம்... பதில் சொல்."

அரைநிமிட நேரம் என்னை அப்படியே அமைதியாகப் பார்த்துக்கொண்டிருந்த அவன், மறுபடியும் திரும்பிச் செல்லத்

தொடங்கினான்.

"ம் அப்படியே நில்" என்றபடி அவனை நோக்கி ஓடினேன்.

"அசையக்கூடக் கூடாது அப்படியே இரு. ம்... இப்போது பதில் சொல். அப்படி எதை என்னிடம் பார்க்க வந்தாய்?"

"ஒரு வேளை எனக்கு நீங்கள் ஏதாவது உத்தரவு போட்டால் அதை நிறைவேற்ற வேண்டியது என் கடமை என்பதற்காகத்தான் வந்தேன்" பேசுவதற்கு முன்பு ஒரு சிறிய இடைவெளிவிட்டு மிகமிக மெதுவாக அளவெடுத்தாற்போன்ற குழறும் குரலுடன் இப்படிச் சொன்னான் அவன். புருவங்களை உயர்த்திக்கொண்டு மிக அமைதியாகத் தலையை இடம் வலமாக அசைத்தபடி அளவுக்கு மீறிய தன்னடக்கத்துடன் அவன் அதைக்கூறிய விதம் என்னை மிகவும் எரிச்சலூட்டுவதாக இருந்தது.

"என்னைச் சித்திரவதை செய்துகொண்டிருப்பவனே கேள். நான் ஒன்றும் அதைப் பற்றிக் கேட்கவில்லை இப்போது." கோபத்தில் முகமெல்லாம் இரத்தச் சிவப்பாய் மாறிவிட நான் ஆங்காரத்துடன் கத்தினேன்.

"நீ இங்கே வந்தது எதற்காக என்று நானே சொல்கிறேன் கேட்டுக் கொள். நான் உனக்கு இன்னும் சம்பளம் தரவில்லை. என்னிடம் பணிவாகக் கேட்டு அதை வாங்கிக்கொள்ளமுடியாத படி உனக்கு கர்வம். அதனால் என்னை தண்டிப்பது போல முட்டாள்தனமாக உற்றுப் பார்த்துக்கொண்டிருக்கிறாய். அதற் காகவே வந்தாய். என்னைச் சித்திரவதை செய்வதற்காகவே வந் தாய். அது எப்படிப்பட்ட ஒரு முட்டாள்தனம் என்று உனக்குத் தெரியவில்லை. முட்டாள்.. முட்டாள்.."

அவன் ஒரு வார்த்தைகூட பதில் பேசாமல் மறுபடி திரும்பிப் போயிருப்பான். ஆனால், நான் அவனை விடுவதாக இல்லை.

"இதோ பார்" என்று அவனிடம் சத்தம் போட்டேன். உன் பணம் இங்கே இருக்கிறது.. என்ன பார்த்தாயா. இதோ இங்கேதான். (மேசை இழுப்பறையிலிருந்து அதை வெளியே எடுத்து வைத்தேன்) உன் ஏழு ரூபிளும் அப்படியே. ஆனால், உனக்கு அதை நான் தரப்போவதில்லை. என்னிடம் மரியாதையோடு வந்து தலையைத் தாழ்த்தி நீயாகவே மன்னிப்புக் கேட்கும் வரை அது உனக்குக் கிடைக்காது. என்ன, நான் சொல்வது கேட்கிறதா?"

"அது நடக்காது" என்று இயல்புக்கு மீறிய தன்னம் பிக்கையோடு பதிலளித்தான் அவன்.

"அது அப்படித்தான்" என்றேன் நான். "சத்தியமாகச் சொல்கிறேன், அப்படித்தான் செய்யப்போகிறேன்."

"உங்களிடம் இறைஞ்சி மன்றாடி மன்னிப்புக்கேட்டாக வேண்டிய அவசியம் ஏதும் எனக்கு இல்லை" நான் போட்ட கூச்சல்களையே சற்றும் கண்டுகொள்ளாதவனைப் போலத் தன்பேச்சைத் தொடர்ந்தான் அவன்.

"போதாக்குறைக்கு என்னைச் 'சித்திரவதை செய்பவன்' என்று வேறு சொல்லியிருக்கிறீர்கள். அப்படி என்னை இழிவுபடுத்திப் பேசியதற்காகவே காவல் நிலையத்தில் உங்கள்மீது என்னால் புகார் தரமுடியும்."

"சரி, தாராளமாகப் போ.. புகார் கொடு" என்று அவனிடம் கத்தினேன்.

"ம்.. போ.. இந்த நிமிடமே போ.. இந்த விநாடியே போ. ஆனால் என்ன சொன்னாலும் நீ என்னைச் சித்திரவதை செய்பவன்தான் என்பதை மறுக்கமுடியாது. என்னை வதைப்பவன் நீ."

ஆனால், அவனோ என்னை ஒரு முறை ஏறெடுத்துப் பார்த்துவிட்டுத் தன் அறையை நோக்கி மெதுவாகத் திரும்பிச் சென்றான். நான் அவனை உரக்க அழைத்ததை அவன் சிறிதும் சட்டை செய்யவில்லை; திரும்பியும் பார்க்கவில்லை.

'சே! எல்லாம் அந்த லிசாவால் வந்தது. இல்லையென்றால் இதெல்லாம் நடந்திருக்காது' என்று உள்ளுக்குள் நினைத்துக் கொண்டேன்.

ஒரு நிமிடம் அப்படியே நின்றுகொண்டிருந்தேன். பிறகு நானாகவே தடுப்புக்குப் பின்னால் அவன் இருந்த பகுதியை நோக்கி அமைதியாகவும் தீவிரமான தோரணையுடனும் சென்றேன்; ஆனால், அப்போது என் இதயம் மெதுவாக அதே சமயம் பயங்கரமாகப் படபடத்துக்கொண்டிருந்தது.

மூச்சுவிடக்கூட மறந்த நிலையில் நான் இருந்தாலும் அமைதி யான ஆனால் அழுத்தமான தொனியில் "அப்போலோன்" என்று அழைத்தேன்.

"ம்.. உடனடியாகப் போ.. ஒரு நிமிடம்கூடத் தாமதிக்காதே! போய்க் காவல் அதிகாரியைக் கூட்டிக்கொண்டு வா."

அதற்குள் அவன், தன் கண்ணாடியைப் போட்டுக்கொண்டு ஏதோ ஒரு தையல் வேலையைக் கையிலெடுத்தபடி மேசை அருகே அமர்ந்திருந்தான். என் உத்தரவைக் கேட்டதும் வயிறு குலுங்கச் சிரிக்க ஆரம்பித்தான்.

"ம்.. உடனே போ இந்த நிமிடமே. இந்த நிமிடமே போ இல்லையென்றால் என்ன நடக்கும் என்பதை உன்னால் கற்பனை

கூடச் செய்ய முடியாது."

"நிச்சயமாக உங்களுக்கு புத்தி பிறழ்ந்துதான் போய்விட்டது" என்று தலையைக்கூட நிமிர்த்தாமல் ஊசிக்குள் நூலைக் கோத்த படி தன் வழக்கமான மெதுவான குழறும் குரலில் சொன்னான் அவன்.

"தனக்கு எதிராகப் போலீசில் புகார் தருவதற்கு யாராவது ஒருவன் இன்னொருவனை அனுப்புவானா? அப்படி இந்த உலகத்தில் எங்கேயுமே கேள்விப்பட்டதில்லை. என்னை மிரட்ட வேண்டுமென்பதற்காக உங்களை நீங்களே நிலைகுலையச் செய்துகொண்டிருக்கிறீர்கள். அதுவும் காரணமே இல்லாமல். இதனால் எதுவுமே நடக்கப்போவதில்லை".

அவனுடைய தோள்களை இறுகப் பற்றியபடி "போ இங்கிருந்து" என்று கூச்சலிட்டேன். எந்த நிமிடத்திலும் அவனை நான் அடித்துவிடக்கூடும் என்று தோன்றியது.

ஆனால், மிகச் சரியாக அதே நேரத்தில் வெளியிலிருந்து வரும் வாயிற்கதவு, ஓசையே இல்லாமல் மெதுவாகத் திறந்ததையோ ஏதோ ஓர் உருவம் உள்ளே நுழைந்தபடி அப்படியே நின்றுவிட்டதையோ எங்களைத் திகைப்போடு பார்த்துக்கொண்டிருந்ததையோ நான் கவனிக்கவில்லை. தலையைத் தூக்கிப் பார்த்தபோது அவமானத்தால் குன்றிப்போய் மயக்கம் போட்டு விழுந்துவிடுவதைப் போல உணர்ந்ததால் என் அறையை நோக்கி விரைந்தேன். இரண்டு கைகளாலும் என் தலைமுடியை இறுகப்பற்றிக்கொண்டு, சுவரில் தலையைச் சாய்த்தபடி அதே நிலையில் அசையாமல் அப்படியே நின்றுகொண்டிருந்தேன்.

இரண்டு நிமிடங்கள் கழிந்த பிறகு அப்போலோன் மெதுவாக நடந்து வரும் காலடிச் சத்தம் கேட்டது.

"உங்களைத்தேடிக் கொண்டு யாரோ ஒரு பெண் வந்திருக் கிறாள்" என்று என்னைச் சற்றுக் கடுமையாகப் பார்த்தபடியே கூறினான் அவன். பிறகு அவன் சற்று விலகிக்கொண்டு லிசா உள்ளே வருவதற்கு வழிவிட்டான். ஆனாலும் அங்கிருந்து போக விருப்பமில்லாதவனைப் போல எங்களைப் பரிகாசம் செய்வது போலப் பார்த்துக்கொண்டே இருந்தான்.

"முதலில் நீ போ இங்கிருந்து. போ" என் கட்டுப்பாட்டை முழுமையாக இழந்தவனாய் இவ்வாறு ஆணையிட்டுக் கூவினேன்.

மிகச்சரியாக அதே நேரத்தில் என் அறையிலிருந்த கடிகாரம் மிகுந்த பிரயாசையோடு முனகியபடி ஏழு முறை அடித்தது.

9

“துணிவாக சுதந்திரமாக

என் வீட்டுக்குள் வா!

அதன் எஜமானியாக..

என் அருமைத் துணைவியாக”

நான் அவள் முன்னிலையில் நொறுங்கிப்போனவனாய் வெட்கத்தால் தலை கவிழ்ந்து குன்றிப்போய் நின்றிருந்தேன். கொந்தளித்துக்கொண்டிருந்த குழப்பம் ஒருபுறம்! கிழிந்தும் நைந்தும் கிடந்த என் இரவு உடையால் முடிந்த வரை என்னை மறைத்துக்கொள்ள முயன்றபடி, அவளைப் பார்த்துப் புன்னகைக்க முயன்றேன் என்றே தோன்றுகிறது. சற்று முன்பு மனச்சோர்வான நிலையில் நான் இருந்தபோது எப்படிக் கற்பனை செய்து வைத்திருந்தேனோ அதுபோலவே துல்லியமாக எல்லாம் நடந்தது. ஓரிரு நிமிடங்கள் அங்கேயே நின்றுகொண்டிருந்த பிறகு அப்போலோன் அங்கிருந்து அகன்று போய்விட்டான்; ஆனால், அதுவும்கூட என்னை அவ்வளவாக அமைதியுறச் செய்திருக்க வில்லை.

நான் எதிர்பார்த்திருந்ததைவிடவும் மிக அதிகமான குழப்பத் துக்கு அவள் ஆட்பட்டிருந்ததே நிலைமையை மேலும் மோச மாக்கிக்கொண்டிருந்தது.

“உட்கார்” என்று இயந்திரத்தனமாகக் கூறியபடி மேஜை அருகிலிருந்த ஒரு நாற்காலியை அவளருகே நகர்த்தியபடி நான் சோஃபாவில் அமர்ந்துகொண்டேன். அவள் உடனே அதை ஏற்றுக்கொண்டு நாற்காலியில் உட்கார்ந்துகொண்டாள். சட்டென்று என்னிடமிருந்து ஏதாவது வரக்கூடுமென்ற எதிர்பார்ப் புடன் தன் விழிகளை அகல விரித்தபடி என்னையே உற்றுப் பார்த்துக்கொண்டிருந்தாள் அவள். கள்ளங்கபடமற்ற அந்தப் பார்வை எனக்கு எரிச்சலூட்டியபோதும் நான் என்னைக் கட்டுப்படுத்திக்கொண்டிருந்தேன்.

அவளுக்குக் கொஞ்சம் மூளையிருந்திருந்தால்கூட எதையுமே கவனிக்காததைப் போலவும் எல்லாமே வழக்கப்படி இருப்பதைப் போலவும் பாவனை செய்திருப்பாள்; ஆனால் அவள் அவ்வாறு இல்லை என்பதாலேயே ‘நன்றாக ஏதோ என்னிடம் வாங்கிக் கட்டிக்கொள்ளப்போகிறாள்’ என்று எனக்குப்பட்டது.

‘வித்தியாசமான வினோதமான ஒரு சூழ்நிலையில் நீ என்னைப் பார்க்க நேர்ந்திருக்கிறது லிசா’ எங்களுக்கு இடையிலான உரையாடலை அப்படித் தொடங்குவது சரியாக இருக்காது என்பது எனக்குத் தெளிவாகத் தெரிந்திருந்தபோதும் திக்கித் திணறியபடி அவ்வாறு சொல்லி முடித்தேன்.

“இல்லை இல்லை அதெல்லாம் ஒன்றுமில்லை..” அவள் சட்டென்று கூச்சப்பட்டதைப் பார்த்ததும் இவ்வாறு கத்தினேன்.

“எனக்கொன்றும் என் ஏழ்மையைப் பற்றி எந்த அவமானமும் இல்லை. அதற்கு நேர்மாறாக அதை எண்ணிப் பார்க்கும்போது எனக்குப் பெருமைதான் ஏற்படுகிறது. நான் ஏழையாக இருந்த போதிலும் கௌரவமாக இருக்கிறேன்; ஒருவரால் ஏழையாகவும் அதே நேரத்தில் கௌரவமாகவும் இருக்க முடியும்” என்று முணு முணுத்தேன்.

“அதிருக்கட்டும் தேநீர் ஏதாவது குடிக்கிறாயா?”

“வேண்டாம்” என்றாள்.

“ஒரே ஒரு நிமிடம் பொறுத்துக்கொள்” என்றபடி அங்கிருந்து விரைவாக அப்போலோன் இருந்த இடத்துக்கு ஓடினேன். ஏதாவது ஒரு காரணத்தை முன்வைத்தபடி அந்த அறையிலிருந்து அகன்று சென்றுவிட வேண்டுமென்றே அப்போது தோன்றியது எனக்கு.

“அப்போலோன்” என்று ஜுர வேகத்துடன், கிசுகிசுப்பான குரலில் அழைத்தபடி அவ்வளவு நேரமும் என் கைக்குள் மூடி வைத்திருந்த ஏழு ரூபிள்களை அவனுக்கு முன்னால் வீசினேன்.

“இதோ பார் உன்னுடைய சம்பளம். அதை நான் கொடுத்து விட்டேன் நன்றாகப் பார்த்துக்கொள். ஆனால் அதற்குப் பதிலாக நீ இப்போது எனக்கொரு உதவி செய்தாக வேண்டும். ஏதாவது ஒரு உணவு விடுதிக்கு உடனே போய் ஒரு டஜன் ரஸ்குகளும், தேநீரும் வாங்கிக் கொண்டுவா. நீ மட்டும் அப்படிப் போகவில்லை என்றால் என்னைக் கேவலப்படுத்திவிடுவாய். அந்தப் பெண் யாரென்பது உனக்குத் தெரியாது. அவள் மிகவும் அருமையானவள், அற்புதமானவள். நீ வேறு ஏதாவது கற்பனை செய்துகொண்டிருக்க லாம். ஆனால், அவள் எப்படிப் பட்டவளென்பது உனக்குத் தெரியாது.”

கண்ணாடியை மீண்டும் அணிந்தபடி தான் செய்து கொண்டிருந்த வேலையைத் தொடர்வதற்காக அப்போதுதான் அமர்ந்திருந்த அப்போலோன் எதுவுமே பேசாமல், கையிலிருக்கும் ஊசியைக்கூடக் கீழே வைக்காமல் சந்தேகப் பார்வையோடு முதலில்

அந்தப் பணத்தைப் பார்த்தான். பிறகு என்னைக் கொஞ்சம்கூடப் பொருட்படுத்தாமல் எனக்கு எந்த பதிலும் அளிக்காமல் ஊசி நூல் கோர்ப்பதில் ஈடுபடத் தொடங்கிவிட்டான். நெப்போலியனைப் போல என் கைகளைக் குறுக்காகக் கட்டிக்கொண்டு மூன்று நிமிடம் அவனுக்காக அப்படியே காத்திருந்தேன். நெற்றிப் பொட்டிலெல்லாம் வியர்வை அரும்பி வழிய நான் வெளிறிப்போய் நின்றிருந்தேன் என்று நினைக்கிறேன். கடவுள் அருளால் என்னை அந்த நிலையில் பார்க்கும்போது அவனுக்குப் பரிதாபம் எழுந்திருக்க வேண்டும். நூலைக் கோத்து முடித்ததும் மெதுவாகத் தன்னுடைய இடத்தை விட்டு எழுந்து கொண்டான் அவன். தன் நாற்காலியை மெதுவாக நகர்த்திவிட்டு நிதானமாகக் கண்ணாடியையும் கழற்றி வைத்தான். பிறகு அங்கிருந்த பணத்தை மெல்ல எண்ண ஆரம்பித்தான். பிறகு என்னை எட்டிப் பார்த்து 'தேநீர் என்ன ஒரு குடுவை வேண்டுமா?' என்று கேட்டுவிட்டு நிதானமாக அறையைவிட்டு வெளியேறிச் சென்றான்.

மீண்டும் லிசாவை நோக்கித் திரும்பிச் சென்றுகொண்டிருந்த எனக்கு அப்படியே அந்த இரவு உடையுடனேயே எங்காவது ஓடிவிடலாமா என்று தோன்றியது. எல்லாம் எப்படியாவது போய்த் தொலையட்டும் நாம் எங்கேயாவது போய்விடலாம் என்றே அப்போது நினைத்துக்கொண்டிருந்தேன்.

மறுபடியும் உள்ளே வந்து உட்கார்ந்தபோது லிசா என்னை தர்மசங்கடத்தோடு பார்த்துக்கொண்டிருந்தாள். ஒரு சில நிமிடங்கள் இருவரும் அப்படியே அமைதியாக இருந்தோம்.

"நான் அவனைக் கொல்லப்போகிறேன்" என்று திடீரென்று கூச்சலிட்டபடி மைப்புட்டியிலிருந்த மை தெறித்துச் சிதறும் அளவுக்கு மேஜையை என் முஷ்டியால் ஓங்கிக் குத்தினேன்.

"என்னதான் ஆயிற்று? நீங்கள் என்ன சொல்கிறீர்கள்" என்றபடி அழத் தொடங்கினாள் அவள்.

"நான் அவனைக் கொல்லப்போகிறேன். ஆமாம், கொல்லப் போகிறேன்" என்று கூச்சலிட்டபடி ஆவேசத்தோடு மேஜையை ஓங்கி ஓங்கிக் குத்திக்கொண்டிருந்தேன். அப்படிப்பட்ட மூர்க்கம் எவ்வளவு முட்டாள்தனமானது என்பதையும் அதே நேரம் நான் உணர்ந்திருக்கத் தவறவில்லை.

"அந்த ஆள் என்னை எப்படிச் சித்திரவதை செய்கிறான் என்பது உனக்குத் தெரியாது லிசா. அவன் என்னை தினந்தோறும் வதைத்துக்கொண்டிருப்பவன். இப்போது ரஸ்க் வாங்குவதற்குப் போயிருக்கிறான்"

திடீரென்று என்னிடமிருந்து கண்ணீர் பெருகத் தொடங்கியது. ஏதோ ஹிஸ்டீரியாவால் நரம்புத் தளர்ச்சியால் தாக்கப்பட்ட வனைப் போல் இருந்தேன் நான். என்னுடைய விம்மல்களுக் கிடையிலேயே என்னைக் குறித்த அவமானமும் எனக்குத் தோன்றி னாலும் என்னால் கட்டுப்படுத்திக்கொள்ள முடியவில்லை.

அவளோ மிரண்டுபோயிருந்தாள். "என்ன விஷயம்? என்ன ஆயிற்று உங்களுக்கு" என்றபடி என்னைப் பற்றிக் கவலைப்பட ஆரம்பித்தாள்.

"தண்ணீர்... தண்ணீர் வேண்டும் எனக்கு, அதோ அங்கே இருக்கிறது பார். அதைக் கொஞ்சம் எடுத்துத் தா" என்று பலவீன மான குரலில் முணுமுணுத்தேன். ஆனால் அப்படியெல்லாம் பலவீனமாக முணுமுணுத்தபடி தண்ணீர் கேட்கவேண்டிய அவசியம் ஏதும் இல்லாமலே என்னால் சமாளித்திருக்க முடியும் என்பதை உள்ளூர உணர்ந்திருந்தேன். குறிப்பிட்ட அந்த நேரத்தில் நான் நரம்புத் தளர்ச்சியால் தாக்கப்பட்டதென்னவோ உண்மை தான் என்றாலும் என் கௌரவத்தைக் காப்பாற்றிக்கொள்ளும் பொருட்டு நான் சிறிது மிகையாகவே நடித்துக்கொண்டிருந்தேன்.

அவள் தண்ணீரைக் கொண்டு வந்து கொடுத்துவிட்டு என்னைத் திகைப்போடு பார்த்துக்கொண்டிருந்தாள். அதே நேரத்தில் அப்போலோனும் தேநீரைக் கொண்டு வந்தான். இவ்வளவும் நடந்து முடிந்தபிறகு மிகவும் சாதாரணமானதும் சுவாரசியமற்றதுமான அந்தத் தேநீர் அந்த இடத்துக்குப் பொருத்தமற்றதாகவும், அற்பமானதாகவும் எனக்குத் தோன்ற நான் கூச்சத்தால் முகம் சிவந்தேன். உள்ளே வந்த அப்போலோனைச் சற்றுக் கலவரத்துடன் பார்த்துக்கொண்டிருந்தாள் லிசா. அவன் எங்கள் இருவரையும் ஏறெடுத்தும் பார்க்காமல் அங்கிருந்து வெளியேறினான்.

"உனக்கு என்னைப் பார்த்தால் வெறுப்பாக இருக்கிறதா லிசா?" என்று நேருக்கு நேராக அவளை நோக்கிக் கேட்டேன். அவள் என்னைப் பற்றி என்ன நினைக்கிறாள் என்பதை அறிந்து கொள்வதற்காகப் பொறுமையிழந்தவனாய்ப் படபடத்துக்கொண் டிருந்தேன் நான்.

மிகவும் குழம்பிப்போயிருந்த அவளுக்கு என்ன பதில் தருவதென்று புரியவில்லை.

"ம்.. டீயைக்குடி" என்று அவளிடம் கோபமாகச் சொன்னேன். அப்போதுகூட என்மீதே எனக்குக் கோபம் இருந்தது என்றாலும் அதற்கான விலை தரவேண்டியவள் அவளே என்று நினைத்தேன்.

அவள்மீது என் மனதுக்குள் மிகக் கடுமையான சினம் கிளர்ந்தெழுந்துகொண்டிருந்தது; அவளைக் கொல்லவும் கூடத் துணிந்துவிடுவதைப் போலிருந்தேன். அவளைப் பழிவாங்குவதைப் போல அவளிடம் ஒரு வார்த்தைகூடப் பேசக்கூடாது என்று உள்ளுக்குள் உறுதி எடுத்துக்கொண்டேன். 'எல்லாவற்றுக்கும் காரணம் அவளே' என்று எனக்குத் தோன்றியது.

எங்கள் மௌனம் கிட்டத்தட்ட ஐந்து நிமிடங்களைப் போல அப்படியே நீடித்தது. மேஜை மேலிருந்த தேநீரை நாங்கள் இருவருமே தொடவில்லை. அவளை மேன்மேலும் தர்மசங்கடத்துக்கு ஆளாக்க எண்ணியவனைப் போல நான் வேண்டுமென்றே அதை அருந்த ஆரம்பிக்காமல் தவிர்த்துக் கொண்டிருந்தேன். தான் மட்டும் குடிப்பதென்பது அவளுக்கும் சங்கடமாகத்தான் இருந்திருக்க வேண்டும். வருத்தத்தோடு கூடிய குழப்பமான பார்வையுடன் என்னைப் பலமுறை பார்த்தாள். நானோ பிடிவாதத்தோடு எதுவும் பேசாமல் இருந்தேன். உண்மையைச் சொல்லப்போனால் நான்தான் மிகுந்த வேதனைக்கு உள்ளாகியிருந்தேன்; வெறுக்கத்தகுந்ததும், இழிவானதுமான என்னுடைய படுமோசமான முட்டாள் தனத்தைக் குறித்த முழுப் பிரக்ஞையோடு இருந்ததே அதற்கான காரணம்; ஆனால், அதே வேளையில் அப்படிச் செய்யாமல் இருக்கவும் என்னால் இயலவில்லை.

"நான் 'அந்த' இடத்திலிருந்து போய்விடவேண்டுமென்று விரும்புகிறேன்" என்று அங்கே நிலவிய மௌனத்தைக் கலைத்தபடி பேசத் தொடங்கினாள் அவள். பாவப்பட்ட அந்தப் பெண்ணுக்கு அசந்தர்ப்பமான அந்த நேரத்தில், என்னைப் போன்ற ஒரு முட்டாளிடம் அதைப் பற்றிப் பேசியிருக்கக்கூடாது என்பது தெரியவில்லை. கள்ளங்கபடமில்லாமல், அந்த வேளைக்குப் பொருத்தமில்லாத வெகுளித்தனத்தோடு அப்படி அவள் பேசியதைக் கேட்டு என் இதயமும்கூட அவள்மீது கொண்ட பரிதாபத்தால் வலித்தது. ஆனால் என்னிடமிருந்த அரக்கத்தனமான ஏதோ ஒன்று, நான் கொண்டிருந்த அந்தப் பரிவை உடனடியாக நசுக்கிப் போட்டுவிட்டது; என்னிடமிருந்த விஷத்தை மேன்மேலும் தூண்டிவிட்டது. நடந்தது எதைப் பற்றியும் அலட்டிக்கொள்ளாமல் நான் இருந்தேன். மேலும் ஐந்து நிமிடங்கள் அப்படியே கடந்தன.

"ஒரு வேளை நான் வந்த நேரம் சரியில்லையோ? நான் உங்களுக்குத் தொந்தரவு தருகிறேனோ" என்று மிகமெல்லிய குரலில் அப்பாவித்தனமாகக் கூறியபடி தன் இடத்தை விட்டு எழுந்திருந் தாள். சுயகௌரவத்துக்குப் பாதிப்பு நேர்ந்ததால் ஏற்பட்ட இந்த முதல் எதிர்வினையைக்கண்ட மாத்திரத்தில் நான் வெறுப்பால் ஆட்டுவிக்கப்பட்டவனாய் உடனே வெடித்துக் குமுறினேன்.

“நீ இப்போது இங்கே எதற்காக என்னைத் தேடி வந்தாய், தயவு செய்து முதலில் அதைச் சொல்.” என்று மூச்சிரைத்தபடி அவளிடம் கேட்டேன். நான் பேசிய சொற்களில் தர்க்கபூர்வமான தொடர்பு இல்லாததைக்கூட நான் சற்றும் பொருட்படுத்தவில்லை. ஒரே அடியில் உடனடியாக எல்லாவற்றையும் வெளிக்கொண்டு வந்துவிடவேண்டுமென்றே நான் தவித்தேன். பேச்சை எப்படி எங்கே ஆரம்பிப்பது என்பதைப் பற்றியெல்லாம் நான் கவலைப் படவில்லை.

“இப்போது ஏன் இங்கே வந்தாய், ம்..? அதற்கு முதலில் பதில்சொல்” என்றபடி நான் செய்துகொண்டிருப்பது என்ன வென்றே அறியாமல் கத்திக்கொண்டிருந்தேன் நான்.

“சரி பாவப்பட்ட என் அன்புப் பெண்ணே. இதை மட்டும் கேட்டுக்கொள், நீ ஏன் இங்கே வந்தாய் என்பதை நானே உனக்குச் சொல்கிறேன். நேற்றிரவு உன்னிடம் உணர்ச்சிமயமாக நான் ஏதேதோ பேசிவிட்டதால் நீ என்னைத் தேடிக்கொண்டு வந்திருக் கிறாய். நீ இப்போது கொஞ்சம் மென்மைப் பட்டுவிட்டதால் அதே மாதிரியான உணர்ச்சிகரமான பேச்சுகளுக்காக மேலும் மேலும் ஏங்கிக்கொண்டிருக்கிறாய். ஆனால், உனக்கு ஒரு விஷயம் தெரியுமா? அந்த சமயத்தில் நான் உன்னைப் பார்த்துப் பரிகாசமாய்ச் சிரித்துக்கொண்டுதான் இருந்தேன். இப்போதும்கூட அப்படித்தான் சிரித்துக்கொண்டிருக்கிறேன். ஏன் இப்படி வெடவெடத்துப்போகிறாய். ஆமாம். அதுதான் நிஜம். உண்மை யாகவே நான் உன்னைப் பார்த்து எள்ளி நகையாடிக்கொண்டுதான் இருந்தேன். எனக்கு முன்னால் இங்கே வந்தார்களே சில நண்பர்கள் அவர்களால் சற்று முன்பு, இரவு விருந்தின்போது நான் அவமானத்துக்கு ஆளாகியிருந்தேன். அவர்களில் ஒரு அதிகாரியை நசுக்கிப் போட எண்ணித்தான் நீ இருந்த இடத்துக்கு நான் வந்தேன். ஆனால் என்னால் அவனைக் கண்டுபிடிக்கமுடியவில்லை; நான் தோற்றுப்போனேன். என்னை நானே மீட்டுக் கொள்வதற்காக அந்த அவமானத்தை வேறு எவர் மீதாவது சுமத்திப் பழி வாங்க வேண்டுமென்று தோன்றியது. வசமாக நீ சிக்கிக்கொண்டாய். என் வெறுப்பு கோபம் எல்லாவற்றையும் உன்மீது கொட்டியபடி உன்னை என் வடிகாலாக்கிக்கொண்டேன்; உன்னைப் பார்த்துப் பரிகசித்துச் சிரித்தேன். நான் இழிவுபடுத்தப்பட்டிருந்ததால் வேறு யாரையாவது நானும் இழிவுபடுத்த வேண்டுமென விரும்பினேன். ஒரு கிழிசலான கந்தல் துணியைப் போல நான் கசக்கிப் போடப் பட்டிருந்ததால் என் ஆதிக்கத்தை, அதிகாரத்தை வெளிக்காட்டிக் கொள்ள ஆசைப்பட்டேன். உண்மையில் நடந்தது அது தான். நான் ஏதோ உன்னைக் காப்பாற்றுவதற்காக வேண்டுமென்றே

அங்கே வந்ததைப்போல நீ கற்பனை செய்துகொண்டாய். என்ன நான் சொல்வது சரிதானே. அப்படித்தானே நீ நினைத்தாய்."

பெரும்பாலும் நான் பேசியதையெல்லாம் கேட்டு அவள் குழம்பிப்போயிருப்பாள் என்றும், அப்படியே அவற்றை உள் வாங்கிக்கொண்டிருக்க மாட்டாள் என்றும் எனக்குத் தெரிந் திருந்தது; ஆனாலும் அதன் சாரத்தை, உட்பொருளை அவளால் நன்றாகக் கிரகித்துக்கொள்ள முடியும் என்பதையும்கூட நான் அறிந்திருந்தேன். நான் நினைத்தது போலவே அவளும் அதைப் புரிந்துகொண்டிருந்தாள். வெள்ளைக் கைக்குட்டையைப் போல வெளிறிப்போயிருந்த அவள் எதையோ சொல்ல முயன்றாள்; அதற்காக அவளது இதழ்கள் வலியோடு துடித்தபடி இருந்தன. ஆனால், எதுவும் பேசாமல் எவரோ தன்னை ஒரு கோடரியால் தாக்கி வீழ்த்தியதைப் போல நாற்காலியில் அப்படியே சரிந்தாள். அதன் பிறகு முழுநேரமும் வாய் இலேசாகப் பிளந்திருக்க கண்களை அகல விரித்துப்பார்த்தபடி கடுமையான பயத்துடன் உடலெல்லாம் நடுநடுங்க நான் பேசுவதைக்கேட்டுக்கொண்டிருந்தாள் அவள்.

"உன்னை நான் காப்பாற்றுவதா" என்றபடி என் நாற்காலி யிலிருந்து துள்ளியெழுந்து அவளுக்கு முன்பாக அறைக்குள் மேலும் கீழுமாக விரைவாக நடந்தபடி பேச்சைத் தொடர்ந்தேன்.

"உன்னை நான் எதிலிருந்து காப்பாற்றுவது? ஒரு வேளை உன்னைவிட நான் மோசமானவனாக இருக்கலாமே? உன்னிடம் நான் அப்படி உபதேசம் செய்துகொண்டிருந்தபோது நீ ஏன் என் வாயை அடக்கவில்லை? அதிருக்கட்டும் நீயாக இப்போது இங்கே வந்தது எதற்காக? இரண்டு பேருமாகச் சேர்ந்து ஒழுக்க போதனை களை ஒன்றாக வாசிக்கலாமென்றா? நான் விரும்பியதெல்லாம் வெறும் அதிகாரம். அதிகாரம் மட்டுமே. நான் உன்னிடம் வெறுமனே விளையாடத்தான் ஆசைப்பட்டேன் உன்னை அழவைத்துப் பார்க்க நினைத்தேன். உன்னை இழிவுபடுத்தி அதன்மூலம் நீ உணர்ச்சி வசப்பட்டு நிலைகுலைந்து போவதைப் பார்க்க நான் ஆசைப்பட்டேன். நான் விரும்பியதெல்லாம் அது மட்டும்தான். நான் மிகவும் மோசமானவன் என்பதால் அப்போது அதை நான் வெளிக்காட்டிக்கொள்ளவில்லை. எப்படியோ என்னையும் அறியாமல் என் முட்டாள் தனத்தால் உனக்கு என் முகவரியைக் கொடுத்துவிட்டேன். ஏன் அப்படிச் செய்தேன் என்று என்னையே நான் நொந்துகொண்டேன்; பயந்துபோனேன். ஆனால், அன்று உன்னிடம் என் முகவரியைத் தந்ததற்காக நான் வீட்டுக்குத் திரும்பிச் செல்வதற்கு முன்பே உன்னை நான் திட்டிக்கொண்டும், பழித்துக்கொண்டும் தான் இருந்தேன்.

உன்னிடம் சொல்ல நேர்ந்த பொய்களுக்காகவும் உன்னை நான் வெறுத்தேன். வார்த்தைகளோடு விளையாடியபடி கனவுக்குள் அமிழ்வதை மட்டுமே நான் விரும்பினேன். மற்றபடி நீங்களெல்லாம் எக்கேடு கெட்டுப் போனால்தான் எனக்கென்ன வந்தது என்பதே என் உள்ளார்ந்த எண்ணமாக இருந்தது. நான் விரும்பியது அதைத்தான். நான் அமைதியை மட்டுமே விரும்பினேன். என்னை மட்டும் நிம்மதியாக அமைதியாக விட்டுவைக்க வழியிருந்தால் ஒரு 'ஃபார்தி'ங்குக்காக (காலணா நாணயம்) இந்த உலகத்தைக்கூட விற்றுவிடுவேன்.

என்னைப் பொறுத்தவரை இந்த உலகம் எக்கேடு கெட்டுத் தொலைந்து போனாலும் எனக்கொன்றும் இல்லை. எனக்கு ஒரு கோப்பைத் தேநீர் கிடைத்தால் அது போதும். உனக்கு அதைப் பற்றிப் புரிகிறதா, இல்லையா? சரி. இதோ பார். எனக்கு என்னைப்பற்றி நன்றாகத் தெரியும். நான் ஒரு பொறுக்கி.. மிக மிக மோசமானவன். திமிர்பிடித்தவன். ஒழுக்கம் கெட்டவன். நீ இங்கே வந்துவிடப் போகிறாயோ என்று எண்ணியபடி கடந்த மூன்று நாட்களாக நான் நடுநடுங்கிக்கொண்டிருந்தேன். குறிப்பாக அந்த மூன்று நாட்களின்போதும் என்னை மிகுதியாகக் கவலைப் படுத்தியது எது என்று உனக்குத் தெரியுமா? இப்போது சொல்கிறேன் கேட்டுக்கொள்.

அன்று உனக்கு முன்பாக ஒரு கதாநாயகனைப்போலக் காட்சி தந்த என்னை கிழிந்தும் நைந்தும் தொங்கிக்கொண்டிருக்கும் ஆடையுடன் ஒரு பிச்சைக்காரனைப் போன்ற மோசமான அருவருப்பான கோலத்தில் நீ பார்த்துவிடப் போகிறாயோ என்பதுதான் எனக்குக் கவலை அளித்தது. கொஞ்ச நேரத்துக்கு முன்னாலேதான் என் வறுமைநிலையைக் குறித்து நான் ஒன்றும் அவமானப்படவில்லை என்று உன்னிடம் சொல்லியிருந்தேன். இப்போது கேட்டுக்கொள் அது உண்மை இல்லை. என் ஏழ்மையை எண்ணி நான் வெட்கப்படுகிறேன்; வேறு எதைக்காட்டிலும் அதுவே எனக்கு மிகவும் அவமானகரமாக இருக்கிறது. ஒரு திருடனாக இருந்து பிடிபட்டுவிட்டால் எவ்வளவு அவமானம் ஏற்படுமோ அதைவிட அதிகமாக என் வறுமை நிலையை எண்ணி நான் கூச்சப்படுகிறேன். என்னிடமிருக்கும் எல்லைமீறிய தற்செருக்கின் காரணமாக தோல் உரிக்கப்பட்டு நிற்பதைப் போல மிக இலேசாக அடிக்கும் காற்றின் வருடலும்கூட என்னைப் புண்படுத்திக்கொண்டிருப்பதைப் போல சிலவேளைகளில் நான் உணர்வேன். அப்படி இருக்கும்போது நான் இவ்வளவு மோசமான ஆடை அணிந்த அவலமான கோலத்துடன் ஒருவெறிநாயைப் போல அப்போலோனிடம் சீறி விழுந்துகொண்டிருந்த அந்த

ஃபியோதர் தஸ்தயெவ்ஸ்கி ◆ 191

நேரத்தில் நீ என்னைப் பார்த்துவிட்டாய். அதற்காகவே உன்னை என்னால் ஒருபோதும் மன்னிக்க முடியாது என்பதைப் புரிந்துகொள்.

நீ இரட்சகனாக ஒரு கதாநாயகனாக எண்ணிக்கொண்டிருந்த ஒருவன் இங்கே தன் ஏவலாளியிடம் ஒரு அருவருப்பான அழுக்குப் பிடித்த சொறி நாயைப்போலக் கூச்சல்போட்டுக்கொண்டிருந்தான்; அவனது ஏவலாளியோ அவனைப் பார்த்துப் பரிகாசமாகப் பேசிக்கொண்டிருந்தான். அந்த நேரத்தில் அதை நீ பார்த்து விட்டாய். அவமானத்துக்கு ஆளாகிப்போன ஒரு முட்டாள் பெண்ணைப்போல என்னை நானே கட்டுப்படுத்திக்கொள்ள முடியாமல் உனக்கு முன்பாக நான் இப்போது கண்ணீர் வடித்தேனே அதற்காகவும்கூட நான் உன்னை ஒருகாலும் மன்னிக்க மாட்டேன். இப்போது அதையெல்லாம் உன்னிடம் ஒப்புதல் வாக்குமூலம் கொடுத்துக்கொண்டிருக்கிறேனே அப்படி ஒன்று நேர்ந்ததற்காகவும் உன்னை என்னால் மன்னிக்க முடியாது. இப்படிப்பட்ட ஒரு வேளையில் நீ இங்கே வர நேர்ந்ததற்காக அதற்கு உரிய விலையை நீ தந்துதான் ஆக வேண்டும். உன்னால் மட்டும்தான் அதைத் தரமுடியும்.

நான் மிகவும் மோசமானவன், அருவருப்பானவன், முட்டாள் எல்லாம் உண்மைதான். ஆனால் இந்த உலகத்திலுள்ள புழுப்பூச்சி உட்பட எதைப் பார்த்தாலும் எனக்குப் பொறாமையாக இருக்கிறது. எந்த வகையில் பார்த்தாலும் அவை என்னைவிடக் கொஞ்சம்கூட உயர்ந்தவையாக இல்லை. ஆனால், அவையெல்லாம் எந்த இழிவுக்கும் அவமானத்துக்கும் உட்படாதபோது நான் மட்டும் இங்கிருக்கும் கேவலமான பேன்களைப் போன்றவர்களால் ஏன் இப்படி அவமானத்துக்கு உள்ளாகிறேன். அது கடவுளுக்குத்தான் தெரியும். அதுதான் என்மீது சுமத்தப்பட்டிருக்கும் விதி.

இப்போது நான் பேசிக்கொண்டிருப்பதில் ஒரு வார்த்தைகூட உனக்குப் புரியாமல் போகலாம். அதைப்பற்றி எனக்கென்ன வந்தது? நீ அங்கேயே அந்த இடத்திலேயே சீரழிந்துபோனால் தான் அதைப்பற்றி எனக்கென்ன? நான் ஏன் அதற்காகக் கவலைப்படவேண்டும்? என்ன நான் சொல்வது புரிகிறதா? இப்போது இப்படியெல்லாம் நான் சொன்ன பிறகு நீ இங்கே இருப்பதையும் இதையெல்லாம் கேட்டுக்கொண்டிருப்பதையும் நான் வெறுக்கிறேன் என்பதாவது உனக்குப் புரிகிறதா? தன் வாழ் நாளிலேயே எப்போதாவது ஒரு தடவை மட்டும்தான் ஒரு மனித னால் இப்படியெல்லாம் பேசமுடியும். அதுவும் இப்படிப்பட்ட உணர்ச்சிக் கொந்தளிப்பால் நரம்புத்தளர்ச்சிக்கு ஆட்பட்டிருக்கும்

போது மட்டுமே. உனக்கு இன்னும்கூட என்னதான் வேண்டும்? இவ்வளவுக்குப் பிறகும்கூட நீ என் கண்ணெதிரே நின்றபடி என்னை ஏன் இப்படிச் சித்திரவதை செய்துகொண்டிருக்கிறாய்? நீ இங்கிருந்து போய்த் தொலைந்தால்தான் என்ன?"

அந்தக் கணத்தில் மிகவும் வினோதமாக ஒன்று நடந்தது.

பொதுவாக எல்லா விஷயங்களையும் நான் படித்த புத்தகங் களிலிருந்து மட்டுமே சிந்திக்கவும், கற்பனை செய்துகொள்ளவும் நான் பழகிப்போயிருந்தேன். இந்த உலகிலுள்ள எல்லாவற்றையும் நான் கனவு கண்டது போலவே என்னுள் சித்தரித்து வைத்திருந் தேன். அதனாலேயே வித்தியாசமான அந்த விஷயத்தை என்னால் சட்டென்று உள்வாங்கிக்கொள்ள முடியவில்லை.

நடந்தது இதுதான். என்னால் புண்படுத்தப்பட்டும் நசுக்கப் பட்டும் இருந்த லிசா நான் கற்பனை செய்து வைத்திருந்ததைவிட மிக அதிகமாகவே என்னைப் புரிந்துகொண்டிருந்தாள். உண்மையான ஆத்மார்த்தமான நேசம் கொண்ட ஒரு பெண் எதை முதலில் உணர்ந்துகொள்வாளோ அதை நான் பேசியதிலிருந்து அவள் நன்றாகவே புரிந்துகொண்டிருந்தாள்.

பயந்துபோய்க் காயப்பட்டதுபோல அவள் முகத்திலிருந்த பாவனையைத் தொடர்ந்து வருத்தம் தோய்ந்த குழப்பம் இப்போது குடிகொண்டது. என்னை நானே ஒரு பொறுக்கி என்றும் கேடு கெட்டவன் என்றும் சொல்லிக்கொண்டபோதும், நான் கண்ணீர் சொரிந்தபோதும், நான் தொடர்ச்சியாகப் பேசிக்கொண்டிருந்த போதும் முழுநேரமும் கண்ணீர்விட்டுக்கொண்டுதான் இருந்தேன். அவளது முகம், வலிப்பு வந்ததைப் போலத் துடித்துக்கொண்டிருந் தது. தன்னுடைய இடத்திலிருந்து எழுந்து வந்து என் பேச்சுக்கு ஒரு முற்றுப்புள்ளி வைக்க முனைபவளைப் போல இருந்தாள் அவள்.

"இன்னும் ஏன் இங்கிருந்து போய்த் தொலையாமல் இருக்கிறாய்?" என்றபடி பேச்சை முடித்தபோது நான் போட்ட அந்தக் கூச்சலை அவள் அவ்வளவாகப் பொருட்படுத்தியதாகத் தோன்றவில்லை. இப்படியெல்லாம் பேசவேண்டுமென்றால் நான் எந்த அளவுக்குக் கசந்துபோயிருக்க வேண்டும் என்பதை மட்டும் அவள் நன்றாகவே உணர்ந்திருக்க வேண்டும். என்னால் நொறுங்கிப்போயிருந்த பாவப்பட்ட அந்தப்பெண் என்னைவிட மிகமிகக் கீழான நிலையில் இருப்பதாகவே தன்னைப்பற்றிக் கருதிக்கொண்டிருந்தாள்; அப்படி இருக்கும்போது என்மீது கோபத்தையோ ஒரு விலகலையோ அவளால் எப்படிக் காட்ட

முடியும்? கட்டுப்படுத்திக்கொள்ள இயலாத மன எழுச்சியுடன் சட்டென்று தனது நாற்காலியிலிருந்து துள்ளி எழுந்தபடி என்னை நோக்கித் தாகத்தோடு தன் கைகளை அகல விரித்தாள். ஆனாலும்கூடத் தான் இருக்கும் இடத்தை விட்டு அசைவதற்கு அஞ்சுபவள் போலக் கொஞ்சம் பயத்தோடுதான் இருந்தாள். சரியாக அதே கணத்தில் என் இதயத்திற்குள்ளும் ஏதோ ஒரு அக எழுச்சியின் தூண்டுதல் பிறக்க, அவள் சட்டென்று என்னை நோக்கி விரைந்தோடி வந்தாள். தனது கரங்களால் என்னை வளைத்துக்கொண்டபடி கண்ணீர்விட்டுக் குமுறத் தொடங்கினாள். நானும் இதற்கு முன் எப்போதும் இல்லாதபடி என்னை அடக்கிக் கொள்ளமுடியாமல் விம்மத்தொடங்கினேன்.

"அவர்கள் என்னை விட்டு வைக்கப்போவதில்லை. என்னால் ஒழுங்காக வாழ முடியப்போவதில்லை" என்று ஏதோ சொல்ல வாயெடுத்தேன். பிறகு சோஃபாவை நோக்கிச்சென்று அதில் தலைகுப்புறப்படுத்தபடி கிட்டத்தட்ட கால் மணிநேரம் உணர்ச்சி ஆவேசத்துடன் விம்மி அழுதுகொண்டிருந்தேன். என்னருகே வந்து தன் கைகளால் என்னை வளைத்துக் கொண்டபடி அதே நிலையில் அப்படியே அசையாமல் உட்கார்ந்திருந்தாள் அவள்.

ஆனால், என்னுடைய உணர்ச்சிக்குமுறல் தொடர்ந்து அப்படியே நீடிக்காமல் போனதுதான் பிரச்சினையே. (அருவருப் பான வெறுப்பூட்டக்கூடிய அந்த உண்மையைத்தான் நான் இப்போது எழுதிக்கொண்டிருக்கிறேன்.) அழுக்குப் பிடித்த தோலால் செய்யப்பட்ட தலையணைக்குள் முகத்தைப் புதைத்த படி சோஃபாவில் குப்புறப்படுத்துக்கிடந்த அந்த நேரத்தில் தன்னிச் சையான தவிர்க்கமுடியாத உணர்வு ஒன்று எங்கிருந்தோ வந்து படிப்படியாக என்னை ஆட்கொள்ளத் தொடங்கியது. இப்போது தலையை நிமிர்த்தி லிசாவை நேருக்கு நேராகப் பார்ப்பது சகிக்க முடியாததாக இருக்கப்போகிறது என்ற உணர்வுதான் அது. நான் ஏன் அப்படி வெட்கப்படவேண்டும்? அது எனக்கே தெரிய வில்லை. ஆனாலும்கூட ஏனோ எனக்கு அவமானமாகத்தான் இருந்தது. மூர்க்கமான பதற்றத்தின் பிடியில் சிக்கிக்கிடந்த என் மூளையில், எங்கள் நிலைகள் முற்றாக மாறிப்போயிருந்ததைக் குறித்த சிந்தனையும் எழுந்தது. அவள் இப்போது ஒரு கதாநாயகியைப் போலிருக்க நானோ நான்கு நாட்களுக்கு முன்னால் அவள் எப்படி இருந்தாளோ அந்த நிலையில் புண்பட்டுப்போன ஒரு ஜீவனாக சுக்குநூறாக நொறுங்கிக் கிடந்தேன். சோஃபாவில் முகத்தை அழுத்திக்கொண்டு படுத்துக் கிடந்த அந்த நிமிடங்களில் இவையெல்லாம் என் நெஞ்சுக்குள் ஓடிக்கொண்டிருந்தன.

கடவுளே! நிச்சயமாக அப்போது அவள்மீது நான் கொண்டிருந்தது பொறாமையும் அல்ல. எனக்கு அது என்ன என்பதைச் சொல்லத் தெரியவில்லை. இன்று வரையிலும்கூட அந்த உணர்வு எப்படிப்பட்டதென்று முடிவாகச் சொல்ல என்னால் இயலவில்லை. ஆனால், அதை இப்போது புரிந்துகொள்ளமுடியும் அளவுக்குக்கூட அந்த நேரத்தில் நடந்ததை என்னால் விளங்கிக் கொள்ள முடியவில்லை. உடனடியாக எவர் மீதாவது ஆதிக்கம் செலுத்தி என் கட்டுக்குள் வசப்படுத்தியாக வேண்டும் என்று என்னுள் கிளர்ந்தெழுந்த உணர்வை செயல்படுத்தாமல் இருக்க என்னால் முடியவில்லை; ஆனால் அப்படிப்பட்ட உணர்வு எனக்குள் தோன்றியது ஏன் என்பதற்கான காரண காரியம் எதுவும் எனக்குப் புலனாகவில்லை; எனவே அப்படி அதை அலசி ஆராய்ந்து பார்ப்பதில் எந்தப் பயனும் விளையப் போவதில்லை.

ஒரு வழியாக என்னை மீட்டெடுத்துக்கொண்டு தலையை நிமிர்த்தினேன். உடனடியாக இப்போதோ அல்லது சற்றுநேரம் சென்ற பிறகோ அதைச் செய்தே ஆகவேண்டும் என்று துடித்தேன்.

அவளை ஏறெடுத்துப் பார்ப்பது எனக்கு அவமானமாக இருந்ததால் சட்டென்று தூண்டப்பட்ட வேறோர் உணர்வு என் இதயத்திற்குள் கொழுந்துவிட்டு எரியத்தொடங்கியது. அவளை ஆக்கிரமிக்கும் எண்ணம், அவளை என் வசத்துக்குள் கொண்டு வரும் எண்ணம். நேருக்கு நேராக அவளைப் பார்க்க எனக்குக் கூச்சமாக இருந்ததால் என்னுள் ஏற்பட்ட அந்த உணர்வு நியாயமானது என்றே இன்றுவரை நான் என்னை சமாதானப் படுத்திக்கொண்டிருக்கிறேன். அளவுக்கு மீறிய கட்டுப்படுத்த முடியாத வெறி கண்களில் மின்ன அவள் கைகளை முரட்டுத் தனமாக, ஆவேசத்துடன் இறுகப்பற்றிக் கொண்டேன். அந்தக் கணத்தில் நான்தான் அவளை எப்படி வெறுத்தேன்? அதே சமயத்தில் அவள்தான் என்னை எப்படி ஈர்த்திருந்தாள்? ஓர் உணர்வு மற்றொன்றை வலுப்படுத்திக்கொண்டே வந்தது. கிட்டத்தட்ட எதையோ பழிவாங்குவது போன்ற ஒரு செயல்தான் அது. எடுத்த எடுப்பில் அவளது முகத்தில் வியப்பையும் சிறிது பயத்தையும்கூட பார்க்கமுடிந்தது. ஆனால், அது கணநேரம் மட்டும்தான். உடனேயே அவள் பாசத்தோடும், பரவசத்தோடும் என்னை ஆரத் தழுவிக்கொண்டாள்.

10

கால் மணிநேரம் கழிந்தபிறகு ஆவேசம் கொண்டவனாகவும் பொறுமை இழந்தும், என் அறைக்குள் குறுக்கும் நெடுக்குமாக நடைபோட்டுக் கொண்டிருந்தேன். நிமிடத்துக்கு நிமிடம் அங்கிருந்த திரைக்குப் பக்கத்தில் சென்று, அதிலிருந்த ஓட்டை வழியாக லிசா என்ன செய்கிறாள் என்று எட்டிப்பார்த்துக் கொண்டிருந்தேன். அவள் படுக்கை விளிம்பில் தலையைச் சரித்துக்கொண்டபடி தரையின்மீது அமர்ந்திருந்தாள். அவள் அழுதுகொண்டிருந்ததாகத் தான் எனக்குப்பட்டது. ஆனாலும் கூட அவள் கிளம்பிச் செல்லாமல் அங்கேயே இருந்தது எனக்கு எரிச்சலூட்டியது. இந்த முறை, அவளுக்கு எல்லாமே புரிந்திருக்கும். கடைசியில் நான் அவமானத்துக்குத்தான் ஆளாகி இருக்கிறேன்; ஆனால் அதை விவரித்துப் பேசவேண்டிய தேவை இல்லை. ஆசைவெறியுடன் கூடிய அந்த வெளிப்பாடு ஒரு பழி வாங்கும் செயல் மட்டுமே என்பதை அவள் ஊகித்திருக்கக் கூடும். இது அவளுக்கு நேர்ந்திருக்கும் புதிதான ஒரு அவமானம். இதற்குமுன்னால் குறிப்பான எந்த நோக்கமுமே இல்லாமல் அவள்மீது வெறுப்பைக் கக்கிக்கொண்டிருந்த நான், பொறாமை உணர்வால் தூண்டப்பட்ட தனிப்பட்ட வெறுப்பையும் இப்போது காட்டியிருக்கிறேன். இவ்வளவு தெளிவாக இனம் பிரித்துக்கொண்டபடி அவள் இவற்றைப் புரிந்துகொள்ளக் கூடுமா என்பதை என்னால் உறுதியாகச் சொல்ல முடியவில்லை; ஆனால் நான் வெறுக்கத் தகுந்த ஒரு மனிதன் என்பதையும் எல்லாவற்றுக்கும் மேலாக என்னால் அவளை நேசிக்கவே முடியாது என்பதையும் அவள் நிச்சயம் புரிந்துகொண்டிருப்பாள்.

இது ஒத்துக்கொள்ளமுடியாத நம்பவே முடியாத ஒன்று எனப் பிறர் என்னைப் பார்த்துச் சொல்லக்கூடும் என்பதை நான் நன்றாகவே உணர்கிறேன். இத்தனை வெறுப்போடும், முட்டாள் தனத்தோடும் நான் இருந்தது மற்றவர்களால் நம்ப முடியாத ஒன்றாக இருக்கலாம். அவளுடைய காதலை அங்கீகரித்தபடி நானும் அவள்மீது காதல் கொள்ளாமல் போனது விநோதமாக இருக்கிறது என்றும்கூட சொல்லப்படலாம். அதில் அப்படி என்ன விநோதம் இருக்கிறது? முதலாவதாகச் சொல்லப் போனால் அது வரையில் என்னால் எவரையும் காதலிக்க முடிந்ததே இல்லை; காதல் வயப்படுவது எனக்கு சாத்தியமாக இருந்ததில்லை. கொடுமையான முறையில் இன்னொருவர்மீது ஆதிக்கம் செலுத்துவதும் தன்னை ஒழுக்க ரீதியாக உயர்ந்தவராகக் காட்டிக்

கொள்வதும் மட்டும்தான் காதல் என்பதே அதைப்பற்றிய என் கருத்தாக இருந்தது. என்னுடைய வாழ்க்கையில் காதலைப் பற்றி வேறு வகையாக நான் கற்பனை செய்துகொண்டதே இல்லை. தன்னுடைய உரிமையைத் தானாகவே முன்வந்து விட்டுக் கொடுக்கும் ஒரு ஜீவனை வதைப்பது மட்டும்தான் காதலாக இருக்க முடியும் என்று நினைக்கும் எல்லைவரைகூட என் சிந்தனை என்னை இட்டுச் சென்றிருக்கிறது.

நிலவறைக்குள் இருந்தபடி நான் கண்டுகொண்டிருந்த மிக அந்தரங்கமான கனவுகளின்போதும்கூட காதல் என்பது ஒரு போராட்டம் மட்டுமே என்றுதான் நான் எண்ணி வந்திருக்கிறேன். அதை ஒரு வெறுப்போடு தொடங்கி ஓர் ஆன்மாவை வீழ்த்து வதோடும் அடிமைப்படுத்துவதோடும் முடிப்பேன்; அதன்பிறகு அப்படி அடிபணியச் செய்யப்பட்ட அந்த ஜீவனை வைத்துக் கொண்டு என்ன செய்வது என்பதைப் பற்றி எதுவுமே எனக்குத் தெரிந்ததில்லை. ஆனால் அதில் வியப்படைவதற்கு என்ன இருக்கிறது? இத்தனை ஆண்டுகளாக 'நிஜவாழ்க்கை'யோடு எந்தத் தொடர்புமே அற்றவனாக என் ஆன்மாவைப் படுமோசமாக அல்லவா நான் சிதைத்துக்கொண்டிருந்தேன். ஒருசில மணி நேரத்துக்கு முன்புகூட அவளை நிந்திக்க வேண்டும் என்றும் என்னிடமிருந்து 'உணர்ச்சிகரமான உரை'களைக் கேட்பதற்கே அவள் வந்தாள் என்று சொல்லியபடி அவளை அவமானப்படுத்த வேண்டும் என்றுமே நான் நினைத்துக்கொண்டிருந்தேன். அவள் என்னிடம் அதற்காக வரவில்லை என்பதையும் தன்னுடைய நேசத்தைக் காட்டவே அவள் என்னை நாடி வந்தாள் என்பதையும் என்னால் சற்றும் ஊகிக்க முடியவில்லை. ஒரு பெண்ணைப் பொறுத்தவரை அவள் ஆட்பட நேர்ந்த சீரழிவிலிருந்து அவளை மீட்டெடுத்து செம்மை செய்து ஒழுக்க ரீதியாகப் புதுப்பித்துக் கொள்வதென்பது அவள் கொள்ளும் காதலையே சார்ந்திருக்கிறது, அதைத் தவிர அவளுக்கு வேறு புகல் இல்லை. அறைக்குள் முன்னும் பின்னும் வேகமாக நடந்தபடி திரையில் இருந்த ஓட்டை வழியாக அவளை நான் பார்த்துக்கொண்ட அந்த நேரத்தில் எனக்கு அவள்மீது அவ்வளவாக வெறுப்பு தோன்றவில்லை.

இன்னும்கூட அவள் இங்கே இருந்துகொண்டிருந்தது மட்டுமே எனக்குப் பொறுத்துக்கொள்ளமுடியாத அளவு துன்பம் தந்தது. அவள் அங்கிருந்து உடனடியாக மறைந்து எங்காவது போய்விட வேண்டுமென அப்போது நான் விரும்பினேன். எனக்கென்று இருக்கும் என் 'நிலவறை' உலகத்துக்குள் நான் அமைதியாக தனித்து விடப்பட வேண்டுமென்று ஆசைப்பட்டேன். யதார்த்த வாழ்க்கையோடு கொஞ்சம்கூடப் பரிச்சயமே இல்லாதவனாகிய

எனக்கு அது மிகவும் புதுமையானதாக இருந்தது; அது என்னைச் சித்திரவதை செய்து மூச்சுத் திணற வைத்தது.

ஆனால் தொடர்ந்து பல நிமிடங்கள் அவள் அங்கேயே அதே நிலையில் சுய உணர்வற்றவள்போல அப்படியே அசையாமல் அமர்ந்திருந்தாள். நான் துளிக்கூட வெட்கமில்லாமல் எதையோ அவளுக்கு நினைவுபடுத்துவதைப்போலத் தடுப்புத் திரையில் மெள்ளத் தட்டி ஓசை எழுப்பினேன். திடுக்கிட்டுப் போய்த் துள்ளியெழுந்த அவள் தனது கைக்குட்டை, தொப்பி, மேல்கோட் எல்லாவற்றையும் துழாவி எடுத்துக்கொண்டாள். என்னிடமிருந்து எவ்வளவு சீக்கிரம் முடியுமோ அவ்வளவு சீக்கிரமாகத் தப்பிச் சென்றுவிட வேண்டுமென்று அவள் எண்ணியதைப் போல் இருந்தது. இரண்டு நிமிடம் கழிந்த பின்பு திரைக்குப் பின்னாலிருந்து வெளியே வந்த அவள் கனத்த விழிகளோடு என்னைப் பார்த்தாள். பதிலுக்கு அவளைப் பார்த்து நானும் வெறுப்போடு பல்லிளித்தேன்; அதுவும்கூட வெறுமனே ஒப்புக்காக வலுக்கட்டாயமாக நான் வரவழைத்துக்கொண்டது மட்டும்தான். பிறகு அவளுடைய கண்களிலிருந்து என் பார்வையை விலக்கிக்கொண்டேன். கதவருகே சென்றபடி "போய் வருகிறேன்" என்றாள். நான் வேகமாக ஓடிப் போய் அவள் கைகளைப்பிடித்தேன். அவளது உள்ளங்கையைத் திறந்து அதற்குள் எதையோ திணித்துவிட்டுப் பிறகு அதை மூடினேன். அவளைப் பார்ப்பதைத் தவிர்க்கும் எண்ணத்தோடு சட்டென்று திரும்பிக் கொண்டு அறையின் மற்றொரு மூலைக்குள் பாய்ந்தேன்.

இப்போது கணநேரம் இங்கே ஒரு பொய் சொல்லிவிடலாமா என்று எனக்குத் தோன்றியது. அந்தப் பொய்யையேகூட எழுதிவிடலாமென்றும் நினைத்தேன். அவளிடம் நான் அப்படி நடந்துகொண்டது தற்செயலான ஒன்றுதான் என்றும், ஏதோ என் முட்டாள்தனத்தாலும் மூளை கழன்றுபோய்விட்டதாலுமே நான் அப்படி நடந்துகொண்டேன் என்றும் மட்டுமே நான் சொல்ல விரும்பினேன். ஆனால் அப்படி ஒரு பொய்யைச் சொல்ல இப்போது எனக்கு விருப்பமில்லை. அதனால் வெளிப்படையாகவே உண்மையை ஒத்துக்கொள்கிறேன். ஏதோ ஒரு வெறுப்பின் உந்துதலால் அவளது உள்ளங்கையைத் திறந்து அதற்குள் பணத்தை வைத்து அழுத்தியிருந்தேன் நான். அவள் திரைக்குப் பின்னால் உட்கார்ந்திருந்தபோது நான் அறைக்குள் முன்னும் பின்னுமாக விரைந்துகொண்டிருந்தேனல்லவா? அப் போது அந்த நேரத்திலேதான் அது என் மூளைக்குள் உதித்திருக்க வேண்டும். ஆனால் ஒரே ஒரு விஷயத்தை மட்டும் என்னால் உறுதியாகச் சொல்ல முடியும். இப்படிப்பட்ட கொடூரமான ஒரு

காரியத்தை நான் வேண்டுமென்றே செய்திருந்தாலும்கூட அதற்கான தூண்டுதல் என் இதயத்திலிருந்து வரவில்லை, மோசமான என் மூளையிலிருந்து மட்டுமே அது உதித்தது. கொடுமையான அந்தச் செயல்பாடு வேண்டுமென்றே செயற்கை யாக வலிந்து உருவாக்கப்பட்ட ஒன்று; முழுக்க முழுக்க என் மூளையிலிருந்தும் நான் வாசித்த புத்தகங்களிலிருந்தும் மட்டுமே உதித்திருந்த சிந்தனை அது. அதனாலேயே ஒரு நிமிடம்கூட அதைத் தாங்கிக்கொள்ள முடியாதவனாக அவளைப் பார்ப்பதைத் தவிர்த்தபடி அறையின் மற்றொரு பகுதிக்கு விலகிச் சென்றிருந்தேன் நான். ஆனால், அடுத்த நிமிடமே, அதற்காக வெட்கியபடியும் மிகுந்த கையாலாகாத்தனத்தோடும் லிசாவின் பின்னால் விரைந்தேன். முன் கதவைத் திறந்து அவளது காலடி ஓசை கேட்கிறதா என்பதைக் கவனிக்கத் தொடங்கினேன்.

படிகளில் நின்றபடி உரத்துக்கூவாமல் அடங்கிய குரலில் "லிசா லிசா" என்று அழைத்தேன். எந்த பதிலும் வரவில்லை. ஆனால், கீழ்ப்படிகளில் அவள் இறங்கிச் செல்லும் காலடி ஓசையை என்னால் கேட்கமுடிந்தது.

இப்போது மிகவும் சத்தமாக "லிசா" என்று உரத்துக் கூவினேன். மறுமொழி ஏதும் இல்லை. ஆனால், மிகச்சரியாக அதே நிமிடத்தில் தெருவுக்குச் செல்லும் கனமான கண்ணாடிக் கதவு கிறீச்சென்ற ஓசையுடன் திறந்துகொண்டதையும் பலத்த சத்தத்துடன் அடைக்கப்பட்டதையும் என்னால் கேட்கமுடிந்தது. அந்த இரண்டாவது சத்தம், படிகளிலும்கூட எதிரொலித்துக் கொண்டிருந்தது.

அவள் போய்விட்டாள். நான் தயக்கத்தோடு என் அறைக்குத் திரும்பி வந்தேன். மிகக் கடுமையான பாதிப்புக்கு ஆளாகி யிருந்தேன் நான்.

எந்த நாற்காலியில் அமர்ந்தபடி அவள் என்னை இலக்கற்று வெறித்துப் பார்த்துக்கொண்டிருந்தாளோ அதனருகே மேஜையை ஒட்டி நான் நின்றேன். ஒரு நிமிடம் கடந்த பிறகு எனக்கு நேராக இருந்த அந்த மேஜையைப் பார்த்தபோது எனக்குத் தூக்கிவாரிப் போட்டது. சற்று முன்பு அவள் கைப்பிடிக்குள் நான் வைத்து அழுத்தியிருந்த நீலநிறமான கசங்கிப்போன அந்த ஐந்து ரூபிள் நோட்டு அங்கே கிடப்பதை நான் பார்த்தேன். அதே நோட்டுதான் அது. வேறு வழியே இல்லை. வீட்டில் வேறு பணமும் இல்லை. அப்படியென்றால் அறையின் மற்றொரு மூலையை நோக்கி நான் விரைந்த அந்த நேரத்தில் அவள் அதை மேஜையின்மீது விசிறி எறிந்துவிட்டுப் போயிருக்க வேண்டும்.

ஆமாம்! அது அப்படி நடக்கக் கூடும் என்பதை நான் எதிர் பார்த்திருக்க வேண்டும். ஆனால்.. நான் எதிர்பார்த்திருந்தேனா என்றால், இல்லை. காரணம், நான் சகமனிதர்களிடம் மரியாதையே பாராட்டாத கர்வம் பிடித்த ஒரு மனிதன் அப்படி அவள் செய்வாள் என்பதை நான் கற்பனைகூடச் செய்து பார்க்கவில்லை. என்னால் அதைப் பொறுத்துக்கொள்ள இயலவில்லை. கண்ணிமைக்கும் நேரத்துக்குள் கைக்குக் கிடைத்த உடை எதுவோ அதை அப்படியே வேகமாக உடுத்திக்கொண்டு அவளைத் தொடர்ந்து தலைதெறிக்க ஓடினேன். நான் வீதியை அடைந்தபோது அவள் இருநூறு தப்படிகளுக்குமேல் சென்றிருக்க நிச்சயம் வாய்ப்பில்லை.

அந்த இரவு மிகவும் நிசப்தமான இரவாக இருந்தது. பனி, கொத்துக் கொத்தாக செங்குத்தாக வீழ்ந்தபடி நடைபாதையையும், வெறிச்சோடிக் கிடந்த தெருவையும் ஒரு தலையணையைப் போலப் போர்த்தி இருந்தது. வீதியில் எவருமே இல்லை. எந்த ஒரு சத்தமும் கேட்கவில்லை. தெரு விளக்குகள் சோகை பிடித்தாற்போல அழுதுவடிந்துகொண்டு எரிந்துகொண்டிருந்தன.

குறுக்கே இருந்த சந்துகளில் இருநூறு தப்படி ஓடிய பிறகு நான் அப்படியே சற்று நேரம் நின்றேன்.

அவள் எங்கே போயிருக்கக்கூடும்? நான் ஏன் இப்போது அவளுக்குப் பின்னால் இப்படி ஓடிக்கொண்டிருக்கிறேன்?

இதெல்லாம் எதற்காக? அவள் முன்பு மண்டியிட்டு கழி விரக்கத்துடன் விம்மியபடி அவளது பாதங்களை முத்தமிட்டு அவளது மன்னிப்பைப் பெறுவதற்கா? அதற்காகத்தான் நான் ஏங்கிக்கொண்டிருந்தேன். அப்போது என் இதயம் முழுவதும் சுக்குநூறாக உடைந்துகிடந்தது. அந்த நிமிடத்தை கழிவிரக்கம் நிறைந்த அந்தக்கணத்தை ஒருபோதும் இனிமேல் என்னால் நினைவுகூர முடியப் போவதில்லை.

ஆனால், இதெல்லாம் எதற்காக என்ற எண்ணமும் என்னுள் ஓடியது. இன்று அவளது பாதத்தை முத்தமிடுமாறு நேர்ந்துவிட்டதே என்பதற்காக நாளைக்கே அவளை நான் வெறுக்காமல் இருப்பேன் என்பது என்ன நிச்சயம்? என்னால் அவளுக்கு உண்மையான சந்தோஷத்தைத் தர முடிந்திருக்குமா? குறிப்பிட்ட இந்த நாளை நூறுமுறையாவது நினைத்துப் பார்த்தபடி நான் எவ்வளவு கேவலமானவன் என்பதை நினைவுபடுத்திக்கொண்டிருந் திருப்பேன் இல்லையா? அதை வைத்தே அவளைச் சித்திரவதை செய்துகொண்டும் இருந்திருப்பேன் இல்லையா..?

பனிப்பொழிவுக்குள் அசையாமல் நின்றபடி சஞ்சலமூட்டும் இருட்டுக்குள் துழாவியபடி நான் பலவகையாக இவ்வாறு யோசித்துக்கொண்டிருந்தேன்.

வீட்டுக்குச் சென்ற பிறகு என் கனவுகளுக்கெல்லாம் முழுமையாகக் கடிவாளமிட்டபடி நெஞ்சுக்குள் பாரமாகக் கனத்துக் கொண்டிருந்த வலியை இவ்வாறு எண்ணியபடி உள்ளமூத்திக் கொண்டேன்.

“ஒரு வேளை நடந்ததெல்லாம் நல்லதாகக்கூட இருக்கலாமோ..? இன்று பட நேர்ந்த அவமானத்தின் கசப்பை அவள் என்றென்றும் தக்கவைத்துக்கொள்வதுதான் நல்லதாக இருக்குமோ? கசப்புணர்ச்சி என்பது ஒரு வகையில் பார்த்தால் மனிதர்களைத் தூய்மைப்படுத்தக்கூடியது. விஷக்கடுப்பானதும் வலியோடு கூடியதுமான உள்ளுணர்வு அது. அவளோடு உடன் இருந்திருந்தால் நாளைக்கேகூட நான் அவளது ஆன்மாவை இழிவுபடுத்தி அதன்மீது சேற்றை வாரி இறைத்திருப்பேன். இல்லா விட்டால் அவளது இதயத்தைக் காயப்படுத்தி அதை, சோர்வுற வைத்திருப்பேன். ஆனால், இப்பொழுதோ அவளுக்குள் ஏற்பட்டிருக்கும் இந்த அவமானகரமான உணர்வு என்றென்றும் அவளுக்குள் நிலைத்திருக்கும். அவள் எதிர்கொண்டாக வேண்டிய அருவருப்பும், ஆபாசமுமான விஷயங்களுக்கு நடுவிலேயும்கூடத் தான் பட நேர்ந்த அவமானம் அவளைத் தூக்கி நிறுத்தும்; தூய்மைப்படுத்தும் அல்லது ஒருகால் அவள் அதை மன்னிக்கவும் செய்யலாம்.. எப்படியிருந்தாலும் அவையெல்லாம் ஒன்று சேர்ந்து அவளை இலகுவாக்கிவிடும்தானே?

உண்மையில் எனக்குள் நானே இப்படி ஒரு சிறிய கேள்வியைக் கேட்டுக்கொள்கிறேன்? எது நல்லது? மலிவான சந்தோஷமா அல்லது உன்னதமான வேதனையா? இவற்றுள் சிறந்தது எது?

அன்று மாலை, வீட்டில் அமர்ந்தபடி இப்படியெல்லாம் கற்பனை செய்துபார்த்துக்கொண்டிருந்தேன். மரணவலியோடு என் ஆன்மா அப்போது துடிதுடித்துக்கொண்டிருந்தது. அப்படிப்பட்ட துன்பத்தையும் கழிவிரக்கத்தையும் நான் அதுவரை ஒருபோதும் அனுபவித்ததில்லை. என் வீட்டை விட்டு லிசாவைத் தேடி ஓடிக்கொண்டிருந்த அந்த நேரத்தில் நான் இவ்வாறு பாதியிலேயே திரும்பிவிடக் கூடும் என்ற இலேசான சந்தேகமாவது என்னுள் இருந்திருக்கக்கூடுமா என்ன? ஆனால் அதற்குப்பிறகு நான் ஒரு போதும் லிசாவைப் பார்க்கவும் இல்லை, அவளைப் பற்றி எதுவும் கேள்விப்படவும் இல்லை. ஆனால் அவமானமும் வெறுப்பும் ஏற்படுத்தும் நன்மை குறித்து என் மனதில் உதித்த அந்த வாக்கியம்

மட்டும் வெகுகாலம் என் மனதுக்குள் எழுந்தபடி, தாங்க இயலாத வருத்தத்தால் நான் நோயுற்று வீழும் அளவுக்கு என்னை ஆட்டுவித்துக்கொண்டிருந்தது.

எத்தனையோ வருடங்கள் கழித்து இப்போது நினைத்துப் பார்க்கும்போதுகூட அது மிகவும் துயரம் தோய்ந்த மோசமான ஒரு நினைவாகவே இருக்கிறது. இப்போது என்னிடம் பல மோசமான ஞாபகங்கள் எஞ்சியிருக்கின்றன. ஆனாலும் என்னுடைய 'குறிப்புகளை' இதோடு முடித்துக்கொள்வது நன்றாக இருக்குமல்லவா?

இந்தக் குறிப்புகளை எழுதத் தொடங்கியதே தவறு என்றுகூட நினைக்கிறேன். எப்படியோ இந்தக் கதையை எழுதும்போது முழுநேரமும் அவமானகரமான உணர்வின் பிடியில் மட்டுமே நான் இருந்தேன். இதை இலக்கியம் என்று சொல்வதைவிட என் தவறுகளைத் திருத்திக்கொள்வதற்கான தண்டனை என்று சொல்வதே சரியாக இருக்கும். ஏதோ ஒரு மூலைக்குள் முடங்கிக்கொண்டபடி என் ஆன்மாவை அழுகவிட்டபடி என் வாழ்வை நான் எப்படி வீணடித்துக்கொண்டிருந்தேன் என்றும், யதார்த்த வாழ்க்கையிலிருந்து என்னை விலக்கிக்கொண்டபடி, சரியான சூழலில் வாழ்க்கை நடத்தாமல் என் நிலவறை உலகத் துக்குள் நான் எப்படி எரிச்சலோடு வெறுப்பையும் வளர்த்துக் கொண்டிருந்தேன் என்றும் நீளநீளமாகக் கதை பேசிக்கொண்டி ருப்பது நிச்சயம் சுவாரசியமாக இருக்காது. ஒரு நாவல் என்றால் அதில் ஒரு கதாநாயகன் இருந்தாகவேண்டும். இங்கேயோ அதற்கு நேர் எதிரான இயல்புகள் மட்டுமே, வேண்டுமென்றே தொகுத்துத் தரப்பட்டிருக்கின்றன. எல்லாவற்றுக்கும் மேலாக இது நிச்சயம் மனதுக்கு இனிமை தராத ஒன்றாகவே இருக்கும். காரணம் நாம் எல்லோருமே நிஜ வாழ்க்கையிலிருந்து விலகிப் போனவர்கள்தான். நாம் எல்லோருமே முடமானவர்கள் தாம். கிட்டத்தட்ட நாம் ஒவ்வொருவருமே அப்படித்தான் இருக்கிறோம். நாம் அனைவருமே யதார்த்த வாழ்க்கையிலிருந்து மிகவும் விலகி இருப்பதால் அதன்மீது ஓர் எரிச்சலும் கோபமும் வெறுப்பும் சட்டென்று நமக்கு ஏற்பட்டுவிடுகிறது; அதனால் அதைப்பற்றி எவராவது நினைவுபடுத்தினால்கூட நம்மால் அதைத் தாங்கிக் கொள்ளமுடிவதில்லை. வாழ்க்கை என்பது, ஏதோ பெருமுயற்சி எடுத்து வாழ்ந்தாக வேண்டிய ஒன்று, அது ஒரு சுமை என்று கருதும் நிலைக்குக்கூடக் கிட்டத்தட்ட நாம் வந்து சேர்ந்துவிட்டோம்; புத்தகங்களில் மட்டுமே அது நன்றாக இருப்பதாகத் தோன்றுகிறது என்பதைத் தனிப்பட்ட முறையில் நாம் எல்லோருமே ஏற்றுக் கொள்கிறோம். பிறகு ஏன் அதைப் பற்றிப் பலதடவை அலட்டிக்

கொள்கிறோம், எரிச்சல் அடைகிறோம்? ஏன் நம்மை நாமே முட்டாளாக்கிக்கொண்டு வேறு எதையோ தேடிச் செல்கிறோம்?

நம்மைப் பற்றி நாமே சரிவர உணர்ந்திருக்கவில்லை என்பது தான் உண்மை. நம்முடைய முட்டாள்தனமான வேண்டுதல்கள் தப்பித் தவறிப் பலித்துப்போய்விட்டால் நாம் இன்னும்கூட மோச மாகிவிடுவோம். உதாரணத்துக்கு இதை எடுத்துக்கொள்ளுங்கள்: நம்மில் எவருக்காவது சற்று சுதந்திரம் தந்து அவரைப் பிணைத்திருக்கும் தளைகளிலிருந்து அவரை விடுவித்து அவரது செயல் பாடுகளை விரிவுபடுத்தி; ஒழுக்க அளவுகோல்களைக் கொஞ்சம் தளர்த்திவிட்டால் போதும். நான் நிச்சயமாகச் சொல்கிறேன், நாம் உடனேயே நம்மீது கட்டுப்பாடுகள் வேண்டும் என்று இறைஞ்சத் தொடங்கிவிடுவோம். நான் இப்படியெல்லாம் சொல்லுவதால் உங்களுக்குக் கோபம் வந்து கூச்சல்போடுவீர்கள் என்பதும் தரையை ஓங்கி ஓங்கி மிதிப்பீர்கள் என்பதும் எனக்குத் தெரியும்.

'உனக்காக மட்டுமே உன்னைப் பற்றி மட்டுமே நீ பேசு. நிலவறைப் பொந்துகளில் நீ அனுபவித்த துன்பங்களுக்காக எங்கள் எல்லோரையும் உன்னுடன் சேர்த்துப் பேசத் துணியாதே' என்று நீங்கள் சொல்லலாம். "மன்னித்துக் கொள்ளுங்கள் கனவான்களே, நாம் எல்லோரும்" என்ற சொல்லைப் பயன்படுத்துவதால் நான் ஒன்றும் என்னை நியாயப்படுத்திக்கொள்ள முயன்றுகொண்டிருக்க வில்லை. என் வாழ்க்கையைப் பல எல்லைகள் வரை நான் கொண்டு சென்றிருக்கிறேன்; அதில் பாதி வரை செல்லக்கூட நீங்கள் துணிந்ததில்லை. இன்னும் சொல்லப்போனால் உங்கள் கோழைத்தனத்தை நல்ல குணம் என்று நினைத்துக்கொண்டு உங்களை நீங்களே ஏமாற்றிக்கொண்டிருப்பதில் உங்களை சமாதானப்படுத்திக் கொண்டிருக்கிறீர்கள். அதனால் ஒருவேளை உங்களையெல்லாம்விட நான் உயிர்ப்போடு இருக்கலாம். அதை இன்னும்கூட கவனமாகப் பாருங்கள். இப்பொழுதும்கூட உண்மையான வாழ்க்கை என்பது என்ன என்பதும் அதை எவ்வாறு கண்டடைவது என்பதும் நமக்குத் தெரிந்திருக்கவில்லை.

புத்தகங்கள் இல்லாமல் மட்டும் நாம் தனித்துவிடப்பட்டால் உடனேயே நாம் தொலைந்துபோவோம்; குழப்பத்தில் ஆழ்ந்து போய்விடுவோம். எதைச்சார்ந்திருப்பது எதைப் பற்றிக்கொள்வது, எதை நேசிப்பது, எதை இகழ்வது, எதற்கு மரியாதை அளிப்பது, எதை வெறுப்பது என்பதைப் பற்றி அப்போது நமக்கு எதுவுமே தெரியாது.

மனித ஜன்மங்களாக இரத்தமும் சதையும் உடைய

உண்மையான தனிப்பட்ட மனிதர்களாக இருப்பதுகூட நமக்குக் கடினமாகத்தான் இருக்கிறது. 'அதற்காக நாம் வெட்கப்படுகிறோம்; அதை ஓர் இழிவாகக்கூடக் கருதுகிறோம். தனிப்பட்ட குண நலன்கள் அற்ற மிகச்சாதாரணமான சராசரியான மனிதர்களைப் போலிருக்க முயற்சி செய்து அதற்காகத் திட்டமிட ஆரம்பித்து விடுகிறோம். தலைமுறை தலைமுறையாக நாம் செத்துப் பிறந்த குழந்தைகளைப் போலத்தான் இருக்கிறோமே தவிர உயிருள்ள ஒரு தகப்பனின் மக்களாக உயரவே இல்லை; அப்படி ஒரு வாழ்க்கையை நாம் வாழவும் இல்லை. அதுதான் நமக்கு மிக நன்றாகவும் பொருத்தமாகவும் இருக்கிறது என்று எண்ணியபடி அதையே விரும்பவும் ஆரம்பித்துவிடுகிறோம். கூடிய விரைவில் எவ்வாறு அப்படிப் பிறக்கலாம் என்று நாம் திட்டமிடக்கூடத் தொடங்கி விடுவோம். ஆனால், இதோடு போதும். என் இருட்டான 'நிலவறை'க்குள்ளிருந்து இதற்குமேலும் எழுத எனக்கு விருப்ப மில்லை.

(ஆனால், முரண்பாடுகள் கொண்ட அந்த மனிதனின் குறிப்பு கள் இதோடு முடியவில்லை; தன்னைக் கட்டுப்படுத்திக்கொள்ள முடியாமல் அவன் மேலும் மேலும் இதைத் தொடர்ந்தபடியேதான் இருக்கிறான்; ஆனால் நாம் இந்த இடத்தோடு அதை நிறுத்திக் கொண்டுவிடலாம் என்றே எனக்குத் தோன்றுகிறது.)

□

பின்னுரை

இந்த நவீனத்தில் மூன்று சம்பவங்கள் குறிப்பிடப்படுகின்றன.

ஒன்று: தன்னால் உயர் பதவி கிடைத்ததும் அவனை வழியனுப்பி வைக்குமுகமாக கதாபாத்திரம் பிரிவு உபசார விழாவில் கலந்து கொள்வது; இதில் அந்த நண்பர்கள் குழாம் அவனை அவமானப் படுத்துவது; அவர்கள்மீது வஞ்சம் தீர்த்துக்கொள்ள அவன் ஓடுவது; பிறகு மது போதை தெளிந்த நிலையில் விழாவை ஏற்பாடு செய்திருந்த நண்பனுக்கு மன்னிப்புக் கடிதம் எழுதுவது. மனிதனின் இழிநிலை, தீவிர வெறுப்பு, சமூக சுமுகத்தை முன்னிட்டு போலித்தனமாக மன்னிப்புக் கேட்பது – இவை சித்தரிக்கப்படுகின்றன.

இரண்டு: காசுக்காக உடலை விற்கும் பெண்ணிடம் மென்மை உணர்வுகளைக் கொட்டி, அவளது அவலநிலையை எடுத்துச் சொல்லி, அவள் அந்தச் சாக்கடையிலிருந்து மீண்டால்தான் வாழ்வு உண்டு என்று 'புத்தகம்போல்' பேசி, பிறகு அவள் தன் அறைக்கு வந்தபோது, தன் ஏழ்மையைப் பார்த்து அவள் எள்ளக்கூடும் என்ற நினைப்பில் அவள்மேல் பொறிந்து விழுவது, தான் கதாநாயகனாக எழ அவன் அவள்பால் சொன்ன பொய்கள் காரணமாக சுய வெறுப்பு கொள்வது, கடைசியில் அவளால் அலட்சியப்படுத்தப்படுவது, ஒரு hysterical மனநிலையில் இயங்குவது சொல்லப்படுகிறது.

மூன்று: வேலைக்காரன் தோரணையுடன் நடந்துகொள்வதால் அவனுடன் கடுமையாக நடந்துகொள்வது, ஒரு hysterical கோபாவேச உணர்வுக்குழப்ப நிலையில் உழல்வது முன்வைக்கப்படுகிறது.

மூன்றிலும் பிரதானமாகத் தென்படுவது ரஷ்ய ஆத்மாவின் இயல்பாகவே துன்பத்தை நாடும் தன்மை.

துன்பம் ஒரு மதிப்புமிக்க மனித மதிப்பீடு; சாதிக்க முடியாததைச் சாதிக்க முயலும் ஒரு முயற்சிதான் துன்பம்; அது ஒரு கதாநாயகனின் தன்மை, ஒரு சன்னியாசியின் தன்மை கொண்டது என்கிறார் புத்த தேவ போஸ். நவீனத்தில் வரும் கதாபாத்திரங்கள் உள் பொதிந்திருக்கும் இயல்பின் காரணமாகத் துன்பத்தை ஏற்றுக்கொள்கின்றன. எல்லோருமே துன்பத்தில் இருக்கிறார்கள். துன்பத்தை வலிந்து வரவேற் கிறார்கள், மனிதனுக்குத் துன்பம் பிடித்தமானது, அவன் துன்பத்தை நேசிக்கிறான் என்கிறார் தஸ்தயெவ்ஸ்கி. துன்பம் ரஷ்யர்களின் பிரத்தி யேக உரிமை. அவர்களால்தான் வெகுவாகவும் ஆக்கபூர்வமாகவும் துன்பத்தை அனுபவிக்க முடியும் என்கிறார் போஸ். குரூரத்தின் பின்னால் ஒளிந்துகொண்டிருக்கும் மனநிலையும், மனித அசிங்கங்களின் பின்னால் மறைந்து கிடக்கும் உளவியலும் நவீனத்தில் பிரத்தியட்ச மாகின்றன.

நவீனம் இரண்டு பகுதிகளைக் கொண்டது. முதல் பகுதி மனித இயல்பின் விரிவான அலசல், அடுத்த பகுதி சம்பவங்கள். ஓர் உள் சுருங்கியவன், நண்பர்களற்றவன், நுண்ணுணர்வுகள் கொண்டவன், மிகவும் உணர்வுபூர்வமாக வாழ்கிறவன், புற உலகின் சராசரி

மதிப்பீடுகளைப் பின்பற்றாதவன், யதார்த்தத்தை நேரடியாக எதிர்கொள்ளாதவன், தன் சிறுவளைக்குள் ஒதுங்கிக் கிடப்பவன் பார்க்கும் பார்வைதான் இந்த நவீனம். அவன் தன்னை சதா விமர்சித்துக் கொண்டவண்ணம் இருக்கிறான். ஒவ்வொரு கட்டத்திலும் தன் நேர்மை குறித்து வினாக்களை எழுப்புகிறான். தன் சுய முரண்பாடுகளை முன்வைக்கிறான். தன் முகத்திரையைத் தானே கிழித்தெறிகிறான். தன் சுய சந்தேகங்களை அருவருப்பின்றி எடுத்துச் சொல்கிறான். தன் அடிப் படைகள் மீதே அவனுக்கு சந்தேகங்கள் இருக்கின்றன. ஆசைகளையும் லட்சியங்களையும் விட மேன்மையானவைகளைக் காட்டித் தன்னை விடுவிக்குமாறு இறைஞ்சுகிறான். அவனது பார்வைகளில் சிலவற்றை நாம் சந்திப்போம்:

பிரக்ஞை ஒரு வியாதி. ‘சபிக்கப்பட்ட பிரக்ஞையின் விதிகள்’ மோசமானவை. பிரக்ஞை மனிதனின் அபாக்கியம். துன்பம் பிரக்ஞையின் ஆரம்பம். துன்பத்தை மனிதன் விரும்புகிறான். பார்க்கப் போனால் உடல் வியாதியிலும் ஓர் அனுபவித்தல் இருக்கிறது. தனது நாட்டங்களை மனிதன் தெரிந்து கொள்ளாததனால்தான் அசிங்கங்களில் ஈடுபடுகிறான். அவனுக்கு அனுகூலங்களைவிட வக்கிரங்கள் இனிமையானவையாகப் படுகின்றன. அவன் வேண்டுமென்றே உண்மைகளைத் திரிக்கிறான். தன் தர்க்கத்தை நியாயப்படுத்திக்கொள்ள எதையும் செய்கிறான்... இப்படியாக அவன் நம்முடன் உரையாடிக்கொண்டே போகிறான்.

அவன் தன் உணர்வுகளைப் பரிசீலிக்கிறான். ‘என் கோபம் என்னுள் நிகழும் ரசாயனச் சிதைவுதான்’ என்று முடிவு கட்டுகிறான். ஆனால் அவனது கோபத்தை அவனால் தணித்துக் கொள்ள முடியவில்லை. தன் hysteriaவை மட்டுப்படுத்திக் கொள்ள முடியவில்லை. வேண்டுமென்றே தன்னை ஏமாற்றிக்கொள்வதற்காகத் தன்மேல் வெறுப்புக் கொள்கிறான்.

அறிவுஜீவிகளின் ஒரே காரியம் உளறல்தான் என்கிறான் அவன். புத்திஜீவியால் எதையும் ஆரம்பிக்கவும் முடியாது, முடிக்கவும் முடியாது என்கிறான். ‘நான் ஒரு சோம்பேறி. இந்தக் குணத்துக்காகவாவது நான் என்னை மதித்துக்கொள்ள வேண்டும்’ என்று வெறுப்படைகிறான்; அங்கதச் சுவையுடன் கூறுகிறான்.

நாகரிக வளர்ச்சி மீது அவன் தன் பார்வையைச் செலுத்துகிறான். ‘நாகரிகத்தின் ஒரே அனுகூலம் அது பல கிளுகிளுப்புகளை மனிதனுக்குத் தந்திருப்பதுதான்’ என்கிறான். ‘இப்பொழுது நாம் ரத்தம் சிந்துவதை வெறுக்கிறோம். ஆனாலும் முன்பைவிட அதிக சக்தியுடன் அதில் ஈடுபட்டுள்ளோம்’ என்று சாடுகிறான். மனித மனத்தை அறிவியல், நல்லறிவு பிரகாரம் சீர்திருத்தம் செய்யலாம். ஆனால் அது தேவைதானா, விரும்பத்தக்கதுதானா என்று கேட்கிறான். மனிதனுக்கு ஏன் அழிவின் மீது அடங்காக் காதல் இருக்கிறது என்று வியக்கிறான். பழி தீர்த்துக்கொள்வதில் நியாயம் இருக்கிறது, ஆனால் அது அர்த்தமற்றது என்கிறான்.

ஒரு கட்டத்தில் அவனுக்கு இப்படி நினைக்கத் தோன்றுகிறது:

எல்லாம் இயற்கையின் பாற்பட்டது. இயற்கை மனிதனின் அனுமதியை நாடுவதில்லை. இயற்கையின் நியதிதான் மனிதனின் நடத்தையை நிர்ணயிக்கிறது. ஆகையால் மனிதன் தன் செயல்களுக்குப் பொறுப் பேற்க வேண்டியதில்லை என்கிறான். யதார்த்தத்தில் தெரிவுகள் இல்லை என்கிறான்.

சராசரி சுவாதீனமான மனிதர்களைப் பார்த்து அவன் பொறாமைப் படுகிறான். 'நீங்கள் உண்மையானவர்களாக இருக்கலாம். ஆனால் அடக்கம் இல்லாதவர்கள்' என்கிறான்.

ஒவ்வொரு கண்ணோட்டத்தையும் அவன் விளக்குகிறான். ஒவ்வொரு கட்டத்திலும் 'பொறுங்கள், நான் விளக்குகிறேன்' என்று கூறுகிறான், இது வெறும் கண்ணோட்ட உதிர்ப்புகள் அல்ல என்னும் முகமாக.

மனிதன் தனக்குத்தானேகூட சொல்லிக்கொள்ளாத விஷயங்கள் பல உள்ளன; அவனுக்கு அப்படிச் சொல்லிக்கொள்வது பயமாக இருக்கிறது என்கிறான். மனிதன் பொய்யன்; ஆகவே உண்மையான சுயசரிதைகள் அசாத்தியம்; ஏனென்றால் அவை வாசகர்களுக்காக எழுதப்பட்டவை என்கிறான்.

நாற்பது வருட பாதாள வாசத்தின் விளைவாக ஏற்பட்டதுதான் இவ்வெளிப்பாடுகள் என்கிறான். பாதாளம் என்பது அவன் வளை, அவன் அறை. புற உலகிலிருந்து கத்திரிக்கப்பட்ட ஒன்று. நண்பர்களற்ற உலகம் அது. தன் வளையிலிருந்து வெளிவந்து பேசுவதாகக் கூறுகிறான்.

தன் எழுத்து குறித்தும் அவன் விமர்சிக்காமல் இல்லை. 'நான் எனக்காக எழுதிக்கொள்கிறேன். வாசகர்களுடன் பேசும் விதம் வெறும் ஒரு வெற்று வடிவம்தான். நான் எந்த முறையையும் பின்பற்றவில்லை, எனக்கு நினைவுக்கு வருவதை அப்படியே பதிவு செய்கிறேன்' என்கிறான். ஏன் மனதுக்குள் எண்ணாமல் எழுத வேண்டும் என்ற கேள்விக்கும் அவனிடம் விடை உண்டு. 'எழுத்து ஒருவித கண்ணி யத்தைத் தருவது மட்டுமின்றி, எழுத்தினால் என்னை வெகுவாக விமர் சனத்துக்கு உள்ளாக்கிக் கொள்ள முடிகிறது; தவிர, எழுத்தின் மூலம் சிறிது ஆசுவாசம் கிடைக்கிறது. மேலும், எழுத்து என்பது வேலை. வேலை ஒரு மனிதனுக்கு அன்பு உள்ளத்தையும் நாணயத்தையும் கற்பிக் கிறது' என்கிறான்.

அவன் ஓர் அனாதை. தூரத்து உறவினர்களால் பள்ளிக்கு அனுப்பப் பட்டவன். ஒரு தனியன். தன் வெறுப்பைப் பிறர்மீது பிரதிபலித்து அவர்கள்மீது வெறுப்பு கொள்கிறவன். பள்ளி ஒரு கடுங்காவல் தண்டனை அவனுக்கு. அவனுக்கு நண்பன் என்றால் தன் ஆதிக்கத்தைச் செலுத்த உபயோகப்படும் ஒரு பலிகடா. தன்னைப் பரிவுடன் பார்க்கும் விலைமாது மீதுகூட ஆதிக்கத்தையும் வெறுப்பையும் செலுத்த முயல்கிறவன். ஆனால் அன்பே அற்றவன் அல்ல. நல்லதையும் அழகை யும் விரும்புகிறவன்தான். லட்சியவாதிகள் தங்கள் லட்சியங்களுக்காக ஒரு விரலைக்கூட அசைக்கவில்லை என்ற கருத்து கொண்டவன். தன் தீவிரத்தன்மை மீதே சந்தேகம் கொண்டவன். நிறைய படித்தவன். ஆகையினாலேயே மற்ற மாணவர்களால் வெறுக்கப்பட்டவன். சதா

வறுமையில் உழல்பவன். அவனது ஏழ்மை மற்ற மாணவர்களால் எள்ளி நகையாடப்படுகிறது. ஒருவேளை இதுதான் அவர்கள்மீது வஞ்சம் தீர்க்கும் விழைவை ஏற்படுத்துகிறதோ? பதவிக்கு அருகதை அற்றவன் பதவிக்கு வருவதை அவனால் ஏற்றுக்கொள்ள முடியவில்லை. ஆனாலும் சமூகத்தில் அவன் வாழ வேண்டியிருக்கிறது. ஆகவேதான் அவமானப்படுத்திய நண்பனுக்கு மன்னிப்புக் கடிதம்.

வேலை அவன்மீது சுமத்தப்பட்டட ஒரு நிர்பந்தம். அவனுக்கு அலுவலகத்தில் ஒரே ஒரு நண்பன்தான் உண்டு. யாரிடமும் சகஜமாக உணர முடியாதவன். தனக்குத் தானே பேசிக்கொண்டு மருகுபவன். வருத்தத்தின் காரணமாகக் குடிப்பவன். மென்மை உணர்வுகளை வெறுக்கிறவன். ஆனால் அவனுக்கும் ஒரு மறுபக்கம் உண்டு. தண்மை யாக உணரும்போது மென்மையானவன். அந்த விலைமாதுவிடம் காதலின் மென்தன்மைகள் பற்றிப் பேசுவது, நேசம் அற்ற வாழ்க்கை அர்த்தமிழந்த ஒன்று என்று சொல்வது, தாம்பத்திய வாழ்வின் சிறப்பம்சங்களை விளக்குவது, 'எனக்குச் சிறு பிராயத்திலிருந்தே வீடு என்று ஒன்று இருந்திருந்தால் நான் இப்படிப்பட்டவனாக உருப் பெற்றிருக்க மாட்டேன்' என்று அவளிடம் சொல்வது, தான் மென்மையே இல்லாமல் இருப்பதற்கு வீடற்ற நிலைதான் காரணம் என்று உணர்வது – எல்லாம் அவனது மறுபக்கத்தைக் காட்டுகிறது.

எல்லாம் போதை நிலையில் நிகழ்கிறது. அந்த நிலையில்கூட தான் பேசுவது அந்தப் பெண்ணைத் தன்பால் ஈர்க்கும் ஓர் உத்திதான் என்று சந்தேகிக்கிறான். அது ஒரு பொய் என்று உணர்கிறான். தான் பொய் சொல்கிறோமோ என்று தன்னைத் தானே கேட்டுக்கொள்வது, 'சமூகம் எக்கேடு கெட்டு ஒழிந்தாலும் பரவாயில்லை, என் தேனீரை நான் ஆசுவாசமாகப் பருக முடிய வேண்டும்' என்று hysteria நிலையில் குமுறுவது, விலைமாது கதாநாயகியாக உருப்பெறுவதைச் சகிக்க இயலாமல் இருப்பது, சகமனிதர்களை மதிக்காதவனாக இருப்பது – எல்லாம் அவன் ஆளுமையின் அங்கங்கள். கடைசியாக இது இலக்கியம் அல்ல, தன்னைத் திருத்திக்கொள்வதற்கான ஒரு தண்டனை என்று தன் குறிப்புகளை விமர்சிப்பது; இது நவீனம் அல்ல, ஏனென்றால் இது எதிர் – கதாநாயகனைக் கொண்டது என்று அபிப்பிராயப்படுவது – இவைதான் அவன். சிதிலமடைந்த ஆளுமைதான். ஆனால் நிச்சயமாகப் பாசாங்குகள் அற்றது. பொய்மை எள்ளளவும் இல்லாதது. மிக மிக நேர்மையானது.

எந்தவிதமான ஆளுமையிலிருந்து மனிதனைப் பற்றிய உண்மைகள் வெளிவருகின்றன என்பது நமக்கு முக்கியமல்ல. வாழ்வின் நிஜங்களைச் சொல்ல ஒருவன் பரிசுத்தவானாகத் திகழ வேண்டும் என்ற அவசியம் இல்லை. அப்படிப்பட்ட ஓர் எதிர்பார்ப்பு ஒரு சம்பிரதாயப் பழைமை யாகத்தான் இருக்க முடியும். ஒரே வாக்கியத்தில் இந்த நவீனத்தைப் பற்றிச் செல்ல வேண்டுமென்றால், 'இது மனித இயல்புகளைப் பற்றிய ஓர் அரிதான ஆவணம்' என்று கூற வேண்டும்.

– கோபிகிருஷ்ணன்